காலத்தால் அழியாத கலைஞர்கள்

(கட்டுரைகள்)

உஷாதீபன்

நன்னூல்
பதிப்பகம்
மணலி-610203
திருத்துறைப்பூண்டி

காலத்தால் அழியாத கலைஞர்கள்

நூலாசிரியர்: உஷாதீபன் ©
முதல் பதிப்பு: டிசம்பர்-2022
பக்கங்கள்: 248

வெளியீடு:
நன்னூல் பதிப்பகம்
தொடர்பு எண்: 99436 24956
மணலி, திருத்துறைப்பூண்டி - 610 203
nannoolpathippagam@gmail.com

பிரதிகளுக்கு:
A-6, திருமலை காம்ப்ளக்ஸ்
டாக்டர் அம்பேத்கர் ரோடு,
வில்லிவாக்கம், சென்னை - 49.
அலைபேசி: 9884052075
விலை ரூ.300

Kalathaal Azhiyaatha Kalaignargal
Author: **UshaDeepan** ©
First Edition: December-2022
Pages: 248
ISBN 978-93-94414-11-2
Published by:
Nannool Pathippagam
Contact No. 99436 24956
Manali, Thiruthuraipoondi - 610203
nannoolpathippagam@gmail.com

Price ₹300

அட்டை வடிவமைப்பு: அரிசங்கர்
உள்பக்க வடிவமைப்பு: சு. கதிரவன்

Printed at : ASX Printers, Chennai - 5.

சமர்ப்பணம்

பேசும் புதிய சக்தி இலக்கிய மாத இதழ் ஆசிரியர்
கவிதா ஜெயகாந்தன்
அவர்களுக்கு...

என்னுரை

கடந்த எட்டு ஆண்டுகளாகத் தொடர்ந்து வெளி வந்து கொண்டிருக்கும் "பேசும் புதிய சக்தி" என்ற தரமான இலக்கிய மாத இதழில் இச் சினிமாக் கட்டுரைகளை எழுதியபோது எனக்குள் ஒரு புதிய உற்சாகம் கரை புரண்டு ஓடிக் கொண்டிருந்தது.

தமிழ்த் திரையுலகில் குணச் சித்திரப் பாத்திரங்களை ஏற்று திறம்பட நடித்துப் புகழ் பெற்ற முதன்மையான கலைஞர்களைப் பற்றி ஏற்கனவே நான் "காட்சிப் பிழை" என்கிற சினிமா ஆய்விதழில் தொடர் கட்டுரைகள் எழுதி அது "நின்று ஒளிரும் சுடர்கள்" என்கிற தலைப்பிலே புத்தகமாக வந்து சிறப்புப் பெற்றது. அது ஒரு புகழ் பெற்ற நூல் என்பதற்கு அதன் அடுத்த பதிப்புகளே சான்று என்று கொள்ளலாம்.

எந்தவொரு நடிகர் திறமையான நகைச்சுவைக் கலைஞராக விளங்குகிறாரோ அவர்கள் குணச்சித்திரப் பாத்திரங்களிலும் சிறந்து விளங்குவர். ஏன்...வில்லன் கதா பாத்திரங்களையும் அவர்களால் திறம்படச் செய்து புகழ் பெற முடியும். நகைச்சுவை என்பது எல்லோருக்கும் அப்படிச் சுலபமாகக் கைவந்து விடும் கலை அல்ல. ஒருவரின் இயல்பிலேயே நகைச்சுவை உணர்வு கலந்திருக்க வேண்டும். துன்பத்திலும் சிரிக்கும் தன்மை வேண்டும். சோகங்களை உள்ளடக்கும் திறன் வேண்டும். அவைதான் ஒரு கலைஞனை உருவாக்கும் குணச்சித்திரங்கள். உடம்பிலுள்ள எல்லா பாகங்களும் நடிக்கும் திறனைப் பெற்றிருக்க வேண்டும். அங்க அசைவுகள் கூட பார்ப்போருக்கு அடக்க முடியாத சிரிப்பை உண்டாக்குவதாக இருக்க வேண்டும். நினைத்து நினைத்து சிரிக்கும் உணர்வை உண்டாக்க வேண்டும்.

ஒரு நகைச்சுவைக் கலைஞனின் கண், வாய், மூக்கு, செவி, கைகள், கால்கள், தலை, குரல், சதை அதன் அசைவுகள் மென்மை, கூர்மை இப்படி அனைத்து உடல் மொழியும், மனமொழியும் கலந்துதான் ஒரு கதா பாத்திரத்தை உச்சத்திற்குக் கொண்டு நிறுத்தமுடியும். மற்றெல்லாவற்றிலும் நகைச்சுவை நடிப்பு என்பதே கடினமானது என்று கூடச் சொல்லலாம்.

அம்மாதிரியான மேன்மையான பயிற்சியில் திளைத்த வர்கள் தமிழ்த் திரையுலகில் அநேகர். அவர்களின் நாடக அனுபவங்கள் அங்கே பெற்ற கடினமான பயிற்சி கள், தண்டனைகள், ஏற்புகள், மறுப்புகள், அவர்களின் சொந்த வாழ்க்கை அனுபவங்கள், சோகங்கள், நஷ்டங்கள், விரக்திகள் இப்படி எல்லாமும் சேர்த்து சேகரம் ஆகி ஈடு சொல்ல முடியாத, தவிர்க்க முடியாத முக்கிய இடத்தில் சுயம்புவாய் உருவாகி நின்ற கலைஞர்கள் தமிழ்த் திரையுலகின் நகைச்சுவை நடிகர்கள்.

அவர்கள் குணச் சித்திரக் கதா பாத்திரத்திலும் தங்களை நிரூபித்திருக்கிறார்கள். வில்லனாகவும் மிளிர்ந் திருக்கிறார்கள். பல படங்களில் தொடர்ந்து கிடைத்துக் கொண்டிருந்த நகைச்சுவைக் கதாபாத்திரங்களிலும் விடாது வெற்றிக் கொடி நாட்டியிருக்கிறார்கள். படமே வெற்றியடையாதிருந்திருப்பினும் அவர்களின் நடிப்பும், காட்சிகளும் நினைவுகூரத்தக்க விதத்தில் அமைந்திருந் ததை நாம் மறந்து விட முடியாது. குறிப்பிட்டுச் சொல்ல நாகேஷ் என்ற ஒரு கலைஞர் போதாதா? அவருக்கு மூத்தவர்களான நடிகர்களிடமிருந்து அவர் கற்றுக் கொண்டு தேர்ந்தது எத்தனையெத்தனை? அந்த அனுபவ முதிர்ச்சியான திரைக் கலைஞர்கள் எவ்வளவு பேர் இருக்கிறார்கள் நினைத்து நினைத்து ரசிக்க?

இளம் வயதிலேயே வயது முதிர்ந்த வேடங்களையும் ஏற்று அந்தந்தக் கதாபாத்திரங்களாகவே வாழ்ந்திருக்கி றார்கள். ஒவ்வொரு திரைப்படத்திலும் ஏற்றுக் கொண்ட கதாபாத்திரங்களுக்குப் பெருமை சேர்த்து படத்தின்

வெற்றிக்கு முக்கிய காரணமாய் விளங்கியிருக்கிறார்கள். தவிர்க்க முடியாத இடத்தில் தங்களைத் தொடர்ந்து நிலைநிறுத்திக் கொண்டு வெற்றிக்கொடி நாட்டியிருக் கிறார்கள்.

அப்படியான அதி முக்கியக் கலைஞர்களைத் தேர்வு செய்து தொடர்ந்து எழுதிய கட்டுரைகள் இங்கே ஒரு தொகுப்பாக மலர்கிறது. இத்தொகுப்பில் காட்சிப்பிழை இதழில் இடம் பெற்ற மூன்று கட்டுரைகளும் சேர்க்கப் பட்டிருக்கிறது. அவர்களைத் தவிர்த்து இப்புத்தகத்தை நிறைவு செய்து விட முடியாது என்கிற எண்ணமே இந்த முழுமைக்குக் காரணமாக அமைகிறது. அத்தோடு மூன்று பெண் கலைஞர்களின் திறமைக்குச் சான்றான பெயர் சொல்லும் கட்டுரைகளும் இத்தொகுப்பில் சேர்ந்து இதன் முக்கியத்துவத்தை முன்னிறுத்துகிறது.

"இத்தொகுதியில் "டணால் தங்கவேலு" பற்றிய கட்டுரை விடுபட்டுள்ளது. அது அடுத்த பதிப்பில் கண்டிப்பாகச் சேர்க்கப்படும். வாசகர்கள் பொறுத்தருள்க."

இக்கட்டுரைகளைத் தொடர்ந்து வெளியிட்டு உதவிய பேசும் புதிய சக்தி ஆசிரியர் கவிதா ஜெயகாந்தன் அவர் களுக்கும் ஒவ்வொரு மாதமும் என்னை உற்சாகப்படுத்தி ஊக்குவித்த அவ்விதழின் பொறுப்பாசிரியர் திரு எஸ். செந்தில்குமார் அவர்களுக்கும் என் மனமார்ந்த நன்றிகள்.

தமிழ்த் திரையுலக மூத்த தலைமுறை ரசிகர்களும், இன்றைய இளைய தலைமுறைச் சகோதரர்களும், திரையுலக நண்பர்களும் மனமுவந்து இந்நூலை வரவேற்று ஆதரவளிப்பார்கள் என்று ஆவலோடு காத்திருக்கிறேன். நன்றி.

– உஷாதீபன்

எஸ்2 - ப்ளாட் எண்.171,172
மேத்தாஸ் அக்சயம், மெஜஸ்டிக் அடுக்ககம்,
ராம் நகர் தெற்கு 12-வது பிரதான சாலை
மடிப்பாக்கம், சென்னை-600 091.
(போன்: 94426 84188)
ushaadeepan@gmail.com

பொருளடக்கம்

1. ஐயா தெரியாதய்யா ராமாராவ்! ... 9
2. என்னத்தே கன்னையா ... 19
3. ஏ. கருணாநிதி ... 29
4. சாய்ராம் என்கிற சாய்ராமன் ... 49
5. காகா ராதாகிருஷ்ணன் ... 63
6. காளி என். ரத்னம் ... 77
7. கே. சாரங்கபாணி ... 94
8. "குலதெய்வம்" ராஜகோபால் ... 108
9. டி.ஆர். ராமச்சந்திரன் ... 124
10. கள்ளபார்ட் நடராஜன் ... 139
11. டி.எஸ்.துரைராஜ் ... 152
12. நாகேஷ் ... 166
13. வி.கே.ராமசாமி ... 179
13. டி.எஸ்.பாலையா ... 193
14. எம்.என்.ராஜம் ... 206
15. டி.ஆர். ராஜகுமாரி ... 219
16. டி.பி.முத்துலட்சுமி ... 234

1 ஐயா தெரியாதய்யா... ராமாராவ்

தமிழ் சினிமா மறக்கடித்த நடிகர்கள் எத்தனையோ பேர். அதில் கதாநாயக நடிகர்கள், குணச்சித்திர நடிகர்கள், நகைச்சுவை நடிகர்கள் என்ற வரைமுறை எதுவும் கிடையாது. அப்படியாக வரையறுத்தும் அந்தக் கால நடிகர்கள் எவரும் நடிக்கவுமில்லை. எந்த வேஷமானாலும் சரி என்று எல்லாவற்றிலும் சோபிக்கத்தான் செய்தார்கள். முப்பத்தைந்து வயது நடிகர் அறுபத்தைந்து வயது அப்பா வேஷம் கட்டினார். நாற்பதுக்கு மேல் ஐம்பதைத் தொட்டவர்கள் கூட நாயக வேஷத்தில் சோபித்தார்கள். கனமான கதையும், வலுவான காட்சிகளும், திறமையான இயக்கமும் எல்லோரையும், எல்லாவற்றையும் தூக்கி நிறுத்தியது.

ஆனாலும் அந்தந்தக் கால கட்டத்திலேயே காணாமல் போனவர்கள்தான் அதிகம். வேஷம் குடுங்க என்று

தொங்கி நிற்காமல் அதுவாய்த் தேடி வரும்போது மனமுவந்து ஏற்றுக் கொண்டு, அது சிறிசோ, பெரிசோ, ஈடுபாட்டோடு செய்து கொடுத்து நல்ல பெயர் வாங்கிக் கொண்டார்கள். கொடுத்த, கிடைத்த சம்பளம் அப்பொழுதும் ஒரு பொருட்டுதான் என்றாலும், அதை விட ஏற்றுக் கொண்ட வேஷங்கள் மனசாந்தி அளிப்பதாய், ஆத்மார்த்தமானதாய் உணரப்பட்டதால் கூலி பின்னேதான் நின்றது.

என்னதான் இயக்குநர் சொல்லிக் கொடுத்தாலும், கதையோடு பொருந்திய காட்சிகளை அமைத்தாலும், மனுஷன் இப்டியா அந்த வேஷத்தோட, அந்தக் கதாபாத்திரத்தோட பொருந்துவாரு? என்று எண்ணி வியக்கும்படியாகத்தான் பல நடிகர்கள் திறமையோடு இருந்தார்கள்.

கதையோடு பொருந்திய... என்று சொன்னேன். அதாவது நாயகன், நாயகியை உள்ளடக்கிய மொத்தப் படத்தின் கதையம்சத்தோடு, ஒட்டி, உறவாடிப் பயணிக்கும் வகையில்தான் நகைச்சுவைக் காட்சிகளும் அமைக்கப்பட்டன. கதையோட்டத்தின் முக்கியமான நிகழ்வுகளுக்கும், அதன் திருப்பங்களுக்கும் உதவும் வகையில்தான் சிரிப்பை, கேளிக்கையை முன்னிறுத்தும் படக் காட்சிகளும் அமைந்தன. வாய்ப்பளிக்கப்பட்ட அம்மாதிரி நகைச்சுவைக் காட்சிகளில், தங்களின் அகடிதகடனா சாமர்த்தியத்தை அச்சாக வெளிப்படுத்தி, படம் முடிந்து வெளியே செல்கையில் தங்களையும் சேர்த்துப் பேசி மகிழ்ந்து, அதற்காகவே, அவருக்காகவே இன்னொரு முறை பார்க்க வேண்டும் என்று சொல்லும் வண்ணம் திறமைசாலிகளாக மிளிர்ந்தார்கள்.

அப்படியான நகைச்சுவை நடிகர்களில் குறிப்பிடத் தகுந்தவர் எஸ்.ராமாராவ். பெயரே புதிதாய் இருக்கிறதே என்று இன்றைய, ஏன் நேற்றைய தலைமுறை ஆட்கள் கூட நினைக்க வாய்ப்பிருக்கிறது. இன்றைய பையன்

களுக்கு சுத்தமாய்த் தெரியாது எனலாம். அவர்களுக்குத் தான் எம்.ஜி.ஆர்., சிவாஜி., ஜெமினி, எஸ்.எஸ்.ஆர் என்று ஒரு சிலரைத் தவிர வேறு எவரையும்... தெரிய வில்லையே?

இவர்தானப்பா தங்கவேலு... டணால் தங்கவேலுன்னு சொல்லுவாங்களே... அவர்தானே? இந்த... கல்யாணப் பரிசு படத்துல வந்து, பொய்யாச் சொல்லுவாரே... அந்தத் தங்கவேலுதானே... – என்று கேட்கும் பையன்கள் தான் இன்று இருக்கிறார்கள். இவர்களிடம் போய் ராமாராவ் என்றால் முழிக்காமல் என்ன செய்வார்கள்? என்.டி.ராமாராவா? ஆந்திரா சி.எம்மா இருந்தாரே... அவரா? என்று கேட்கிறார்கள். அந்த மட்டும் அவரை யாவது தெரிந்து வைத்திருக்கிறார்களே... என்று பெருமை கொள்ள வேண்டியிருக்கிறது. அது ஜெனரல் நாலெட்ஜாம்...!

யாரு... அப்ளாச்சாரியா...? என்று கேட்பவர்களும் உண்டு. இந்தப் பெயரைச் சொல்லி இவரைத்தான் கேட்கிறார்களா? என்று சந்தேகம் வருவதும் உண்டு. எப்படி இவருக்கு இந்தப் பெயர் வந்தது என்று இன்றுவரை தெரியவில்லை. எந்தப் படத்தில் இந்தப் பெயரிலான பாத்திரத்தை ஏற்றார் என்ற விபரமும் கிடைக்கவில்லை. இல்லை, தலையில் வட்டுபி அடித்து, பாதி மண்டைக்குப் பின்னால் தழைய இறக்கிய முடியைக் கொத்தாகப் பிடித்துச் சுருட்டி முறுக்கிட்டு கட்டுக் குடுமியாய்த் தொங்க விட்டு, அசல் அய்யராய் வந்து அசத்தினாரே அதனால் இந்தப் பெயர் வந்திருக்குமோ என்று எண்ணுபவர்களும் உண்டு.

வேஷம் கட்டினால் மட்டும் போதுமா? பாஷை வர வேண்டாமா? அட்சர சுத்தமாய் பிராம்மண பாஷையை அதே பாணியில் பேசி அசத்தும்போதுதானே, அது ராமாராவ் இல்லை, அந்தப் படத்தின் ஒரு ஆசிரியர் கதாபாத்திரம் என்பது பார்வையாளர்கள் மனதில்

நிற்கும்? ஆசிரியர்தான் நின்றாரேயொழிய ராமாராவ் என்கிற நடிகர் அல்ல.

நின்றதா? நின்றதாவா? என்னய்யா கேள்வி இது? வாழ்ந்ததைய்யா... வாழ்ந்தது... இந்த ராமாராவை நினைக்கும்போது நமக்கு நினைவில் வரும் கதாபாத்திரம் தெய்வப்பிறவி படத்தில் ஆரம்ப ஆசிரியன் என்ற வாத்தியார் வேஷத்தில் வந்து களை கட்டியதுதான். குட்டையான உருவத்தில், பஞ்சகச்சம் கட்டிக் கொண்டு தலையில் நரைத்த கட்டுக் குடுமியோடு ஒரு மூக்குக் கண்ணாடி சகிதம் நெற்றியிலும் கைகளிலும் விபூதிப் பட்டை பளபளக்க வந்து சர்ர்ர்ரு... புர்ர்ர்ரு... என்று அழுத்தம் திருத்தமாய், ஒரு ரைமிங்கோடு பேசும் பிராம்மண பாஷை வசனங்கள் அத்தனை கலகலப் பூட்டின அந்தப் படத்தில். இப்போதும் இந்தக் காட்சி களைப் போட்டுப் பார்க்கும் போது ஐம்பது ஆண்டு களுக்குப் பின்னும் இது மாதிரி ஒரு காட்சி இன்றுவரை வரவில்லையே என்ற ஏக்கம்தான் நிகழ்கிறது.

இயக்குநர் கே.எஸ்.கோபால கிருஷ்ணனின் தெய்வப் பிறவி படத்தில் அமைந்திருக்கும் நகைச் சுவைக் காட்சிகளுக்கு ஈடாக இன்றுவரை வேறு ஒரு திரைப் படம் வரவில்லை என்றே சொல்லலாம். நண்பர்களைச் சேர்த்துக் கொண்டு டணால் தங்கவேலு சதா சீட்டுக் கட்டு விளையாடுவதும், அதனால் வீட்டில் மனைவி யோடு ஏற்படும் களேபரமும், சண்டையும், சச்சரவும்... சொல்லி முடியாத அரட்டைக் கச்சேரி நகைச்சுவைக் காட்சிகள்.

அறிமுகமாவதே... ஒரு குறிப்பிட்ட வார்த்தையை, பேச வாய் திறக்கும்போதெல்லாம் சொல்லிக் கொண்டு ஆரம்பித்தவாறே வருவார் ராமாராவ். அதுவே அவரின் பட்டப் பெயராகி, நிலைத்து அவரைப் பிரபலப்படுத்தி வைத்தது. அப்படியானதொரு சுவையான நகைச்சுவைக் காட்சி ஒன்றைக் கீழே காணுங்கள்.

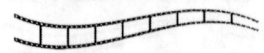

அது தங்கவேலுவின் வீடு. நண்பர்களோடு சேர்ந்து வீட்டில் சதா சீட்டுக் கச்சேரி நடத்திக் கொண்டிருப்பது அவரின் பொழுதுபோக்கு. பொழுதை இப்படி வெட்டி யாய்க் கழிக்கிறீர்களே என்று மனைவியோடு பெரிய சண்டை வந்து ஒரே அமர்க்களம் ஆகும். அந்தக் காட்சி வேறு. இங்கே நான் சொல்ல வந்தது ஐந்தாறு வெட்டி ஆபீஸ் நண்பர்களோடு டணால் தங்கவேலு சீட்டுக் கச்சேரி நடத்திக் கொண்டிருக்கும்பொழுது சடேரென்று அங்கு பரபரப்பாய் வந்து மேஜைக்கு நட்ட நடுவில் குறுக்கே விழுவார் அப்ளாச்சாரி. தெய்வப் பிறவி படத்தின் படு ஸ்வாரஸ்யமான காட்சி இது...

அட... என்னா... யார்றாது குறுக்க வந்து விழுறதுன்னு எல்லோரும் வாசலைப் பார்க்க மடேரென்று வந்து விழுவார் ராமாராவ்...

அய்யா..தெரியாதய்யா... கடன்காரன் இந்த வழில கரெக்டா வருவான்னு... என்ன பண்றது... வந்துட்டன்... என்னப் பார்த்துட்டன்... தலேல சொடேர்னு அடிச்சிருவான்னு பயந்து நான் இங்க ஓடியாந்துட்டன்... என்ன பண்றது.

என்ன பண்றது? கொஞ்ச நேரம் பேசாம இருக்கிறது... இந்தச் சாரல நம்மளால சகிக்க முடியலைய்யா... -சொல்லிக் கொண்டே தெறித்த எச்சில்துளிகளைத் தங்கவேலு நீளமாய்த் துடைத்து விட்டுக் கொள்வார்.

என்ன பண்றதுாாாா... எழுதிக் கொடுத்துர்றது...

முடியுமோ... நானோ ஆரம்ப ஆசிரியன்... சம்பளம் கம்மி...

வேணும்னா இங்க உட்கார்ந்து ஆடுறது ஒரு சுத்து ரம்மி...

நன்னாருக்கு போங்கோ... நான் ஆசிரியன் இங்க ரம்மி ஆடலாமோ...?

நன்னா மூணு சீட்டு ஆடலாமே...!

பேசாம இருங்கோ... பேசிண்டே போறேளே... பேசாம இருங்கோன்னா... நீங்க சொல்லுங்கோ... நியாயமா இது... என்னை ரம்மி ஆடச் சொல்றாளே... நியா...! - பேசிக் கொண்டே கூர்ந்து பார்த்துவிட்டு... யார்றா இவன்? மனோகரனா இது...?

ம்... மனோகரன்... ராயப்பிரியன், புருஷோத்தமன்... பத்மாவதி...விஜயா...

பேசாமிருங்கோ... இதென்ன நாடகமா இது? அந்தண்ட போங்கோ... தள்ளிப் போங்கோன்னா... தள்ளுங்கோ... ஏண்டா மனோகர்... நீயுமாடா இந்தத் திருதுராஷ்டிரா கூட்டத்துல சேர்ந்து சூதாட ஆரம்பிச்சுட்டே...

யோவ்... கையெல்லாம் நீட்டாதே... யோவ் ஆடினா என்னய்யா... ஆடினா என்ன? அவங்கப்பன் மாதிரி செவுரு ஏறிக் குதிச்சானா? திருட்டுத் தனம் பண்ணினா? ஜெயிலுக்குப் போனானா? ஐயா அப்பனுக்குப் பிள்ள தப்பிப் பொறந்திருக்கான்யா... சீட்டாட்டத்தோட விட்டுட்டான்...

அதுவும் எங்களமாதிரி பெரிய மனுஷாளோட...

நீங்க பேசாம இருங்கோ... நீங்கபாட்டுக்குப் பேசிண்டே போறேளே... ஏண்டா மனோகர்... உங்க அண்ணி என்னைப் பார்க்கிறபோதெல்லாம், மனோகரக் கவனிங்கோ..மனோகரக் கவனிங்கோன்னு கதர்றாடா... உன்னோட படிச்ச ராமு இன்ஜினீரிங் கோர்ஸ் முடிச் சுட்டான்... அதப் பார்த்தாவது உனக்குப் புத்தி வர வேண்டாமோ...

யோவ்... எவன் எப்டிப் போனா எனக்கென்னய்யா...? என்னைப் பத்தி ஏதாவது இருந்தாச் சொல்லும்... இல்ல...? - இது கள்ளபார்ட் நடராஜன்.

சொடேர்னு அடிச்சிருவ... என்ன பண்றது? காலம் மாறிப் போச்சோல்லியோ...?

மாறிச்சோ, மாறலியோ... யாரைய்யா கேட்குறீரு...?

நீங்க பேசாமிருங்கோ... நீங்கபாட்டுக்குப் பேசிண்டே போறேள்...

யோவ்... கடன்காரனுக்கு பயந்துதான இங்க ஓடியாந்தீரு...

வந்த எடத்துலதான இந்தக் கண்றாவியப் பார்த்தேன்...

அதிகமாப் பேசாத... கடன்காரன்ட்ட இந்தப் பணத்தக் கொடுத்திட்டுப் மரியாதையாப் போய்ச் சேரும்... – பணத்தை நீட்டுகிறார் ஒருவர்.

பணமா... நானா? வாங்குவேனாடா...? அதவிட அந்தக் கடன்காரன்ட்ட மாட்டிக்குவன்டா... சொடேர்னு தலைல அடிச்சாலும் பட்டுக்குவன்டா... என்னண்ட படிச்ச குழந்தைகள் நீங்க சூதாடி ஜெயிச்ச பணத்தை நான் கை நீட்டி வாங்குவனாடா...? அதவிடப் பட்டினி கிடந்து பிராணனை விட்ருவன்டா...

ம்... சொல்லாதீர்... செய்யும்... ம்ம்ம்... ஆடுங்க... நீங்க ஆடுங்க... –

வெளியேறி விடுகிறார் ஆசிரியர்.

சிறந்த நீதியைக் கடைசியாய்ச் சொல்லும் இந்தக் காட்சியில் எஸ்.ராமாராவும், டணால் தங்கவேலும் ஒரு ரைமிங்கோடு இழுத்து இழுத்து விடாமல் தொடர்ச்சியாக வசனம் பேசும் காட்சி பார்வையாளர்களை விழுந்து விழுந்து சிரிக்க வைக்கும். பிராம்மண பாஷையை அழுத்தந் திருத்தமாய் ராமாராவ் பேசுவதும், அதைக் கேலி செய்வதுபோல் அதே ரைமிங்கோடு தங்கவேலு பதில் சொல்லுவதும், மூச்சு விடாமல் இருவரும்

தொடர்ந்து பேசிக் கொள்ளும் இந்தக் காட்சியை நாம் படத்தில் பார்த்து ரசித்தால் மட்டும் போதாது. ஒருவருக்கு மற்றொருவர் அதே வசனங்களை அதே பாணியில் பேசிப் பார்த்துச் சிரித்துக் கொண்டால்தான், இந்தக் கடினமான காட்சியில் எவ்வளவு நகைச்சுவை புதைந்து கிடக்கிறது என்பது புரியும்.

இந்தப் படத்தில் நடித்ததிலிருந்து ராமாராவுக்கு இந்தப் பட்டப் பெயர் நிலைத்தது. அதுதான் "அய்யா தெரியாதைய்யா ராமாராவ்..." அவரை நினைவு கூருபவர்கள் இப்படிச் சொல்லித்தான் அவரை அழைக்க ஆரம்பித்தார்கள். அவரது அடுத்தடுத்த படங்களிலும் அவர் பெயரை இப்படியே டைட்டிலாகப் போடவும் ஆரம்பித்தார்கள்.

300 க்கும் மேற்பட்ட படங்களில் குணச்சித்திர வேடங்களிலும், நகைச்சுவை வேடங்களிலும் நடித்தவர் ராமாராவ். மோட்டார் சுந்தரம் பிள்ளை படத்தில் சச்சுவுக்கு அப்பாவாக, ரயில்வே ஸ்டேஷன் மாஸ்டராக அவர் நடித்திருக்கும் கதாபாத்திரம் அத்தனை அற்புதமானது. சுந்தரம் பிள்ளையின் வாழ்க்கை ரகசியத்தை உணரும் காட்சிகளில் பெண் கொடுக்க வந்த இடத்தில் கண்ணியம் கருதி நாகையாவோடு சேர்ந்து அவர் அமைதி காக்கும் காட்சிகள் கண்ணியமானவை.

சர்வர் சுந்தரம் படத்தில் நாகேஷுக்குப் பி.ஏ.வாக வருவார். இவரின் இன்னொரு நினைவு கூரத் தக்க படம் இருவர் உள்ளம். இரண்டாம் கல்யாணமாக ஒரு இளம் பெண்ணை மணந்து கொண்டு அவள் அழகுக்கு மயங்கி அந்தப் பெண்ணின் தகப்பனோடு இவர் சமரசம் செய்து கொள்ளும் காட்சிகள் ரசிக்கத்தக்கவை. அந்தப் பெண்ணின் தகப்பனாக வருபவர் ஏ. கருணாநிதி. அவர் ஏற்றிருக்கும் பாத்திரம் "சோடா சுப்பையா..." வெறுமே உட்கார்ந்து தின்னும் அவருக்குப் பாடம் புகட்ட வேண்டும் என்று இரவல் வாங்கி வந்த நெக்லஸ்

திருடு போய்விட்டதென்று சொல்லி, அந்தக் கடனை அடைக்க வீட்டில் மனைவியையும், மாமனாரையும் குடிசைத் தொழில் செய்து உழைக்க வைத்துச் சம்பாதிக்கச் செய்து, அந்தக் கடனை அடைத்து விடுவார். மனைவியை அப்பளம் போடச் செய்து, ராமா ராவ் வெளியில் சென்று விற்று வருவார். மாமனார் கருணாநிதியை தேன் கூடு போடச் செய்து தேனீ வளர்க்க ஏற்பாடு பண்ணி, தேன் சேகரிக்க வைப்பார். திருட்டுத் தனமாய் அவர் தேன் எடுத்து நக்கும்போது, மறைந்திருந்து கல்லை விட்டெறிந்து தேன் கூட்டைக் கலைக்கச் செய்து, தேனீக்கள் கருணாநிதியைக் கொட்டி அதகளப்படுத்த... அந்தக் காட்சியில் வலி பொறுக்க முடியாமல் கருணாநிதி குதி குதி என்று குதிக்க, அதற்கு ஜதி சொல்லி இவர் தாளம் போட்டு ரசிக்க... தியேட்டரே கலகலக்கும் இந்தக் காட்சிகளில்.

சின்னச் சின்னக் காட்சிகள்தான். ஆனாலும் தங்களை நிலை நிறுத்திக் கொள்வதுபோல் நடித்திருப்பார்கள் அந்தக் கால நகைச் சுவை நடிகர்கள். அவர்களில் முக்கியமானவர் ராமாராவ். பாவ மன்னிப்பு படத்தில் எம்.ஆர்.ராதாவுக்கு நம்பிக்கையான வேலைக்காரராக வந்து அவருக்குக் கீ கொடுத்து கெடுதலுக்குத் தூண்டி விடுவார். தில்லானா மோகனாம்பாளில் கூட மனோரமா நாடக ட்ரூப்பில் இருக்கும் ஒருவராக, வந்து போவார். மனோரமா, சண்முக சுந்தரத்தை அவர் நாயனத்தில் ஒரு பாட்டு வாசிக்கச் சொல்ல... வாசிங்க... என்று ஆர்வத்தோடு இவர் சொல்லும் அந்தக் காட்சி மறக்க முடியாதது.

300 க்கும் மேற்பட்ட படங்களில் நடித்திருந்தாலும், மூத்த தலைமுறையைச் சேர்ந்த பெரியவர்களுக்குத்தான் இவரைத் தெரியும். இன்றைய இளைய தலைமுறை இளைஞர்கள் இவரை அறிந்திருக்க வாய்ப்பில்லை. ஆனாலும் நடிப்பு என்கிற கலைக்குள்ளே நுழைந்து

கற்றுக் கொள்ள வேண்டுமாயின் அறுபதுகள்... எழுபதுகள் வரை என்று கூடச் சொல்லலாம்... தமிழ் சினிமாவில் இருந்த அனைத்து நடிகர்களையும், ரசித்து ரசித்துப் பார்த்து அனுபவித்து உணர்ந்து, ஆழ்ந்து உள்வாங்கினாலே, சிறந்த நடிப்புப் பயிற்சி கைகூடும் என்று சொல்வேன். அந்த வரிசையில் "அய்யா தெரியாதைய்யா ராமாராவ்..." என்கிற எஸ்.ராமாராவ் தவிர்க்க முடியாத நகைச்சுவை, குணச்சித்திர நடிகர்களில் ஒருவராகிறார். ராமாவ் 1987ஆம் ஆண்டு காலமானார். இறக்கும் வரையில் கூட அவ்வப்போது சில படங்களில் கொஞ்சம் இடைவெளியோடு என்றுதான் சொல்ல வேண்டும், நடித்துக் கொண்டுதான் இருந்தார் அவர். குறிப்பாக சிவாஜி, எம்.ஜி.ஆர் படங்களில் அவரின் பங்கெடுப்பு குறிப்பிடத்தக்கவையாய் அமைந்திருந்தன எனலாம்.

2

"என்னத்தே கன்னையா"

அப்படி ஆரம்பிக்கும்போதே நமக்கே ஒரு அலுப்பு வந்து விடும்தான். அதுதான் உண்மை. மனிதன் கூடியானவரை எந்தப் பிக்கல் பிடுங்கலும் இல்லாமல் வாழ விரும்புபவன்தான். நாளையும் பொழுதையும் தங்கு தடங்கலின்றி, சுலபமாக நகர்த்தி விட வேண்டும் என்பதில்தான் அவனுக்கு விருப்பம். அப்படியாப்பட்ட வனுக்கு சிக்கல் வந்தாலோ, சிக்கல் மேல் சிக்கல் வந்தாலோ அல்லது இழுவையான காரியங்கள் வந்து அமைந்தாலோ, ஒன்றை முடிக்க வேண்டும் என்று கிளம்பி தடங்கல் வந்து நீட்டித்தாலோ, முடிக்க முடி யாமல், முடிவில்லாமல் இழுத்துக் கொண்டே போனாலோ அலுப்பு சலிப்பு என்பது சர்வ சாதாரணமாக வந்து விடு கிறது. ஆளே அசந்து போய் உட்கார்ந்துவிடும் அபாயமும் உண்டு. மனித இயல்பு அது. அல்லாமல் எதைத்

தொட்டாலும் விடாது அலுத்துக் கொண்டே நகர்பவர்களும், இருக்கத்தான் செய்வார்கள். நடப்பது நடக்கட்டும் என்று கிடப்பார்கள். அவர்களுக்கு எதிலும் முழு நம்பிக்கை சட்டென்று வந்து விடாது. தானும் அலுத்துக் கொண்டு, சுற்றியிருப்பவர்களையும் சோர்வடையச் செய்து விடுவார்கள். உரிய காலக் கெடுவில் காரியங்கள் தானே முடிவடையும்போது, அப்பாடா... ஒரு வழியா முடிஞ்சிதுப்பா... என்று ஆசுவாசம் கொள்வார்கள்.

என்னய்யா இது... இருக்கவும் மாட்டேங்குது... போகவும் மாட்டேங்குது... காலப் பிடிச்ச சனி மாதிரி... சரி... போ... இனி என்னத்த செய்றது...? வந்தா வருது... போனாப் போவுது..... விட்டுத் தொலைப்போம்... -என்று உதறுபவர்களும் உண்டுதான்.

அப்டியெல்லாம் இல்லீங்க... சொல்ல வேண்டியதச் சொல்லி... செய்ய வேண்டியதக் கச்சிதமாச் செய்திருவோம்... கவலைப்படாதீங்க...

"என்னத்த... சொல்லி... என்னத்த... செஞ்சு... - அந்த அலுப்பு எத்தனை பொருத்தமாய் தக்க இடத்தில் வந்து உட்கார்ந்து கொள்ளுகிறது பாருங்கள்... கேட்கும் ஒவ்வொரு மனிதனும் தனக்குத்தானே சொல்லிக் கொள்வது போலான வசனம் இது...! அதைச் சொன்னால் தான் அவன் மனது சமாதானமாகிறது. அதுவே அவன் டென்ஷனைக் குறைக்கிறது.

இப்படிப் படு பொருத்தமான காட்சிகளில் இந்த வார்த்தைகளைப் புலம்பி, கூடவே நம்மையும் புலம்ப வைத்து, தன்னை அந்தக் காட்சிகளின் மூலம் நிலை நிறுத்திக் கொண்டார் இவர். படத்தில் வரும் காட்சி களில் இவர் இருந்தால், சொல்ல வேண்டிய நேரத்தில் படம் பார்க்கும் ரசிகர்களே இவருக்கு முந்திக்கொண்டு அந்த வசனத்தைச் சொல்லி தங்களைக் குஷிப் படுத்திக் கொண்டார்கள். அவர்கள் சொல்ல நினைத்த அந்தக் குறிப்பிட்ட காட்சியில் அந்த நடிகர் இந்த வசனத்தைச்

சரியாக உச்சரித்ததும், தாங்கள் நினைத்தபடியே, சொன்னபடியே படத்திலும் அவர் சொல்லி அலுத்துக் கொள்வதைக் கண்டு விழுந்து விழுந்து சிரித்தார்கள். பின்னர் அதுவே அவர் பிரான்ட் ஆகிப் போனது. என்றால் அந்த ஒரு வரி வசனம் எவ்வளவு பிரபலம் என்று எண்ணிப் பாருங்கள். பட்டப் பெயராய் முன் நின்று அவரை ஞாபகப்படுத்தும் அளவுக்குப் பிரபல மாகிவிடுகிறது. பிரபலமாகிவிட்டது. அதன் உயிர்த்துவம் அப்படி இடம், காலம், நேரம் பார்த்துப் பொருந்திப் போய்த் தன்னைத் தகவமைத்துக் கொள்கிறது.

ஒரு நடிகன் ஒரு படம் முழுக்க தன்னை நிலை நிறுத்திக் கொள்ள நடிப்பாய் நடித்துத் தள்ள வேண்டிய தில்லை. ஏதேனும் ஒரு குறிப்பிட்ட காட்சியிலான அவனது பாவங்களில், அசைவில், ஒரு சின்ன ஸ்டைலில், ஒரு சிறு, யாரும் எதிர்பாராத, புதிய, ஆளுக்கும், காரெக்டருக்கும் பொருத்தமான வசன உச்சரிப்பில், அதன் மறுபடியும் மறுபடியுமான இடம் பொருந்திய வெளிப்பாட்டில் தன்னை நிலைநிறுத்தி, காலத்துக்கும் ரசிகர்களிடம் தங்களை அடையாளப்படுத்திக் கொண்டு நின்று விட முடியும்.

அப்படி தமிழ் சினிமா ரசிகர்களால் நின்று நிலைத்து நினைக்கப்பட்டவர்தான் பழம்பெரும் நகைச்சுவை நடிகரான திரு என்னத்தே கன்னையா...! இவர் நடிப்பில் கண், வாய், மூக்கு, காது, கன்னம், நெற்றி, தாடை மற்றும் பேசும் பேச்சு என்று பலவும் கோணிக் கொண்டு நகைச்சுவையை அள்ளித் தெளிக்கும்.

தமிழ் சினிமாவின் தலையெழுத்து சிறந்த நடிகர்களைத் தொடர்ந்து ஆதரிக்காதது. அவருக்கு ஏற்ற கதாபாத்திரம் இருந்தால்தானே...! என்று பதில் வரலாம். ஏற்ற பாத்திரம், ஏற்காத பாத்திரம் இப்படி எல்லாவற்றிலும் சோபிக்கக் கூடியவர்கள்தான் அவர்கள். காரணம் அவர்களின் நாடக அனுபவம். அங்குதான் அவர்கள் நடிப்பின் இலக்கணத்தைக் கற்றுக் கொண்டார்கள். தன்

பாணி என்னவாக இருக்கும், இருந்தால் பொருந்தும், பொருந்தினால் ரசிக்கப்படும் என்பதை உணர்ந்தார்கள். வசன உச்சரிப்பு எப்படி இருக்க வேண்டும், உடல் மொழி அந்தந்தப் பாத்திரத்திற்கேற்றபடி எப்படி இயங்க வேண்டும், எப்படிப் பார்க்க வேண்டும், எப்படிப் பேச வேண்டும், எப்படிச் சிரிக்க வேண்டும், எப்படி முறைக்க வேண்டும், எப்படித் திரும்ப வேண்டும், எப்படி விலக வேண்டும்... எப்படி... அமைதி காக்க வேண்டும்... என்று அணு அணுவாய்த் தங்களைச் செதுக்கிக் கொண்டு தேர்ந்த சிற்பியின் வடிவாய் கலை நயத்தோடு உருப் பெற்றார்கள்.

'முதலாளி கன்னையா' என்று அறியப்பட்ட என்னத்தே கன்னையா 1942 முதல் நாடகக் குழுவில் இயங்கி வந்தவர். அங்குதான் தன் கலைப்பயணத்தைத் துவக்கியிருக்கிறார். எம்.ஜி.சக்ரபாணி மற்றும் டி. கே.ஷண்முகம் நாடகக் குழுவில் பணியாற்றிய, நடித்த அனுபவம் இவருக்கு நிரம்ப உண்டு. 1950ல்தான் ஏழைபடும்பாடு என்ற திரைப்படத்தில் முதன் முதல் நடித்தார். திரைப் பயணம் ஆரம்பமான முதல் படம் அது. எஸ்.எஸ்.ராஜேந்திரன், தேவிகா, எம்.என்.ராஜம் ஆகியோர் நடித்த முதலாளி திரைப்படம்தான் இவருக்கு நல்ல பெயரை ஈட்டித் தந்தது. ஆகையால் அது முதல் "முதலாளி கன்னையா" ஆனார். பிறகு படங்கள் ஒவ் வொன்றாய்ச் சேர ஆரம்பித்தன. மொத்தம் 250 படங் களுக்கும் மேல் நடித்திருக்கிறார் என்னத்தே கன்னையா. ஆனாலும் வாழ்க்கை செழிப்பாய் இருந்ததாய்த் தெரிய வில்லை. இரண்டு மகன்கள், நான்கு பெண் பிள்ளைகள் என்று இவரது குடும்பம் பெரிசு. மனைவியை இழந்த நிலையில் குடும்பத்தை எப்படிக் கடைத்தேற்றினார் என்பது தெரியவில்லை.

ஃபிரெஞ்சுக் கவிஞர் விக்டர் ஹியூகோவின் *les miserable*-ஐ கவியோகி சுத்தானந்தபாரதி மொழி பெயர்த்து "ஏழை படும் பாடு" என்ற நாவலாகி பின்னர்

திரைப்படமாக வந்தது. பழைய முதுபெரும் நடிகர் நாகையா இந்த படத்தில் முக்கிய வேடத்தில் நடித்து இருந்தார். ஜாவர் என்ற போலீஸ் இன்ஸ்பெக்டராக நடித்த சீதாராமன் என்ற எழுத்தாளர் பின்னாளில் ஜாவர் சீதாராமன் ஆனார். உடல் பொருள் ஆனந்தி... என்ற மெஸ்மெரிஸக் கலையைப் புகுத்திய புதுமையான நாவல் இது. இதுதான் என்னத்தே கன்னையாவின் முதல் படமாக அமைந்தது. இந்த ஏழைபடும்பாடு நாவலை முதலில் சுத்தானந்த பாரதியே புத்தகமாக வெளியிட்டார். பின்னர் தனலெட்சுமி பதிப்பகம் அதை வெளியிட்டது. அதன் பின்னர் மணிவாசகர் பதிப்பகம் இந்நாவலை வெளியிட்டிருக்கிறது.

கண்ணதாசனின் கருப்புப்பணம் படத்திலும் ஒரு படத் தயாரிப்பாளர் வேடத்தில் என்னத்தே கன்னையா நடித்துப் பிரபலமானார். பாசம் படத்தில் நடித்தும் புகழ் பெற்றார். நான் மேலே சொன்னதுபோல யாரும் எதிர்பாரா வண்ணம், இதற்குமுன் யாராலும் செய்யப்படாத வகையில், புதிய முறையில் நகைச்சுவைக் காட்சியில் அறியப்பட்டால் நினைவு கூருவதாகவும், புகழ் மிக்கதாகவும் அமையும் என்பதை நிரூபணம் செய்யும் வகையில் பாசம் படத்தில் கன்னையா தன் வசன உச்சரிப்பை அமைத்துக் கொண்டு நடித்தார். அந்தப் படத்தில் "ப" என்ற எழுத்து உச்சரிப்பு அவருக்கு முழுமையாக இரு உதடுகளும் ஒட்டிக் கொண்டு அழுத்தமாகப் பேச வராது. பதிலாக அப்படி வரும் வார்த்தைகளையெல்லாம் காற்று ஊதுவதுபோல் "ஃப." என்றே உச்சரிப்பார். உதாரணமாக பக்கீர் என்பதை ஃபக்கீர் என்று சொல்வார். - உங்களுக்கு ஆனாலும் பழுத்த அனுபவம்... என்பதை ஃபழுத்த அனுஃபவம் என்று மிகச் சரியாக உச்சரிப்பார். அவர் ஃபேசியது மிகவும் ரசிக்கப்பட்டது. அப்படிக் ஃபேசுவதைக் கேட்டால் நமக்கே அந்த ஃபழக்கம் வந்துவிடும் என்ஃபது உறுதி. படம் வந்த புதிதில் நிறையப் பேர் இப்படிப் பேசிக் கொண்டு அலைந்தார்கள் என்பது உண்மை.

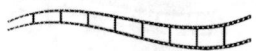

காலத்தால் அழியாத கலைஞர்கள் | 23

வசனங்களை ஏற்றுக் கொண்டிருக்கும் பாத்திரங்களுக்கு ஏற்றாற்போல், முற்றிலும் பொருந்தி வருவது போல், சுள்ளுச் சுள்ளென்று பேசுவதும், அதன் பொருள் புரிந்து பாவங்களைக் கச்சிதமாகக் காட்டுவதும், வெடுக் வெடுக்கென்று துடிப்பதும், இவரின் நடிப்பின் இலக்கணமாக இருந்து அது தமிழ் ரசிகர்களால் மிகவும் சந்தோஷமாக ரசிக்கப்பட்டது. வரவேற்கப்பட்டது.

முதலாளி படத்தில் இவர் வீட்டு வேலைக்காரர் செந்தாமரை. அழுத்தம் திருத்தமாக இவர் பேசும் வசனம், வேலை செய்யும் இடத்தில் எடுத்துக் கொள்ளும் உரிமை, ஆகியவை அந்த வீட்டில் பல வருஷங்களாக வேலை பார்க்கும் ஒரு பணியாளுக்குக் கிடைத்த சுதந்திரத்தைப் பறைசாற்றும் விதமாய் இருக்கும்.

செந்தாமரை... வீட்டுல வேலை மள மளன்னு நடக்கணும்... -

ஆம்மா... இப்பத்தான் வசந்த் தம்பி இறங்கினமாதிரிப் பேசுறீங்க...

மாதிரி என்னடா மாதிரி... வந்தாச்சு... தந்தி வந்திருக்கு பாரு...

ஆஹா... தந்தி வந்தாச்சா... சர்த்தான்... சர்த்தான்... சர்த்தான்... என்று சொல்லிக் கொண்டே ஆடிக் கொண்டே சுறுசுறுப்படைவார் கன்னையா...

போதும்... போதும்... காலா காலத்துல போய் ஆக வேண்டிய காரியத்தப் பாரு...

ஆஹா... காலா காலத்துல வேல எல்லாத்தையும் முடிச்சிர்றேன்...

மானேஜர் தம்பி... காபி சாப்பிடுங்க... - இது டி.கே. ராமச்சந்திரனைப் பார்த்து முதலாளியம்மாள்.

ஏ... நம்ம வசந்த் தம்பி வர்றதுக்கு இன்னும் மூணே மூணு நாள்தான் இருக்கு...

அதுக்குள்ள நம்ம பங்களாவ சும்மாப் பளபளன்னு சிங்காரிச்சிப்புடறேன் சிங்காரிச்சு... என்று விரல் சுண்டி அவர் பேசும் வசனம் நம்மை உற்சாகப்பத்தும்.

ஆம்மா... அய்யா பெரிய சித்திரக்காரரு... பள பள பளன்னு சிங்காரிச்சுப்புடுவாரு... சிங்காரிச்சு... -இது முத்துலட்சுமி.

ஏய்... உனக்கென்னடி தெரியும்... நீ நேத்து வந்தவ...

ஆம்மா... முந்தா நேத்து வந்தவ...

எதுத்தா பேசுற... உன்னச் சொல்லிக் குத்தமில்லடி... காலம்தான் கலிகாலமாச்சே... ஆம்பளையப் பொம்பளை மதிக்காத காலம்...

டே... டே... டே... போதும் நிறுத்துறா... ஏ... செண்டு... போ உள்ளே...

என்னங்க... நீங்க... - கொஞ்சியவாறே தலையைச் சொறிவார் முத்துலெட்சுமி.

ஏய்ய்ய்... சும்மா போகாத... காய்கறிப் பையைக் கைல பிடிச்சிக்கிட்டு மூச்சு விடாம நட... -என்று சொல்ல... ஒரு இடி இடித்துவிட்டு நகர்வார் முத்து லட்சுமி.

ஐய்ய்யி... என்று வெட்கத்தில் நெளிவார்... கன்னையா... முதலாளியம்மா முன்னால் நடந்த அந்த சரசம் அவரை வெட்கப்படுத்தி விடும்.

காட்சிகளும் வசனங்களும் என்னவோ சாதாரண மாய்த்தான் தோன்றும். ஆனால் இந்தச் சாதாரண வசனங்களையும் மெருகூட்டி சுவைப்படுத்தும் கன்னையா வின் கோணங்கி நடிப்பு பார்ப்பவரைப் பரவசப்படுத்தும்.

நான், நம்நாடு, சொர்க்கம், மூன்றெழுத்து என்று இயக்குநர் டி.ஆர் ராமண்ணா படங்களில் நடித்து மிகவும் பேசப்பட்ட நடிகரானார். நான் - படத்தில்தான் எப்

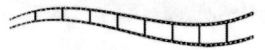

பொழுதும் விரக்தியடைந்த மனத்தினராய் அந்தப் பிரபலமான வசனத்தைப் பேசினார். ஹூம்... அந்த வசனம் இவரால் பேசப்பட்டபிறகு பிரபலமானது. தொட்டதற்கெல்லாம் "என்னத்த பேசி... என்னத்த செஞ்சு..... என்னத்தச் சொல்லி... என்னத்த செஞ்சு... என்று அலுத்துக் கொண்டே செல்வார். அந்த வசனமும் அந்தக் காரெக்டரும்... படத்தின் வெற்றியோடு கைகோர்த்துப் பயணம் செய்த காலம் அது. அதன் பிறகுதான் "என்னத்தே கன்னையா" என்ற அடை மொழிக்கே ஆளானார். அதன் பிறகு வந்த படங்களில் அவரது பெயர் அப்படியே போடப்பட்டது. நம்நாடு படத்தில் எஸ்.வி. ரங்காராவோடு இருக்கும் ஒரு துணைக் கதாபாத்திரத்தில் வருவார். சொர்க்கம் படத்தில் நாகேஷ் சொல்லும் ஜோசியத்தின் பலனாய் பணக்காரராகி விடுவார்.

சமீபகாலம் வரை ... அதாவது 2012 ல் இறக்கும்முன்பு வரை அவ்வப்போது நடித்துக் கொண்டுதான் இருந்தார். வடிவேலுவுக்கு அப்பாவாக வந்து நடு நடுங்குவார். சாயங்காலம் ஆறு மணிக்கு மேல் வேறு ஆளாக இருக்கும் வடிவேலு வீடுவந்து, தந்தையான இவரையும், தாயாரையும் விரட்டும் விரட்டில் நமக்கே இவர் நடுங்கும் நடுக்கம் பார்க்கப் பரிதாபமாய் இருக்கும். அது வேற வாய்... இது நாற வாய்... என்று வடிவேலு அந்தக் குடிகாரன் பாத்திரத்தில் வெளுத்து வாங்குவார்.

ஏ... கோவிந்தசாமியேவ்... ஏ... கோவிந்... சாமி... - என்று குடி போதையில் அவர் அலற மனைவிக்குப் பின்னால் ஒளிந்து கொண்டு கன்னையா பதறும் பதற்றம்... மறக்க முடியாதது. வயது முதிர்ந்த அவரது தோற்றம் நம்மைப் பெரிதும் பாதிக்கும். நல்ல கலைஞர்கள் வயசான காலத்தில் வசதி வாய்ப்பின்றி எப்படி நலிந்து போய்க் கிடக்கிறார்கள் என்று தோன்றும்.

இவரும் வடிவேலுவும் சேர்ந்து நடித்த காட்சிதான் கடைசியான பிரபலமாய் அமைந்தது. அதுதான்

“வரும்... ஆனா வராது...” - வண்டி வருமா என்று வடிவேலு கேட்க... கார் டிரைவரான கன்னையா... வரும்ம்ம்ம்... ஆனா... வராது... என்று பதில் சொல்ல குழம்பிக் கோபப்படுவார் வடிவேலு.

திடீர்னு ஒரே சமயத்துல ரெண்டு மூணு படம்னு வந்து சேரும்... இல்லன்னா ஒண்ணுமே வராது... என்று இயக்குநர் பி.வாசுவிடம் அவர் நொந்து சொன்ன வார்த்தைகள்தான்... இயக்குநரை உறுத்தி உசுப்பிவிட... அந்தச் சோகமே ஒரு பிரபலமான நகைச்சுவைக் காட்சிக்கு சாட்சியாய் அமைந்து போனதுதான் இங்கே வேதனை..தொட்டால் பூ மலரும் என்பது படத்தின் பெயராய் அறியப்படுகிறது.

இன்னொரு விஷயத்தையும் இங்கே சுட்டிக்காட்டியே ஆக வேண்டியிருக்கிறது. பலரையும் போலவே என்னத்தே கன்னையாவுக்கும் பல லட்சங்கள் பாக்கி என்பதுதான் அது. ஓரிரு ஆண்டுகளுக்கு முன் செந்தில் அவரது பேட்டியில் இதே விஷயத்தைச் சொல்லி வருத்தப்பட்டிருந்தார். திரும்பி வந்த செக் எல்லாம் பணமாகியிருந்தா, இன்னொரு சம்பாத்தியம் சம்பாதிச்ச மாதிரி என்றிருந்தார். சில ஆண்டுகளுக்கு முன் இறந்து போன கதாநாயக நடிகர் ஜெய்சங்கரின் டாக்டராய் இருக்கும் மகன் அம்மாதிரியான பாக்கி சில கோடிகள் தேறும் என்று கூறி அந்தக் காசோலைகளை எடுத்துக் காட்டினார். அதுபோலவே நம் என்னத்தே கன்னையா வுக்கும் லட்சங்கள் தேறும் பாக்கிதான் என்று அறிய முடிகிறது. பாவம்... நாம் என்ன செய்ய முடியும்?அவர்கள் பொது வெளியில் இதனை வெளிப்படுத்துவதால் நாம் நினைத்துப் பார்க்க வேண்டியிருக்கிறது. அவ்வளவே...!

தமிழ் சினிமா எத்தனையோ நகைச்சுவை நடிகர் களைக் கடந்து வந்திருக்கிறது. கடத்தி வந்திருக்கிறது. கருப்பு-வெள்ளைப் படங்களில் சோபித்த அந்தப் பழம் பெரும் நடிகர்கள் பலர் பின்னர் காலப் போக்கில்

காணாமல்தான் போனார்கள். தொடர்ந்த வாய்ப்புக்கள் ஏனோ அவர்களுக்கு இல்லாமல் போனது. பிறகு சில வருட இடைவெளியில் ஏதேனும் ஒரு படத்தில், ஒரு காட்சியில் அல்லது ஒரு சில காட்சிகளில் அவர்கள் தோன்றும்போது அந்தப் பழைய மெருகு மறைந்து, பரிதாபமான தோற்றம் அவர்கள் மீது இரக்கம் கொள்ள வைத்தது நம்மை. எனக்கு வாய்ப்புக் கொடுங்கள் என்று யாரிடமும் போய்க் கேட்காத, கேட்டு நிற்காத நடிகர்கள் அவர்கள். படம் முழுக்க வரும் பெரிய கதா பாத்திரங் களையும், ஒன்றிரண்டு சீனில் வரும் சிறிய கதா பாத்திரங்களையும் பெருமையோடு ஏற்று, தொழில் பக்தியோடு வேலை செய்தவர்கள். கலர்ப் படங்கள் வர ஆரம்பித்த எழுபது கடைசியிலும்... எண்பதுகளுக்குப் பின்னாலும் அந்தப் பழைய அருமையான நடிகர்களும் தொடர்ந்து ஆதரவும், பட வாய்ப்பும் பெற்றிருப்பார்களே யானால், அவர்களின் சொந்த வாழ்க்கையும் நன்றாய் செழித்து ஓங்கியிருக்கும்... தமிழ் ரசிகர்களுக்கும் மிகுந்த ரசனையோடு கூடிய படங்கள் கிடைத்து அவர்களைக் கொண்டாடியிருப்பார்கள் என்பது நிச்சயம்.

வசன உச்சரிப்பினாலும், ஆழமான, கச்சிதமான உடல் மொழியுடன் கூடிய அனுபவ நடிப்பினாலும், ஏற்றுக்கொண்ட பாத்திரத்துக்கு அர்த்தபூர்வமாய் அழுத்தம் தந்து, கடமையைச் சரியாகச் செய்த, தொழிலின் மீது மிகுந்த பக்தி கொண்டிருந்த அந்தப் பழம் பெரும் நடிகர்கள் இன்றைய இளையதலைமுறை நடிகர்களுக்கு என்றும் வழிகாட்டியாய் இருப்பார்கள் என்பது மட்டும் நிச்சயம்.

3

ஏ. கருணாநிதி

தமிழ்த் திரைப்படங்களில் நகைச்சுவை என்பது எல்லாக் கால கட்டங்களிலும் முக்கிய இடம் வகித் திருக்கிறது. திரைக்கதையோடு ஒட்டிய நகைச்சுவைக் காட்சிகளை அமைத்தல், கதையோடு ஒட்டாமல் தனி வழியாக நகைச்சுவைக் காட்சிகளைச் சுவைபடப் பயணிக்க வைத்தல், ஏதேனும் ஒரு கட்டத்தில் கதையின் மையப்பகுதியில், அல்லது முக்கிய இறுதிக் கட்டத்தில் பொருத்தமாக இணைந்து கொள்ளச் செய்தல் என்ப தாக வெவ்வேறு வகைமைகளில், கதையின் மைய ஓட்டம் சிதைந்து விடாமல் நகைச்சுவைக் காட்சிகள், அதன் முக்கிய நடிக, நடிகையர்கள், என்று தவிர்க்க முடியாத ஒன்றாகவே நம் தமிழ்த் திரைப்படங்களில் இருந்து வந்திருக்கின்றன. அந்தந்தக் கால கட்டத்திற்குத் தகுந்தாற்போல் வசன மொழியினாலும், உடல் மொழி

யினாலும் நின்று நிதானித்து யோசித்துப் புரிந்து, சிரித்து ரசிக்கும் வகையிலும், உடனுக்குடனே, காட்சிகளின் வழியே கூடவே பயணித்து விழுந்து விழுந்து சிரித்து மகிழ்ந்து தன்னை மறக்கும் வகையிலும், மொத்தத் திரைப்படத்திலும் நகைச் சுவைக் காட்சிகளே விஞ்சி நிற்கும் ஆளுமையாகவும் கூட, அவையே படத்தின் வெற்றி இலக்கிற்குக் காரணமாயும் ஆகிப் போன வழியிலும், திரைப்படங்களில் நகைச்சுவைக் காட்சிகள் என்பது முக்கிய இடத்தைப் பிடித்திருக்கின்றன.

ஒட்டுமொத்தத் திரைக்கதையின் காட்சிரூபக் கதை சொல்லலின் வேகமின்மையைச் சரிக்கட்டி, படத்தைத் தூக்கி நிறுத்தும்விதமாகவும், பிழியப் பிழிய வடித் தெடுக்கப்பட்ட சோகத்தின் உச்சத்தை வருடிக் கொடுத்துப் பார்வையாளர்களைப் பதப்படுத்தும் மாமருந்தாகவும், நகைச்சுவைக் காட்சிகள் ஒரு திரைப் படத்திற்கு ஆணிவேராக நின்று விளங்கியிருக்கின்றன.

ஒரு நல்ல கதையை அழுத்தமான காட்சி அமைப்பின் வழி திறமையாகச் சொல்லிக் கொண்டே சென்று கடைசிவரை ரசிகர்களை அசையாமல் நெளியாமல் அமர வைத்து, சிறந்த முடிவைக் கடைசியில் சொல்லி, இதற்குமேல் ஒரு அற்புதமான முடிவை இக்கதைக்குத் தர முடியுமா? என்று சவால் விடுவது போல் படம் பார்த்தவர்களை அதே திருப்தியில் எழுப்பி அனுப்பும் திறமை எத்தனையோ திரைப்படங்களுக்கு இருந்திருக் கிறதுதான். அம்மாதிரியான கடுமையான உழைப்பைத் தாங்கி வந்த படங்களுக்குக் கூட நகைச்சுவைக் காட்சி கள் என்பது தவிர்க்க முடியாததாகவே இருந்து வந்திருக் கிறது என்பதுதான் இன்றுவரையிலான உண்மை.

தமிழ்த் திரைப்படங்களில் பெரும்பாலும் கதாநாயக, நாயகிகளைச் சுற்றித்தான் கதைகள் பின்னப்பட்டிருக் கின்றன. குறிப்பாக நாயகன்தான் பிரதானமாக இருந் திருக்கிறான். இதர கதாபாத்திரங்கள் அப்படிச் சொல்ல

வந்த கதையைப் பலமாக நகர்த்த உதவும் சக பயணி களாகவே கொள்ளப்பட்டிருக்கின்றன. அவைகளின் முக்கியத்துவம் அந்தந்த உப பாத்திரங்களை மனமுவந்து ஏற்றுக் கொண்ட சிறந்த பக்குவமிக்க, பழுத்த அனுபவ முள்ள நடிகர்களாலேயே மிளிர்ந்து நினைவில் நிற்கும் படி ஆகியிருக்கிறது. மிகத் திறமை வாய்ந்த அனுபவஸ்தர் களாக மதிப்பு மிக்கவர்களாகவே ரசிகர்களின் மனதில் அவர்கள் இருந்திருக்கிறார்கள். பல்லாண்டு கால நாடக மேடை நடிப்பு அனுபவங்கள் அவர்களுக்குக் கை கொடுத்து உதவியிருக்கின்றன. ஒரு சிறு கதாபாத்திர மானாலும், ஓரிரு காட்சிகளேயாயினும், பெருமை யோடும், சந்தோஷத்தோடும், அதை ஏற்று, நிறைவோடு செய்து தங்களை நிலை நிறுத்திக் கொண்டிருக்கிறார்கள். இந்தக் காட்சியில், இப்போ இவர் வருவாரு பாருங்க... என்ற அதீத எதிர்பார்ப்பை ஏற்படுத்தியிருக்கிறார்கள்.

எனது இத்தனை ஆண்டு காலப் பழுத்த நாடக அனுபவத்திற்கு, இந்த மாதிரியான சின்னச் சின்ன வேஷமெல்லாம் ஏற்பதற்கில்லை, அது எனது கௌரவத்தைப் பெரிதும் பாதிக்கும் விஷயம் என்று யாரும் எப்போதும் ஒதுங்கியதேயில்லை. காரணம் அவர்களின் நாடக மேடை அனுபவங்களில் பல பெரிய நடிகர்கள் வெவ்வேறு சமயங்களில் சிறு சிறு வேடங்களை ஏற்று ஏற்று மேலே வந்திருப்பதும், தவிர்க்க முடியாத ஆள் பற்றாக் குறையும், அவசியமும் தோன்றிய நெருக்கடியான காலகட்டங்களில் ஒருவரே தன் நடிப்புத் திறமையைப் பகுத்துக் காட்டும் விதமாய், ஒரே நாட கத்தில், அடுத்தடுத்த காட்சிகளில், வெவ்வேறு கதா பாத்திரங்களில் சோபித்ததும் (பெண் வேடமிட்டு நடித்தது உட்பட) யாரும் எப்போதும் எதற்கும் தயாராய் இருக்க வேண்டும் என்கிற கடினமான பயிற்சியின் கீழ் தொழில் பக்தியின்பாலான கட்டுப்பாட்டிற்கு உட்பட்டு தங்களை மிகச் சிறந்த பழுத்த அனுபவசாலிகளாக எப்

போதும், எந்நிலையிலும், நிலை நிறுத்திக் கொண்டதும் தான் நடிப்பை உயிர்மூச்சாகக் கொண்ட பலரின் நிகரில்லாத அடையாளங்கள்.

மொத்தத் திரைப்படத்தின் உயிர்நாடியாக கதாநாயக, நாயகி நடிக நடிகையர்கள் மட்டும்தான் நினைவில் நின்றார்களா? தந்தையாகவும், தாயாகவும், அண்ணனாகவும், தம்பியாகவும், தங்கையாகவும், அத்தானாகவும், சித்தப்பனாகவும், பெரியப்பனாகவம், தாத்தாவாகவும், பாட்டியாகவும், திரைக்கதைக்கு ஏற்ற இன்னும் பல மாறுபட்ட வேடங்களிலும் இருந்த எவரும் சோபிக்கவில்லையா என்ன? அவர்களையும், அவர்களின் மறக்க முடியாத நடிப்பினையும் மக்கள் ரசிக்காமலா இருந்தார்கள்? அவர்களுக்காகவே வந்து திரும்பப் பார்க்காமலா இருந்தார்கள்? அந்தந்தப் பாத்திரங்களைத் தங்கள் குடும்ப உறுப்பினர்களாகவல்லவா கண்டார்கள்? தங்களின் சொந்தங்களாகவல்லவா கற்பனை செய்து கொண்டார்கள்? தங்கள் உறவுகளில் பலரிடம் அந்த நடிகர்களின் அடையாளங்களைக் கண்டு மகிழ்ந்தார்களே? அந்தப் பாத்திரங்கள் பேசிய வசனங்களை மனதில் நிறுத்திக் கொண்டு, அதன் பெருமைகளைத் தாங்களும் உணர்ந்து, வாழ்வில் அடிபெயர்த்துச் செல்லும் ஒவ்வொரு கால கட்டங்களிலும் அந்த நல்லவைகளை நினைத்துப் பார்த்துப் பின்பற்றுபவர்களாக வல்லவா வாழ்ந்தார்கள்? ஒரு திரைப்படத்தின் ஒட்டு மொத்தக் கதா பாத்திரங்களின் நல்லவைகள் அனைத்தையும் மனதில் நிறுத்திக் கொண்டதனால்தானே மீண்டும் மீண்டும் வந்து வந்து பார்த்து ரசிக்கும், அதனை ஒப்புதல் செய்யும் மனோபாவம் கொண்டார்கள்? மூத்த தலைமுறையினரின் இந்த வழி முறைகளை யாரேனும் மறுக்க முடியுமா?

அப்படியான பங்களிப்பு நகைச்சுவைக் காட்சிகளுக்கும், நகைச்சுவை நடிகர்களுக்கும் தவிர்க்க முடி

யாத இருப்பாகவே இருந்ததுதானே. கிடைக்கும் எளிய சந்தர்ப்பங்களில் பார்வையாளர்களை, (இந்த இடத்தில் சினிமா ரசிகர்களை என்று சொல்வதே சாலப் பொருந்தும்) பலபடி சிந்திக்கத் தூண்டும் கருத்துக்களைச் சொல்லி, கேள்விகளை முன் வைத்து, உலக நிகழ்வுகளை, நடப்புக்களை நகைச்சுவையாய்ப் பகடி செய்யும் வித்தையைக் கற்றிருந்தார்கள்தானே...! தங்கள் உடல் மொழியினாலும், கொனஷ்டைகளினாலும், வெவ்வேறு விதமான பாவங்களினாலும், சொந்தக் கற்பனை சார்ந்த வசனங்களினாலும், அவற்றைக் கொச்சையாகவும், நீட்டிச் சுருக்கிப் பேசும் ரசனையினாலும், அசட்டுப் பார்வை, அட்டகாசச் சிரிப்பு, கோணங்கித் தனத்தினாலும், விழுந்து விழுந்து சிரிக்க வைத்தார்கள்தானே? அப்பாடா...! என்று பெருமூச்சு விட்டுக் கொண்டு, கதையின் சோகத்திலிருந்து, அது எழுப்பிய மன பாரத்திலிருந்து, நெஞ்சத் தாக்கத்திலிருந்து கொஞ்சம் மீள்வதற்காக அடுத்தடுத்த காட்சிகளில் இவர்களின் வருகையை ரசிகர்கள் எத்தனை உற்சாகமாய் எதிர்கொண்டார்கள்? அப்படி எத்தனையெத்தனை காமெடி நடிகர்களை இந்தத் தமிழ்த் திரையுலகம் கண்டிருக்கிறது? அப்படியான எல்லோரின் திறமைகளை, நம் இயக்குநர்கள் கூடியவரை (அப்படித்தான் சொல்ல வேண்டியிருக்கிறது) விடாமல் பயன்படுத்திக் கொண்டது எத்தனை முக்கியமான விஷயம்.

காளி என்.ரத்தினம், ஃபிரன்ட் ராமசாமி, கொட்டாப் புளி ஜெயராமன், சாய்ராம், கலைவாணர் என்.எஸ். கிருஷ்ணன், காகா ராதாகிருஷ்ணன், டிஆர்.ராமச் சந்திரன், கே.ஏ.தங்கவேலு, ஏ.கருணாநிதி, புளிமூட்டை ராமசாமி, டி.எஸ்.துரைராஜ், சாரங்கபாணி, ராமாராவ், சந்திரபாபு, குலதெய்வம் ராஜகோபால், என்னத்தே கன்னையா, பாலையா, எம்.ஆர்..ராதா, வி.கே.ராமசாமி, நாகேஷ், சோ என்று அறுபதுகளின் இறுதிவரையிலான காலகட்ட நகைச்சுவை நடிகர்களை நாம் அவ்வளவு

எளிதில் மறந்து விட முடியுமா? இதில் பலரும், குறிப்பாக பாலையா, எம்.ஆர்.ராதா, வி.கே.ராமசாமி, நாகேஷ் போன்றவர்கள் ஆல்ரவுண்டர்களாக அல்லவா வலம் வந்தார்கள்.

இந்த நகைச்சுவை நடிகர்கள் நம் தமிழ்த் திரைப்படங்களில் நமக்கு அளித்த சந்தோஷங்கள்தான் எத்தனை யெத்தனை? நம்மை வயிறு குலுங்கச் சிரிக்க வைத்து, மகிழ்வித்த காலங்கள்தான் எத்தனை? இவர்களின் கண்களும், காதுகளும், வாயும், மூக்கும், பல்லும், சிரிப்பும், கைகளும், கால்களும், நடையும் உடையும், எல்லாமும் நடித்து, நம்மை ரசிக்க வைத்து, விழுந்து விழுந்து சிரிக்க வைத்து எப்படியெல்லாம் நம்மைப் பரவசப்படுத்தியிருக்கின்றன. அப்படிக் கிடைத்த சந்தோஷங்களில் ரசிகர்கள் தங்களின் சொந்தத் துயரங்களை, சோகங்களை கொஞ்சமேனும் மறந்தார்களே? இல்லையென மறுக்க முடியுமா? வாழ்க்கையின் நெருக்கடிகளைத் தளர்த்திக் கொண்டார்களே...! கட்டுப்பாடுகளின் அடர்த்தியை நெகிழ்த்திக் கொண்டார்களே...! மனதை இலகுவாக்கிக் கொண்டு, உறவுகளோடு சகஜபாவம் கொண்டார்களே...! வாழ்க்கை என்பது எல்லாவிதமானதும்தான் என்கிற திரை வடிவங்களின் இதய நாதங்களை உள் வாங்கி, அவை தந்த தெளிர்ச்சியில், எதையும் யதார்த்தமாய் எதிர்கொள்ளும் மனோபாவங்களைப் போகிற போக்கில் அடைந்து, இருக்கும் காலங்களை எதற்காகக் கெடுபிடியாக்கிக்கொண்டு, நம்மையும், சுற்றத்தையும் பிணக்கிக் கொண்டு திரிய வேண்டும் என்கிற பக்குவ மனநிலையை வந்தடைந்தார்களே... இப்படியான பங்களிப்புக்கு திரைப்படங்கள் செயல்படவேயில்லை, இதெல்லாம் நாமே கற்பனைத்துக் கொள்வது, வெறும் கதையாடல் இது என்று சற்றேனும் உண்மைதான் என்று இணங்கி வராமல் முற்றிலுமாக யாரேனும் மறுதலிக்க முடியுமா?

தவிர்க்க இயலாத முக்கியத்துவம் வாய்ந்த பங்களிப்பு என்பது நமது தமிழ்த் திரைப்படங்களின் சிறந்த நகைச் சுவைக் காட்சிகள் என்கிற பரிமாணத்தின் வகைப் பாடுகள் ஒரு முக்கிய மைல்கல்லாக இருந்திருக்கிறது என்பது உண்மைதானே...!

ஆமாம்யா, ஆமாம்... ஒத்துக்கிறோம் ... அதுக்கு இப்போ என்ன செய்யச் சொல்றீங்க? என்று ஓங்கிய குரல்கள் பலவும் காதுக்குள் வந்து ங்ங்ஙொய்ய்ய்..... என்று ரீங்கரிக்கின்றனதான். காலம் போன போக்கில் நாமும் வேகமாய் புற வெளிகளுக்கு இழுக்கப்பட்டு, இவற்றையெல்லாம் மறந்துதான் போனோம். நம்மை ஆற்றிக் கொள்வதற்கு எதுவுமே துணையில்லாமல் போனதே என்று நொந்து கொள்ளும் நிலைக்கு ஆளாகினோம்.

இன்று நகைச்சுவை என்பது அந்தளவில்தான் இருக் கிறதோ என்ற சந்தேகம்தான் நம்முள்ளே ஜனிக்கிறது. நம் அன்றாட வாழ்க்கையில் நாம் சாதாரணமாய்க் கண்டு கொண்டிருப்பதே, பேசிக் கொண்டிருப்பதே, செய்து கொண்டிருப்பதே நகைச்சுவை என்பதாய்ப் படங்களில் ஏதோ சிறப்புப்போல் எடுத்துக் காண்பிக்கப் படுகிறதோ என்ற ஐயப்பாடு எழுகிறது. அதனால்தான் யோசித்து, யோசித்து, சரி போகட்டும், தொலைந்து போகிறது என்பதுபோல் கூட்டத்தோடு கூட்டமாய் சிரித்து வைக்கிறோம். எதற்காகச் சிரித்தோம் என்று சற்றே யோசித்துப் பார்த்தோமானால் அது புலப் படாமல் போய் ரகசியமாய் நிற்பதுவும், அப்படியே புலப்பட்டாலும் இதற்கா சிரித்துத் தொலைத்தோம் என்று நமக்கு நாமே வெட்கமுறுவதுபோல் சுயமாய் நாணிக் கொள்வதும் வழக்கமாய் போய்விட்டது.

இருந்து சாதித்த நகைச்சுவை நடிகர்களையெல்லாம் பற்றிச் சொல்வதென்றால் அதற்கு ஒரு நீண்ட தொடர் தான் எழுதியாக வேண்டும். அந்த அளவுக்கு ஒவ்

வொருவரும் படத்துக்குப் படம் தங்கள் முத்திரையை ஆழமாய்ப் பதித்திருக்கிறார்கள். எங்களைத் தவிர்த்து விட்டு நீங்கள் இந்தப் படத்தைப் பார்க்க முடியாது என்று சவால் விட்டிருக்கிறார்கள். என்ன பெயருள்ள நடிகர் என்பதாக ரசிகர்களின் மனதில் நின்றார்களோ அதே சுய உருவத்தில், வெவ்வேறு திரைப்படங்களில், வெவ்வேறு பெயர் கொண்ட கதாபாத்திரங்களில் அந்தந்தக் கதாபாத்திரங்களாகவே மணமாய் சோபித் திருக்கிறார்கள்.

இவர்களை, இவர்களின் திறமையை, உடல்மொழி களை, வசனம் பேசும் தன்மையை, முகத்தில் சட்டுச் சட்டென்று மின்னல் வேகத்தில் பிரதிபலிக்கும் பாவங் களை, ஆழ்ந்த ரசனையின்பாற்பட்டு உய்த்துணர்ந்த இயக்குநர்களை இங்கே பாராட்டாமல் இருக்கவே முடியாது.

அப்படியான, திறமையான இயக்குநர்களால் தவறாமல், தவிர்க்க முடியாமல் பயன்படுத்தப்பட்ட, ஒரு சிறந்த நகைச்சுவை நடிகர்தான் திரு ஏ.கருணாநிதி அவர்கள். அவரை, அவர் பெயரை நினைவு கூரும் போதே நமக்கு மனதில் வருவது அவரது கொனஷ்டை நிறைந்த பெருத்த முகம்தான். அந்த உப்பிய முகமும், அகன்ற கண்களும், சுருண்ட முடிகளும், விடைத்துப் பெருத்த மூக்கும், கோணிக் கோணித் திரும்பும் வாயும், அந்த ஜாலங்களுக்கேற்றாற்போல் அபிநயிக்கும் அவரது கைகளும் கால்களும்... தமிழ் சினிமா ரசிகனை எவ்வளவோ சந்தோஷப்படுத்தியிருக்கிறது.

இங்கே இந்தளவுக்கு அவற்றைப் பகுத்துச் சொல் வதற்குக் காரணம், அதே பார்வையில், அதே ரசனை யில்தான் பழம்பெரும் இயக்குநர்கள் அவரை ஆசை யாய்த் தேர்ந்தெடுத்தார்கள் என்பதை வலியுறுத்தத்தான். ஒரு கதாபாத்திரத்திற்கு இவர்தான் பொருத்தம், இந்தக் கதையின், இந்தக் குறிப்பிட்ட நகைச்சுவைப் பாத்திரத்

திற்கு இவரைப் போட்டால்தான் சோபிக்கும், தியேட்டர் கலகலக்கும் என்று மிகத் துல்லியமாகத் தேர்ந்தெடுத்த திறமையை நாம் எப்படி மறந்து விட முடியும்?

ஒன்றிரண்டைச் சொல்லித்தான் பார்ப்போமே... பொருந்துகிறதா என்றுதான் பாருங்களேன்... சரியான தேர்வுதான் என்று நீங்கள் நிச்சயமாக அந்த இயக்குநரை நினைக்காமல் இருக்கவே முடியாது.

தில்லானா மோகனாம்பாளில் ஒத்து ஊதுபவராக ஏ.கருணாநிதி வருவார். கட்டுக்குடுமியும், கைகளில் பட்டையாய்ப் பூசிய அரைத்த சந்தனமும், முகத்தின் இரு கன்னங்களிலும் அப்பிக் கொண்ட சந்தனக் கோடுகளும், நெற்றியில் பெரிய ஒரு ரூபாய் நாணயம் அளவுக்குப் பதித்த சந்தனக் குங்குமப் பொட்டும், காடாத்துணியிலான பனியன் போன்ற சட்டையும், கீழே கெண்டைக் காலுக்குக் கொஞ்சம் ஒரு பக்கம் ஏறியிருப்பது போன்று உயர்த்திக் கட்டிய வேட்டியுமாய் கையில் உறையிட்ட ஒத்து வாத்தியத்தோடு அவர் நிற்கும் காட்சியும், கச்சேரி நடக்கையில் துணியோடு போர்த்தி வாயில் அழுத்திய ஒத்து வாத்தியத்தோடு கன்னம் உப்பி அவர் வாசிக்கும் ரம்மியமும் அசல் ஒத்து வாத்தியக்காரன் தோற்றான் போங்கள்.இதென்ன பெரியஇதா? என்று தோன்றலாம்.

அப்படி நினைக்கையில் நீங்கள் உங்களை அந்த இடத்தில் வைத்துப் பார்த்துக் கொள்ளுங்கள் அல்லது வேறு நடிகர்களைப் பொருத்திப் பார்த்துக் கொள்ளுங் கள்... கருணாநிதிக்குக் கொஞ்சம் கீழேதான் என்று தோன்றவில்லையானால் கேளுங்கள்...! அதென்ன சார், அந்த வேஷமிட்டவுடன் அப்படி அப்படியே இவர் களால் மறுஉருக் கொள்ள முடிகிறது? எங்கே வாங்கி வந்த வரம் இது? எந்த ஜென்மத்து ஆசையை இப்படிப் பூரணமாய் நிறைவேற்றிக் கொள்கிறார்கள்? என்ன

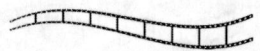

தவம் செய்து இந்த அளவுக்கான ஒரு அர்ப்பணிப்பு இவர்களுக்குக் கை வந்தது?

இத்தனைக்கும் பெருத்த வசதிகளற்ற, சுமாரான, மிதமான வாழ்க்கை வாழ்ந்த கலைஞர்கள்தான். ஆஹா, ஓகோ, என்று சந்தோஷத்திலேயே மிதந்தவர்களும் அல்லவே...! பொருளாதாரத் தேக்க நிலையைக் கண்டவர்கள்தானே...! ஏற்ற இறக்கங்களைத் தொடர்ந்து சந்தித்தவர்கள்தானே...! எல்லா இக்கட்டுகளுக்கும் நடுவே எப்படி இவர்களால் இத்தனை தொழில் பக்தி யோடு உண்மையாய் வாழ முடிகிறது? ஏற்றுக் கொண்ட தொழிலுக்கு நேர்மையாய் இருத்தல், சத்தியமாய் வாழ்தல் என்கிற ஸ்வரூபம் இத்தனை சக்தி வாய்ந்ததா?

அதே தில்லானா மோகனாம்பாளில் சிவாஜியின் கச்சேரி கோஷ்டி ரயிலில் பயணம் செய்யும் காட்சி. எல்லோரும் கீழே அமர்ந்து, கச்சேரி முடித்த களைப்பில் கண்ணயர்வோம் என்று சோர்ந்திருக்க, மேலே அப்பர் பெர்த்தில் கருணாநிதி படுத்து அயர்ந்து உறங்கிக் கொண்டிருப்பார். கீழே இவர்கள் பேசிக் கொண்டிருக் கையில், இடையில்ஹாங்ங்ங்... ஊங்ங்ங்... ஓஓஓஓஓ... ஊஊஊஊஊ... மேஏஏஏஏஏஏஏஏ... என்று ராத்திரி வயிறு முட்டத் தின்ன அசதியிலும், கச்சேரி அலைச்சலூ டான தாளமுடியாத உடல் சோர்விலும், காலையும், கையையும் உதைத்துக் கொண்டு வேகமாய்ப் புரண்டு சோம்பல் முறிப்பார். ஊளையிடுவதுபோலான அவர் குரலுக்கேயுரிய இயல்பான நடிப்பு அவ்வளவு அபார மாய் இருக்கும். நான் இதைச் சொல்லும்போது, சற்றே கற்பனையை ஓடவிட்டு அந்தக் காட்சியை ஒரு முறை மனக்கண் முன்னால் கொண்டு வந்து பாருங்கள். நினைக்கும்போதே சிரிப்புப் பொத்துக் கொண்டு வர வில்லையானால் நீங்கள் எந்த ரசனைக்கும் லாயக் கற்றவர் என்றுதான் பொருள். உங்களிடம் ரசனை என்பது மருந்துக்குக் கூட இல்லை என்று சொல்வேன்

நான். இத்தனை ஆழமான ரசனையை ஆண்டவன் எனக்குக் கொடுத்திருக்கிறானே என்று அந்த குணமுள்ள வர்கள் தங்களை நினைத்துப் பெருமைப் பட்டுக் கொள்ளலாம். அதுதான் உண்மை. இதை ஏன் இத்தனை வலியுறுத்திச் சொல்கிறேன் என்றால் கருணா நிதியின் தனித்தன்மையை உணர்ந்த ரசிகனால்தான் இதை அனுபவித்து ரசிக்க முடியும் என்பதால்தான். பொத்தாம் பொதுவாக, கூட்டத்தோடு கூட்டமாகச் சிரித்து வைக்கும் சராசரி ரசிகனுக்கு இந்தத் தனித்துவ மெல்லாம் புலப்படாது. இம்மாதிரி ஒவ்வொருவரையும் பகுத்து உணர்ந்திருந்ததனால்தான் அந்தக்கால இயக்கு நர்களும் அவர்களுக்கேற்ற காட்சிகளை ரசித்துப் புகுத்தினார்கள். தங்களின் எதிர்பார்ப்புக்கும் மேலே செய்தபோது அகமகிழ்ந்தார்கள்.

படம் வந்த காலத்தில் கோஷ்டி கோஷ்டியாக வந்து அமர்ந்து கொண்டு, ஒருவரை ஒருவர் முதுகிலும் தொடையிலும் தட்டிக் கொண்டு சினிமா ரசிகர்கள் அமர்ந்தவாக்கில் எவ்வி எவ்விக் குதித்து நெளிந்து ரசித்த காட்சி இது. இதுபோல் இன்னும் பல காட்சிகள் உண்டு இப்படத்தில். உறை போட்ட மேளத்தை ஒரு பக்கமாய்த் தோளில் தொங்க விட்டுக் கொண்டு, இன்னொரு கையில் தன்னுடைய ஒத்து வாத்தியத்தோடு சற்றே முதுகு வளைத்து அவர் நடக்கும் காட்சியும், முன்னே நடிகர் திலகமும், பாலையா, சாரங்கபாணி செல்ல, இவர்கள் பின்தொடரும் காட்சிகள் அசல் நாகஸ்வரப் பார்ட்டி பிச்சை வாங்கணும் அத்தனை கனப் பொருத்தமாய் அமைந்திருக்கும் எல்லாருக்கும். வெறுமே கடுமையான உடல் அசதியில் புரளுவதான இந்தக் காட்சியில் பார்வையாளருக்கு இந்த அளவுக்கு ஒரு சிரிப்பை அள்ளிக் கொடுக்க முடியுமா என்று யோசியுங்கள். இந்தக் காட்சிக்கு இதுவரை நீங்கள் சிரிக்காமல் இருந்திருந்தால் உங்கள் வாழ்க்கை வீண். என்னடா இவன் மட்டையடியாய் அடிக்கிறானே

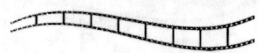

என்றுகூட நீங்கள் நினைக்கலாம். அந்த அளவுக்கான புரிதலுடன் கூடிய ரசிகர்கள் இருந்த காலகட்டம் அது. அதை உணர்ந்து அனுபவப்பட்ட இயக்குநர்கள், தங்கள் திறமையை, ரசனையை, இந்தப் பிறவி நடிகர்களைக் கொண்டு பூர்த்தி செய்து கொண்டார்கள். அவர்களிட மிருந்த பல்வேறு திறமைகளை வெளிக்கொணர்ந்தார்கள். அவர்களும் மனமுவந்து அதற்கு உடன்பட்டார்கள்.

சினிமா என்கிற கலைரூபத்தை எந்த அளவுக்குக் காட்சி ரூபமாய் மனதில் கணித்து வைத்திருந்தால் இப்படி ஒரு காட்சியை இங்கே வைக்க வேண்டும், அதுவும் கருணாநிதி மூலம்தான் இதைக் காட்சிப்படுத்தி யாக வேண்டும் என்று அந்த இயக்குநருக்குத் தோன்றும்?

திரு. ஏ.பி. நாகராஜன் அவர்கள் கொத்தமங்கலம் சுப்புவின் நாவலைத் திரை வடிவமாக்கி, அணு அணுவாகச் செதுக்கி, சித்திரமாய் வடிவமைத்து, ஒரு கலை நயமிக்க, ஆழ்ந்த ரசனைக்குட்பட்ட முழுத் திரைப்படமாக்கி நமக்கு அள்ளி வழங்கிய தில்லானா மோகனாம்பாள் திரைப்படத்தை யாரேனும் அத்தனை எளிதில் மறந்து விட முடியுமா? அது வெளி வந்த காலத்தில் ஒரே ஒரு முறை மட்டும்தான் அதைப் பார்த் திருக்கிறேன் என்று யாரேனும் சொல்லக் கேட்டிருக்கிறீர் களா? குறைந்தது பத்துப் பன்னிரெண்டு முறையேனும் அதைப் பார்த்துப் பார்த்து தன்னை மறந்து ரசித்தவர் கள்தான் நம் தமிழ்நாட்டுத் திரைப்பட ரசிக சிகாமணிகள். காரணம் அந்தப் படத்தில் பாலையாவும், சாரங்க பாணியும், தங்கவேலுவும், டி.ஆர்.ராமச்சந்திரனும், சிவாஜியின் நாடக கோஷ்டியும், எல்லாவற்றிற்கும் தலையாயதாய் வைத்தி கதாபாத்திரத்தில் வெளுத்துக் கட்டிய நாகேஷ் அவர்களும், அவரவர் பாத்திரத்தில் எப்படி வாழ்ந்திருந்தார்கள்? யாரைத்தான் ஒதுக்க முடியும், மறக்க முடியும்? ஏ.கருணாநிதியின் அந்த மிகச் சிறிய ஒத்து ஊதுபவன் கதாபாத்திரம் அத்தனை

முக்கியமில்லையாயினும், கிடைத்த ஓரிரண்டு காட்சி களில் தனது முத்திரையை அழுத்தமாய்ப் பதித்த அவரது நடிப்புத்திறனை நாம் எளிதாக மறந்து விட முடியுமா?

சிறிய வயதில் தந்தையாகவும், பாட்டனாகவும், முதிர்ந்து கிழடுதட்டின வேடங்களையும், சர்வ சுலப மாய் இவர்கள் ஏற்றுக் கொண்டு ஜமாய்த்ததற்கு இவர்களின் நாடக அனுபவங்கள்தானே பெரிதும் கைகொடுத்திருக்கின்றன?

இருவர் உள்ளம் படத்தில் சோடா சுப்பையாவாக வருவாரே, ஞாபகமிருக்கிறதா? சமீபத்தில் கூடக் கலைஞர் டி.வி.யில் இந்தப் படத்தை ஒளிபரப்பினார்கள்...! அட, ஓன் வீட்ல பொன்னா வெளைய... என்று காட்சிக்குள் வரும்போதெல்லாம் சொல்லிக் கொண்டே நுழைந்து சல்ல்ல்ல்... என்று சோடா பாட்டிலை உடைப்பார். எப்போதும் சோடா குடித்துக் கொண்டே சதா எதையாவது மொச்சு மொச்சென்று வாயில் அரைத்துக் கொண்டேயிருக்கும் தின்னிப் பண்டாரமாய்த் தோன்றுவார். இதுதான் இந்தப் படத்தில் உங்கள் கதாபாத்திரம் என்று சொன்னபோது, என்ன சார் இப்படிக் கேவலப்படுத்தறீங்க? என்றா சொன்னார்கள். அது ஒரு காரெக்டர். அப்படியும் ஒரு மனுஷன் எங்காவது இருக்கத்தானே செய்வான், அதை நான் செய்து காண்பிக்கிறேன் என்று களம் இறங்கினார்கள் பலர். தங்கள் திறமையை வெளிப்படுத்தினார்கள்.

எந்நேரமும், அரவமிஷின் மாதிரி எதையாவது அரைச்சுக்கிட்டேயிருக்க வேண்டிது... அது செமிக்கிற துக்கு சோடாவக் குடிச்சிக்கிட்டேயிருக்க வேண்டிது... க்கும்... எல்லாம் என் தலையெழுத்து என்று ஐயா தெரியாதய்யா ராமாராவ் தலையிலடித்துக் கொள்வார். என்ன மாப்புள பெரிசா அலுத்துக்கிறே... இதுக்குத்தான் என் பொண்ணை உனக்கு ரெண்டாந்தாரமாக் கொடுத்தனா... என்று பதிலுக்கு கையில் சோடா புட்டி

யோடு இவர் எகிறுவார். ஆசையோடு மனைவியிடம் சென்ற ராமாராவ், செண்பகம், செண்பகம் என்று குழைவார். செண்பகத்துக்கு இப்ப என்ன வச்சிருக்கீங்க? என்று வெடுக்கென்று கழுத்தை ஒடித்துக் கொண்டு சிரிக்காதீங்க, போய்த் தூங்குங்க... என்று விலக்கி விடுவார் அவர் மனைவி.

தன் ஒருவனின் உழைப்பில் உட்கார்ந்து தின்றே கழிக்கும் தன் மனைவிக்கும், மாமனாருக்கும் சரியான பாடம் புகட்ட வேண்டும் என்று, இரவல் வாங்கி வந்த வைர நெக்லஸ் தொலைந்து போய்விட்டதென்று பொய் சொல்லி, அந்தப் பழியைத் தூங்கிக் கொண்டிருந்த கருணாநிதி மேல் முகத்தோடு போர்வையைப் போட்டுக் கட்டிப் பிடித்து முதுகில் தொங்கி திருடன் திருடன் என்று கத்திக் குடியைக் கெடுத்து, அவரைக் கதறி அழவும், பயப்படவும் வைத்து, போலீசுக்குப் போக வேண்டிதான் என்று அலற வைத்து, இந்தக் கடனத் தீர்க்க ஒரே வழி சொந்தமாத் தொழில் செய்றதுதான் என்று மனைவியை அப்பளம் போடவும், கருணாநிதியை தேனீ வளர்க்கச்செய்து தேன் தயாரிக்கவுமான குடிசைத் தொழில் வேலையைச் சுமத்தி விடுவார் ராமாராவ். சேகரித்த தேனை வியாபாரத்துக்காகப் பாட்டில் பாட்டிலாய்ப் பெற்றுக் கொள்ளும் போது திருட்டுத் தனமாக ஒரு பாட்டிலை மறைத்திருப்பார் கருணாநிதி. விடாத தீனிப் பழக்கமுள்ள இந்த ஆள், நப்பாசையில், நிச்சயம் ஒன்றை மறைத்திருப்பான் என்கிற ஊகத்தில், மறைந்து நின்று பார்ப்பார் ராமாராவ். அவர் நினைத்தது போலவே ஆசையாய் கூட்டுக்குள் கை விட்டு தேன் நிரப்பிய மீதி ஒரு பாட்டிலை எடுத்துத் திறந்து, ரெண்டு விரலை உள்ளே விட்டு, கைநிறைய வழியும் தேனை எடுத்து வாய் நிறைய நக்குவார் கருணாநிதி. அப்படி அவர் ஆசையாய், திருட்டுத்தனமாய் எடுத்துத் தேனை நக்கும் அந்தக் காட்சியைப் பார்க்க வேண்டுமே... ஐயோ பாவம்... தின்னா தின்னுட்டுப் போகட்டுமே... என்று

தோன்றும் நமக்கு. எம்புட்டு நப்பாசை இந்த மனுஷனுக்கு... விடுங்கய்யா... போனாப் போகட்டும் என்று நம் மனசு பரிதாபப்படும். அத்தனை பரிதாபத்தையும், நமுட்டு ஆசையையும் மனதுக்குள் தேக்கி, அடக்க முடியாத அந்த நப்பாசையை அவர் தீர்த்துக் கொள்ளும் அந்தக் காட்சியை லேசில் மறந்து விட முடியுமா நாம்...!

அப்டியா சேதி... நா நினைச்சது சரியாப் போச்சு... இதோ வர்றேன்... என்று ஒரு கல்லைத் தூக்கிக் கரெக்டாக அந்தத் தேன் கூட்டை நோக்கி வீசுவார் ராமாராவ். கூடியிருந்த தேனீக்கள் அத்தனையும் சிதறிப் பறக்க ஆரம்பிக்க, தேனீக்கள் உடம்பை மொய்த்து, கருணாநிதியைக் கொட்டித் தீர்ப்பது போலான அந்தக் காட்சியில், கடி தாங்க முடியாமல் அவர் முன்னும், பின்னும், மேலும் கீழுமாக தத்தக்கா, பித்தக்கா என்று குதி குதியென்று குதித்து அலறிக் கொண்டு வீட்டுக்குள் ஓடி வந்து தேனீக்கள் ஒன்று கூடிப் போர்க்களமாய்க் கடித்துக் குதறிவிட்ட வேதனையை முகத்தில் பரிதாபமாக வெளிப்படுத்துவார். உண்மையிலேயே தேனீக்கள் கொட்டியதுபோன்றதான அப்படி அவர் குதித்துத் துள்ளும் அந்த தத்ரூப நடிப்பை இன்று வேறு எவரையேனும் செய்யச் சொல்லுங்கள் பார்ப்போம்... நான் எழுதித் தருகிறேன்...

கானகத்துல குரலெழுப்பிக் கதியக் கலக்காதடா... என்று போலீஸ் வேடத்தில் வந்து மன்னார்சாமியாகப் பட்டையைக் கிளப்புவார் கப்பலோட்டிய தமிழனில். மாடசாமியைப் பிடிக்கப் போன இடத்தில் ராவு நேரத்தில் சுடுகாட்டில் அவர் பயந்து நெளியும் காட்சிகள்... யாரும் எதுவும் பேசப்படாது... அம்புடுதேன்... கொஞ்ச நேரத்துக்கு முன்னாடி அவுக அம்மாகிட்ட உட்கார்ந்து பேசிட்டிருந்தான் சார் என் ரெண்டு கண்ணால பார்த்தேன்... வர்றதுக்குள்ள தப்பிச்சிட்டான் சார்... இவுங்கள்லாம் பொய் சொல்றாங்க சார்... அம்புடுதேன்... என்று தடியைத் தரையில் தட்டிக்

கொண்டு அவர் ஜபர்தஸ் செய்யும் காட்சிகளும், இடது கையில் துப்பாக்கியைத் தூக்கிப் பிடித்துக் கொண்டு சட் பட் என்று சல்யூட் அடிக்கும் வேகமும், இயக்கு நர்கள் தங்கள் நிலையை மறந்து விட்டு சிரித்து நின்ற காலங்கள் அவை.

வீரபாண்டியக் கட்டபொம்மனில் பெண் வேடமிட்டு, சிவாஜியோடு மாட்டு வண்டி பூட்டிக் கிட்டு... பாடல் காட்சியில் அவர் பின்னால் அமர்ந்து கொண்டு வாயில் வெற்றிலைக் குதப்பலோடு இவர் பண்ணும் சேட்டைகள்... பின் திருடர்கள் எதிர்ப்பட, அவர்களோடு பொம்பளைக்கே உண்டான அஷ்ட கோணல்களோடு குலவிக் கொஞ்சி, நெளிந்து வளைந்து தடியால் அவர்களைப் பதம் பார்க்கும் காட்சிகளும், உளவு பார்ப்பதற்காக யாரை அனுப்பலாம் என்று யோசிக்கும்போது... "ந்நநான் போகிறேன் அரசே..." என்று ஆர்வமாய் அவர் முன் வரும் காட்சியில் அவரின் நாட்டுப்பற்றுக் காட்சியும், கடமையுணர்ச்சியை வெளிப்படுத்தும் அந்த வசன உச்சரிப்புகளும், அதே வேகத்தில் கண்ணம்மா... கண்ணம்மா... என்று வீட்டுக்குள் புகுந்து மாவுப் பாத்திரத்தை உருட்டி, உடம்பு முகமெல்லாம் மாவு பூசிக் கொண்டு பெண்டாட்டி முன் நிற்கும் பரிதாபமும், அதிலும் தனக்குக் கிடைத்திருக்கும் பொறுப்பான வேலையைப் பெருமையாய்ச் சொல்லிக் கொள்ளும் நடிப்பும் மறக்க முடியுமா இன்றும்...?

ஏற்றுக் கொண்டவைகள் சின்னச் சின்ன வேடங்கள் தான் என்றாலும், அவற்றை மனமுவந்து செய்த விதமும், தன்னைத் தவிர வேறு யாரும் அந்தக் குறிப்பிட்ட வேடத்திற்குப் பொருந்தாது என்பது போன்றதான அழுத்தமான முத்திரையும், தன் நடிப்பிலேயே ரசிகன் நூறு சதவிகித திருப்தியை அடைந்து விட வேண்டும் என்கிற அர்ப்பணிப்பு உணர்வும் இந்தச் சினிமாத் தொழிலில் இப்படி எத்தனை அற்புதமான நடிகர்களுக்கு இருந்திருக்கிறது என்பதை நாம் நினைத்துப் பார்க்கும்

போது வியக்காமல் முடியாது. இத்தனைக்கும் ஏ.கருணாநிதி அவர்கள் அந்தக் காலத்தில் காளி என். ரத்தினம், டி.எஸ்.துரைராஜ், வி.எம்.ஏழுமலை ஆகியோரோடு மாதச் சம்பளத்தில் சேலம் மாடர்ன் தியேட்டர்சில் வேலை பார்த்தவர் என்பதாக நாம் தகவல் அறிகிறோம். நடிகனாக வேண்டும் என்கிற அவாவும், வெறியும், அவர்களின் ரத்தத்தோடு ஊறிய ஒன்றாகப் பரிணமித்திருக்கிறது. அதற்காகவே பிறந்து, வாழ்ந்து, இருந்து, கழித்து உயிரை விட்டிருக்கிறார்கள் என்பதுதான் சத்தியம்.

நகைச்சுவைப் பாத்திரங்களை ஏற்றுக் கொண்ட இவர்கள் வேறு வேடங்களே செய்யவில்லையா என்ன? எதற்கும் தயார் என்கிற நிலையிலேதானே பயிற்றுவிக்கப்பட்டிருக்கிறார்கள். தெய்வப்பிறவி படத்தின் அந்த சமையல்கார நாயர் வேடத்தை யாரேனும் மறக்க முடியுமா? கருணாநிதி எத்தனை சோகம் பிழிய அதற்கு வடிவம் கொடுத்திருப்பார்? அதீத சோகமும், வேதனையும், அமைதியும், தன்மையும் மிளிரும் காட்சிகளில் அவரின் விடைத்த மூக்கு அவருக்கு எத்தனை உதவியாய் இருந்து தக்க பாவங்களை அவருக்குப் பொருத்தமாய் வழங்கியிருக்கிறது?

பாலும் பழமும் படத்தில் சஞ்சீவி காரெக்டரில் பாலையாவோடு இருந்து, பின்பு எம்.ஆர்.ராதாவோடு போய்ச் சேர்ந்து எத்தனை லூட்டி அடிப்பார். குரங்கு புத்தி போக்க தேவாங்கு ராக்கெட் லேகியம் தயாரிக்கிறேன் என்று சாய்ராமிடம் பணம் பிடுங்கிப் பிடுங்கி ஏமாற்றிப் பிழைப்பு ஒட்டும் எம்.ஆர்.ராதாவுக்கே மாமனார் வசிய லேகியத்தைக் கொடுத்து அவரை வழிக்குக் கொண்டு வருவாரே கருணாநிதி. அந்தக் காமெடி டிராக்கை யாரேனும் அத்தனை எளிதில் மறந்து விட முடியுமா? ஹாலில் அமர்ந்திருக்கும் ராதாவுக்குத் தெரியாமல், அவருக்கு டிபன் எடுத்துவரச் செல்லும் கருணாநிதி ஒரு ஐடியா பண்ணுவார். இட்லி

யில் அந்த மாமனார் வசிய லேகியத்தை அவருக்குத் தெரியாமல் எடுத்துப் பதமாய் அதில் தடவிக்கொண்டே, “மாமா, இனிமே நீ எனக்கு ஆமா... ”.என்று சொல்லிக் கொண்டே கழுத்தில் தொங்கும் வல்லவெட்டுத் துண்டு நுனியை அந்த லேகிய டப்பாவுக்குள் விட்டு, கொட கொடவென்று ஒரு சுழற்றுச் சுழற்றி ஒத்திக் கொண்டு, போதாக் குறைக்கு கையில் அங்கங்கே தீற்றியுள்ளதை உடம்பெல்லாம் தடவிக் கொண்டு, ஒரு நெளி நெளிந்து கொண்டே நயனமாய் வந்து ராதாவுக்கு அந்த லேகி யத்தைப் பவ்யமாய் வழங்குவாரே. இந்த முழுக் காட்சியிலும் தியேட்டரில் என்னவொரு அதிரடிச் சிரிப்பு? இட்லியைச் சாப்பிட்டுவிட்டு, உடனே கணப் போதில் ஆளே மாறி கருணாநிதியை மாப்ளேய்ய்ய்... என்று உரக்க சிநேகமாய் அழைத்து அசட்டுச் சிரிப் போடு அப்படியே மண்டியிடுவார் ராதா. இந்தக் காட்சியை ரசிக்காதவர் உண்டா, குதித்துச் சிரிக் காதவர்தான் உண்டா? சாய்ராம் முழி முழி என்று முழிக்க, அடே லேக்கா... போடாதே காக்கா... மாமா இனிமே எனக்கு அடிமை... பேசாதே... என்று விரலை நீட்டுவார் கருணாநிதி. ஏறக்குறைய குரங்கு போலவே ஒரு மேக்கப் செய்யப்பட்டிருக்கும் அவருக்கு. அத்தோடு அவர் பேசும் பேச்சுக்களும், இடையில் கையை மடித்து, மடித்து பக்கவாட்டு இடுப்பில் சரு சருவென்று அவர் சொறிந்து கொள்ளும்போது அசல் வானரம் போலவே இருக்கும். பார்ப்போர் அப்படி ரசிப்பார்கள். அர்த்த மில்லாததானாலும், பாலும் பழமும் படக் காமெடி காலத்திற்கும் மறக்காதது.

எந்தப் படத்திலுமே, எந்த வேடத்திலுமே சோடை போனவரில்லை ஏ.கருணாநிதி. பார் மகளே பார் படத்தில் வேலைக்காரன் மாணிக்கமாக வருவார். விஜயகுமாரியும், புஷ்பலதாவும் நாட்டியம் ஆடுகையில் நட்டுவனாராக எம்.ஆர்..ராதா ஜதி சொல்லுவார். அவர்களோடு சேர்ந்து பின்னால் சற்றுத் தள்ளி நின்று

கருணாநிதி பிடிக்கும் நாட்டிய பாவங்கள் இருக்கிறதே, படு காமெடியாக, அதே சமயம் சிரித்து ரசிக்கும்படியாக இருக்கும். நல்ல பாடலைக் கொண்ட இந்த நாட்டியக் காட்சியின் போது, இப்படி இவரை உள்ளே சேர்த்து ஆட விட வேண்டும் என்று எப்படி பீம்சிங் அவர் களுக்குத் தோன்றியது என்று வியந்து போகும் நமக்கு. அதனால்தான் ஆரம்பத்திலேயே சொன்னேன். இயக்கு நர்கள் இவர்களின் திறமைகளை உணர்ந்து, காட்சிகளை வழங்கி, அதன் மூலம் அவர்களை ரசித்தார்கள், நம்மையும் ரசிக்க வைத்தார்கள் என்று. மதிப்புமிக்க இடத்தில்தான் வைத்திருந்தார்கள் என்பதற்கு இதற்கு மேல் என்ன அத்தாட்சி வேண்டும். சந்திரா, காந்தா என்ற இரு மகள்களில் சந்திரா (விஜயகுமாரி) காணாமல் போய்விட்ட வேதனையில் சிவாஜி அழுது துடிக்கும் அந்த சோகக் காட்சியில், “மாணிக்கம், சந்திராஃ போட்டோவ அன்னைக்குத் தூக்கி எறிஞ்சிடுன்னு சொன்னேனே... எறிஞ்சிட்டியா? என்று வேதனையோடு சிவாஜி கேட்க, வேலைக்காரர் ஏ.கருணாநிதி, எஜமான், நீங்க சந்தோஷமாச் சொன்ன காரியத்ததான் நான் செய்திருக்கனே தவிர, கோபத்துல சொன்னது எதையும் இன்னைக்கு வரைக்கும் செய்ததுல்ல எஜமான்...” என்று அவரிடம் அழுது கொண்டே கூறும் காட்சி நம்மை யெல்லாம் உலுக்கி எடுத்துவிடும்... நீங்கள் நன்றாக ஆழ்ந்து ரசிக்கக் கூடிய ரசனை உள்ளவராய் இருந்தால் ஒன்றை நீங்கள் துல்லியமாகக் கண்டு கொள்ள முடியும். நகைச்சுவை நடிகர்களோடு கூடிய பற்பல படங்களின் சோகக் காட்சிகள் கம்பீரமாகத் திரையில் மிளிர்ந்திருக் கின்றன என்பதுதான் அது. எந்த அளவுக்கு ரசிகர்களை சிரிப்பூட்டி மகிழ்விக்கிறார்களோ, அதே அளவுக்கும் மேலே பிழியப் பிழிய சோகத்தில் அழவும் வைத்திருக் கிறார்கள்.

படித்தால் மட்டும் போதுமா படத்தில் ரங்காராவ் வீட்டு வேலைக்காரனாகத் தோன்றுவார். அவருடைய

படத்திலெல்லாம் ஏ.கருணாநிதியைப் பெரும்பாலும் தவற விட்டதேயில்லை டைரக்டர் பீம்சிங் அவர்கள். அந்த அளவுக்கு அவரின் நடிப்பின் மீதும், அவரின் நகைச்சுவை விருந்தின் மீதும் நம்பிக்கை கொண்டிருந்த இயக்குநர்கள் ஏராளம். மெட்ராஸ் டு பாண்டிச்சேரி படத்தில் இவரும் நாகேசும் படம் முழுக்க அடிக்கும் கூத்தும் கும்மாளமும் மறக்க முடியுமா என்ன?

ஆனால் இந்த இயக்குநர்களுக்குப் பிறகு காலம் அவர்களைத் தக்க முறையில் பயன்படுத்திக் கொண்டதா? என்ற கேள்வி விழுகிறது நம்மிடையே. இல்லை என்ற பதில்தான் மிஞ்சுகிறது.

மாமியா ஓட்டல் என்கிற பெயரில் சென்னையில் உணவகம் நடத்தி வந்த ஏ. கருணாநிதி கடைசி காலத்தில் எலும்புறுக்கி நோயால் மரணமடைந்தார் என்பதாகத்தான் செய்தி தெரிய வருகிறது நமக்கு.

காலப்போக்கில் இம்மாதிரி எத்தனையோ அற்புதமான நகைச்சுவை நடிகர்களைப் பின்னுக்குத் தள்ளி, நம் தமிழ்த் திரையுலகம் மறந்துபோனது. காலம் அவர்களைப் பின்னுக்குத் தள்ளியதா, அல்லது தள்ளப்பட்டார்களா என்று நினைத்து வேதனை கொள்கிறது மனம். ஆனால் மூத்த தலைமுறை ரசிகர்கள் மனதில் அவர்கள் இன்றும் அழியாது வாழ்ந்து கொண்டிருக்கிறார்கள். தங்களின் ஆழ்ந்த அர்த்தமுள்ள ரசனையை தங்களின் இளவல் களோடு, வாரிசுகளோடு பகிர்ந்து கொண்டு புரிந்து கொள்ள வைக்க யத்தனிக்கிறார்கள். அடிப்படையான, அர்த்தமுள்ள அந்த ரசனையை ஆழமாக வளர்த்துக் கொள்ளுங்கள் என்று சொல்லாமல் சொல்கிறார்கள். ஆனாலும் இன்றைய இளைய தலைமுறையின் சினிமா ரசனை என்பது புரிந்து கொள்ள முடியாத கேள்விக் குறியாகவே தொடர்ந்து கொண்டிருக்கிறது என்பதுதான் மறுக்க முடியாத உண்மை.

4

சாய்ராம் என்கிற சாய்ராமன்

தொலைதூரக் கிராமத்திலிருந்து கிளம்பி சென்னைக்கு வந்து எப்படியும் சினிமா நடிகனாகிவிட வேண்டும் என்று தவங்கிடப்பவர்கள் இன்றும் நிறையப் பேர் இருக்கிறார்கள். நகர்ப்புறப் பகுதிகளிலுமிருந்தும் சினிமா ஆசையோடு வந்து பல ஆண்டுகளாக சீரழிந்து கொண்டிருப்பவர்களைப் பார்க்க முடிகிறது. கோடம் பாக்கம் பகுதியில் தொடர்ந்து சுற்றிக் கொண்டிருந்தோ மானால் அங்குள்ள டீக்கடைகளில், சின்னச் சின்ன ஓட்டல்களில், பெட்டிக்கடை வாசல்களில், கோயில் வாயில்களில் என்று இப்படியானவர்களை அவ்வப்போது நாம் நிச்சயம் சந்திக்க முடியும். சோகக் கதைகளைக் கேட்கவும் முடியும். என்றாவது நானும் ஜெயிப்பேன் என்கிற நம்பிக்கையிலேயே பேசுவதாகவும் தோன்றும். நடிப்பியல் வாழ்க்கை மிகவும் வருந்தத் தக்கதாக

இருப்பினும் ஒரு நாள் விடியும் என்ற நம்பிக்கையோடு வலம் வந்து கொண்டிருப்பார்கள். கூட இருந்தவர்களில் யார் வாய்ப்புக் கிடைத்துப் போனது என்று பேசிக் கொண்டிருப்பார்கள். போய் நின்று கேவலப்பட்டு, ஏமாந்து வந்து நின்ற கதைகளும் அங்கே புழங்கும். அதை சோகமாய் எதிர்நோக்குவதைவிட சிரிப்பாய்ச் சொல்லி மகிழ்ந்து கொண்டிருப்பார்கள். ஏமாந்த ஆளை இருக்கும் காசைக் கொடுத்துச் சாப்பிடச் சொல்லி, திரும்பவும் கூட்டுச் சேர்ந்து நம்பிக்கையோடு சுற்றிச் சுற்றி வருவார்கள். பெரும் பணக்காரருக்கும் சரி, சோற்றுக்கே இல்லாத ஏழைக்கும் சரி சினிமா ஆசை இருந்தது என்றால் யாரும் மறுக்க முடியாது.

வசதிகளோடு, செழிப்போடு வாழ்ந்தவர்தான் நகைச்சுவை நடிகர் திரு கே.சாய்ராம். அவரையும்தான் சினிமா தொற்றிக் கொண்டது. கை வீசிய செலவில் பணத்தை இழந்து கடைசிக் காலத்தில் வறுமைக்கு ஆட்பட்டதாய்த்தான் தகவல்கள் சொல்கின்றன. அவருக்கு சினிமா என்ற ஒன்று தேவையே இல்லை. ஆனாலும் ஆசை யாரை விட்டது?

அப்படி ஒரு உருவத்தில் இருந்ததனாலேயே பலரின் மனதில் பதியாமல் போனவர். இவர் நிறையப் படத்துல வந்திருக்காரு... என்றுதான் சொல்வார்களேயொழிய பெயர் தெரியாது பலருக்கும். அந்த மாதிரி கெச்சலான ஒரு உருவம் கொண்டிருந்ததனாலேயே இவருக்கு இந்த வகை வேஷங்கள் போதும் என்று சின்னச் சின்ன வேடங்கள்தான் கிடைத்தன. வேலைக்காரன், கணக்குப் பிள்ளை, பியூன், ஸ்கூல் வாத்தியார், சிப்பாய், ஜோசியன், விதூஷகன் என்று.

வற்றல் காய்ச்சியாய் நெடிய உருவம். ஒட்டிய கன்னங்கள், குழி விழுந்த கண்கள், துருத்திக் கொண் டிருக்கும் மூக்கு, வாய், காதுகள், எலும்பு தெரியும் முகம், இவற்றொடு தணிந்த வளமற்ற குரல். அழுத்தி

சத்தமிட்டுப் பேசினால்தான் நாலு பேருக்குக் கேட்கும். இல்லையெனில் அவருக்குள்ளேயே தோன்றி, அங்கேயே அழிந்து விடும் அபாயம். நடிப்பிற்கு முதலில் சொல்லித் தரப்படுவதே சத்தமாய், திருத்தமாய்ப் பேசுவதே.. இப்படியான மைனஸ் தகுதிகளைக் கொண்டிருந்தாலும் அதையே ப்ளஸ்ஸாக்கி கிடைத்த சின்னச் சின்னப் பாத் திரங்களில் தங்களை முன்னிறுத்திக் கொண்டவர்களில் நடிகர் கே.சாய்ராம் முக்கியமானவர். நடிப்பின் மீதான ஆர்வமும் உழைப்பும் அசாத்தியத் திறமையும் தொடர்ந்து பட வாய்ப்புகளைப் பெற வைத்தது. அடுத் தடுத்து, அடுத்தடுத்து என்று தமிழ்த் திரையுலகில் ஏதா வது ஒரு சிறு வேஷத்திலேனும் தோன்றிக் கொண்டே யிருந்தார்.

தொடர்ந்து இப்படி ஒருவர் அடுத்தடுத்த படங்களில் வந்து கொண்டேயிருக்கிறார் என்றுதான் தமிழ்த்திரை ரசிகர்கள் குறிப்பாக இவரைக் கவனித்து, பின்னர் சாய்ராம் என்ற பெயரை நினைவில் வைத்துக் கொண் டார்கள். பிறகுதான் அவரது பல்தெரியும் துருத்திய பளீர் சிரிப்பையும், ஒட்டியதே வளர்ந்ததுபோல் காட்சி யளிக்கும் நீண்ட மீசையுடன் கூடிய முக பாவனை களையும், கண்களின் உருட்டலையும் விழிப்பையும், கையும், காலும், உடம்பும் ஒன்று சேர்ந்து ஒத்துழைத்து நடிப்பதையும் கவனித்து ரசிக்க ஆரம்பித்தார்கள். இவர் முகத்தை விட இவரின் வாயும் முழியும்தான் அதிகமாய் நடித்தது. ஒவ்வொரு நடிகனும் அவனவனின் முக அமைப்பை, உடலமைப்பை, குரல் வளத்தை, சைகை களை, சேட்டைகளை, சிரிப்பை, கோபத்தை, ஆனந் தத்தை, அருவறுப்பை இப்படி ஒவ்வொரு உணர்ச்சி களையும் அதற்கான பாவனைகளையும் அறிந்திருத்தல் என்பது மிக மிக முக்கியம். அப்படியானால்தான் ஏற்றுக் கொண்டிருக்கிற வேஷத்திற்கேற்ப சட்டுச் சட்டென்று நடிப்பை வெளிப்படுத்த முடியும். அந்தக் பிரக்ஞை ஒரு நடிகனுக்கு மிக அவசியம். ஆனால்

சாய்ராமிற்கெல்லாம் அப்படிப் பிரயத்தனப் பட வேண்டுமென்கிற தேவையேயில்லை. அபாரமான திறமைசாலி. சின்னச் சின்ன வேஷங்களானாலும் சரி, அதன் தன்மை அறிந்து கதைக்கேற்றபடி அந்தக் காட்சியோடு ஒன்றி, . பாத்திரமாகவே பரிமளிப்பதில் இவருக்கு இணை இவரே.

1950 களிலிருந்தே நடிக்க ஆரம்பித்து விட்டவர் சாய்ராம். வரிசையாக அவருக்குப் படம் இருந்தது. இவருக்கு என்று ஒரு கதாபாத்திரம் காத்துக் கொண் டிருந்தது. நம்ப சாய்ராமைப் போடலாமே... என்று சட்டென்று நினைவுக்கு வரும் ஒரு முக்கிய நடிகராக, எளிமையான தேர்வாக இருந்தார். நேரம் தவறாமல் படப்பிடிப்பிற்குப் போவது, காத்திருந்து நேரம் கூடி னாலும் சளைக்காமல், சலிக்காமல் இருந்து நடித்துக் கொடுத்துவிட்டுப் போவது, அந்தந்தக் காட்சிகளில் கண்ணும் கருத்துமாக இருந்து இயக்குநரின் எதிர் பார்ப்புக்குத் தக்கவாறு கச்சிதமாக நடிப்பது என்று பல நற்குணங்கள் கொண்டவராக விளங்கினார் கே.சாய்ராம்.

சின்னச் சின்ன வேடங்களில் இவர் நிறைய நடித் திருப்பதால் இவர் சம்பந்தப்பட்ட சின்னச் சின்னக் காட்சிகள் எத்தனை ரசனை மிக்கவை? இன்றைய திரைக் கலைஞர்கள் விழிப்புற்று இவரைத் தேடித் தேடிப் பார்த்துக் கற்று, தங்களை மேம்படுத்திக்கொள்ள வேண்டும். அம்மாதிரியான நடிப்புப் பயிற்சிக்கு இவரைப் போன்ற பழம் பெரும் நடிகர்கள் பேருதவியாய் இருப்பார்கள் என்பது திண்ணம்.

அறிவாளி திரைப்படம் பலரும் அறிந்திருப்பார்கள். இளைய தலைமுறையினர் தவிர. பானுமதியைக் கல்யாணம் செய்து கொண்டு கொடைக்கானலுக்குச் சென்றிருப்பார் நடிகர்திலகம். அவரது பெயர் ஆள வந்தார். செல்வச் செழிப்பில் வளர்ந்த, அதி புத்திசாலி

யான, திமிர்பிடித்த பெண்ணான பானுமதியை அடக்கி ஆளும், தன் வழிக்குக் கொண்டு வரும் கதாபாத்திரம் நடிகர்திலகத்திற்கு. அவரை பட்டை தீட்டி தனக்கேற்ற பொறுப்பான குடும்பப் பெண்ணாக மாற்றும் நோக்கில் அவரது செயல்கள் இருக்கும். கொடைக்கானலில் தங்குமிடத்தில் -

அவர்கள் சென்றடையும் பங்களாவில் பரபரப்போடு நுழைவார் நடிகர் திலகம். அங்கே பங்களா வேலைக் காரர்கள் இருவர். அதில் ஒருவர் நம் சாய்ராம். பெயர் கைதர். (Haithar). கைதர் அலியின் சுருக்கம்.

கைதர்... டேய் கைதர்... தங்கம்... - உரக்கக் கூவிக் கொண்டே நுழைவார் நடிகர்திலகம். குளிர் நடுக்கும் டென்ஷன். பரபரப்போடு ஓடி வருவார் சாய்ராம். அரே...சலாம் ஸாப்...சலாம் ஸாப்... என்று பதறுவார். எங்கடா அந்தத் தங்கம்... தங்கம்... சமையலுக்கு மேலே இருக்கான் ஸாப்... எது... சமையலுக்கு மேலேயா...? இஸ்மாயில் (சமையல்) பண்றான் சார்... எது? ... அரே கானாப் பண்றான் சார்... கானா... - அதற்குள் அந்தாள் வருவார். இதோ வந்துட்டான்... ஏண்டா... அம்மா வருவாங்கன்னு தெரியாது... காத்துக்கிட்டிருக்க வேண் டாம்... போடா... போய் பெட்டி... படுக்கையெல் லாம் தூக்கிவிட்டு வா... அதற்குள் சுமை தாங்காமல் வாசலில் வந்து நிற்பார் பானுமதி.

டேய் தங்கம்... அம்மா வந்துட்டாங்க...பொட்டி யெல்லாம் வாங்கு... குடுங்கம்மா...

கோபமாய் அவர்களைப் பார்த்துக் கொண்டே பொத்துப் பொத்தென்று அவர்கள் மேல் போடுவார். ரெண்டு பேரும் பெட்டி படுக்கையோடு கீழே விழுவார்கள். ..

குளிரில் பானுமதி நடுங்கி நிற்க...

அம்மாக்கி... குளிர்...

ம்ம்ம்... என்றவாறே நடுங்க... யார் நீ? கைதர்... கைதர்... ஸலாம் கைதர் இருக்கான்... என்னது? கைதர் இருக்கான்..எங்கே இருக்கான்...? இங்கே... உம் பேரு என்ன? - வந்த இன்னொரு வேலைக்காரனைப் பார்த்துக் கேட்க (நடிகர் கண்ணன்)

எம்பேரு தயார் தங்கம்ங்க... எங்க வீட்டுல எல்லாமே நான்தான்... அதனால... இதற்குள் ஆளவந்தார் வந்து மிரட்ட... என்னடா பேச்சு இங்க... என்ன பேச்சு... அம்மா எவ்வளவு நேரமா நிக்கிறாங்க...போய் சேர் கொண்டாங்கடா... என்று சொல்ல இரண்டு வேலைக் காரர்களும் பதற்றத்தில் ஆளுக்கொரு மூங்கில் நாற் காலியைத் தூக்கி வருவார்கள்.

என்னடா...ரெண்டு பேரையும் உட்கார்த்தி வச்சு... ஆரத்தி எடுக்கப் போறீங்களா? போங்கடா... என்று விரட்ட திரும்பக் கொண்டு ஓட...டேய்...ஒரு சேரக் கொண்டாடா இங்க... என்று விரட்ட...சாய்ராம் ஒரு மூங்கில் கூடை நாற்காலியோடு வந்து நிற்க...போடுறா அம்மாவுக்கு... நீ உட்காரு... என்று பானுமதியைப் பார்த்து இதமாய்ச் சொல்லுவார்.

அவரை வழிக்குக் கொண்டு வரும் இந்த நாடகத்தில், அதை அறியாமல், இரண்டு வேலைக்காரர்களும் மாட்டிக் கொண்டு முழி முழியென்று முழிப்பார்கள். விழிகள் பிதுங்க...சாய்ராம் படும் அல்லல் அரே அல்லா...!

டேய் அம்மாவுக்கு நெருப்புப் போடு... - சொல்லி விட்டு அடுத்த அறைக்குப் போவார் ஆளவந்தார்.

நெருப்பா...? பானுமதி பயந்து போய்... கைதர்...? என்று கைதட்டிக் கூப்பிடுவார். மா...ஜி... என்று போய் நிற்பார் சாய்ராம். அதே கணம் அங்கிருந்து கைதர்... என்று கத்துவார் அவர். இவர் அங்கேயும் இங்கேயுமாய்

திரும்பித் திரும்பி ஓடி... யார் சொல்வதற்கு நிற்பது ஓடுவது என்று தெரியாமல் அலைக்கழிவார்...

கைதர்... மா...ஜி... கைதர்... ஜீ...! கைதர்... - அங்கைக்கும் இங்கைக்குமாய் போகவும் மாட்டாமல், இருக்கவும் மாட்டாமல்... லோல்பட்டு... ஜீ... மாஜீ... ஜீ... மாஜீ... ஜீ... மாஜீ... என்று அழுது கொண்டே... அரே அல்லா...! - என்று தலையில் கை வைத்து நட்ட நடுவில் உட்கார்ந்து விடுவார்... வயதான நோஞ்சானாய் வளர்ந்த அவரது தோற்றமும் அந்த நடிப்பும்...நமக்கே பரிதாபத்தை ஏற்படுத்த... அரே அல்லா... என்று எதுவும் செய்ய மாட்டாமல் அழுது அரற்றிக்கொண்டே அவர் அப்படி உட்காரும்போது தியேட்டரே கலகலக்கும்... பானுமதிக்கும், நடிகர்திலகத்திற்கும் நடுவில் பட்டுக் கொண்டு அவர் படும் அவஸ்தை சொல்லி மாளாது. நகைச்சுவை எத்தனை இயல்பாய் வந்திருக்கிறது அந்தக் காட்சியில் என்று திருப்தி கொள்ளும் மனம். அவரது உருவமும், குரலும் பாவமுமே நமக்கு முழுத் திருப்தியைக் கொடுத்து விடும்.

கப்பலோட்டிய தமிழனில் ஒரு காரெக்டர். வெள்ளை யரின் ஏஜென்டான செல்லையாவுக்கு தன் நிலத்தை விற்பதாகப் பத்திரம் எழுதிக் கொடுத்து இருநூறு ரூபாய் முன்பணம் பெற்றுக் கொண்டு தற்போது நிலத்தை விற்பதற்கு மறுப்பதாக மாடசாமி மீது (ஜெமினிகணேசன்) ஒரு வழக்கு கோர்ட்டில் வருகிறது. சாட்சியாக "யதார்த்தம் தர்மநாயகம்பிள்ளை" என்கிற சிறு கதா பாத்திரத்தில் சாய்ராம் தோன்றுவார். கட்டுக் குடுமியோடு பஞ்சகச்சம், முழுக்கைச் சட்டை, கக்கத்தில் இடுக்கிய ஒரு குடை இவற்றொடு... அவர் பெயரை மூன்று முறை சொல்லும்போது, இதோ வந்துட்டேனுங்க... என்று ஓடிப்போய் கூண்டில் ஏறி... எல்லார்க்கும் குடும்பிடுறனுங்க... என்பார். ஹாலே சிரிக்கும். சிதம்பரம் பிள்ளையைப் பார்த்து விடுவார்.

காலத்தால் அழியாத கலைஞர்கள் | 55

சின்னய்யா..சௌக்கியங்களா... வீட்டுல அம்மால்லாம் நல்லாயிருக்காங்களா... என்று கோர்ட் என்பதையும் மறந்து சத்தமாய், யதார்த்தமாய் நலம் விசாரிப்பார். ஏய்...!என்று எச்சரித்து வாயில் விரல் வைத்து அமைதி யாக்குவார் நாகையா.

சத்தியமாச் சொல்றேன்... என்று சொல்லும்... நீங்க சொல்றபடி சத்தியமாச் சொல்றேனுங்க... - இது யதார்த்தம் தர்மநாயகம் பிள்ளை.

உமக்கு மாடசாமியைத் தெரியுமா? இது சிதம்பரம் பிள்ளையின் தந்தை (நாகையா)உலகநாதம் பிள்ளை. வாதியின் வக்கீல். தெரியுமுங்க... செல்லையாவை...?

நல்லாத் தெரியுமுங்க... இதோ நிக்கிறாரு... கூப்பிடட்டுங்களா?

மாடசாமி தன் நிலத்தை செல்லையாவுக்கு விற்ப தாகவும், அதற்காக முன் பணம் இருநூறு வாங்கியிருப்ப தாகவும், போன மாதம் உம்மிடம் சொன்னது உண்மைதானே...?ஆமங்க... - சொன்னபடி மாடசாமி நடக்கவில்லை என்பதும் உண்மைதானே...?

அதுவும் ஆமங்க...

அதற்காக செல்லையா உம்மைப் பஞ்சாயத்துப் பேச அழைத்ததும் உண்மைதானே...?

இதுக்கும் ஆமங்க... சரி...நீர் போகலாம்... - இந்த இடத்தில் சிதம்பரம் பிள்ளை தடுப்பார்.கொஞ்சம் பொறுங்கள்...யுவர் ஆனர்...நான் சில கேள்விகள் சாட்சியைக் கேட்க வேண்டும் அதற்கு அனுமதி தேவை... என்றுவிட்டு ஆரம்பிப்பார்.மிஸ்டர் தரும நாயகம் பிள்ளையவர்களே... ஐயா.!... கோர்ட்டிலே பொய் சொல்லக் கூடாது என்பது உங்களுக்குத் தெரியுமல்லவா...? ரொம்பத் தப்புங்க...பாவம்னு எங்க பாட்டி கூடச் சொல்வாங்க... ஆமாம்...மாடசாமியை உமக்கு எத்தனை வருடங்களாகத் தெரியும்? என்னங்க

இப்புடிக் கேட்கறீங்க...? அந்தப் புள்ளைய பொறந்த கொழந்தைலர்ந்தே தெரியுமுங்க...

அவரது குணம் எப்படி? தம்பி தங்கக் கம்பிங்க... கடைசியாக நீர் அவரை எப்போது சந்தித்துப் பேசினீர்...? கடைசியா தம்பிய... என்று இழுப்பார்... பிறகு... போன வருஷம் திருவிழாவுல பார்த்ததுதானுங்க...

போன வருஷம் திருவிழாவிலேதான் அவரைச் சந்தித்தீர்... ஆமங்க...

அதற்கப்புறம் அவரைச் சந்திக்கவேயில்லை...?

இல்லவே இல்லீங்க...

போன வருடம். அவரைச் சந்தித்தீர்...?

ஆமங்க...

யுவர் ஆனர் தயவுசெய்து இதைக் குறித்துக் கொள்ள வேண்டும்...ஆமாம்...போன மாதம் மாடசாமியைச் சந்தித்து ஏதோ பேசியதாக சற்று முன் சொன்னீரே...?

ஆமங்க...

என்ன ஆமங்க...? போன மாதம் மாடசாமியைச் சந்தித்தீரா? கோபமாகக் கேட்க பதறிவிடுவார்.

இல்லீங்க... போன வருஷம் திருவிழாவுல சந்திச்சதுக்குப் பெறகு தம்பி ஊர்லயே இல்லீங்களே... இன்னைக்குத்தான பார்க்குறேன்...

பிறகு ஏன் அப்படிப் பொய் சொன்னீர்?

நான் என்னங்க பண்றது... பெரியய்யா எது கேட்டாலும் ஆமாம்னு சொல்லணும்னு... மாட்டிவுட்டூரு... பெரியய்யாதான் கேள்வி கேட்பாருன்னு சொன்னீக... இப்ப சின்னையா புகுந்து மடக்கு மடக்குன்னு மடக்குறாரு...? செல்லையாவைப் பார்த்துக் கேட்க... சிதம்பரம் பிள்ளை தொடருவார்..

நீர் பெரிய மனிதராயிற்றே... கோர்ட்டில் இப்படி யெல்லாம் பொய் சொல்லலாமா? பொய் சொல்றது பாவமுங்க... என்னங்க பண்றது...செல்லையா...தொப்பி போடுற துரையோடச் சேர்ந்துக்கிட்டு சுத்துறவரு... அவர் பேச்சைக் கேட்கலேன்னா ஊருல இருக்க முடியாது... பெரிய ஆபத்துல கொண்டாந்து விட்டுருவாருங்க...

சரி...நீர் போகலாம்... -

ஒரு சாட்சியாய் நின்று அவர் பேசும் வசனமும், நடிப்பும்... அத்தனை யதார்த்தமாய், இயல்பாய் இருக்கும். ஒரு கிராமத்துக் கள்ளமில்லாத மனிதன் எப்படிப் பேசுவானோ, எப்படிப் பதறுவானோ, பயப்படுவானோ அப்படியே அச்சு அசலாய் பேச்சு வழக்கில் அவர் பேசும் இந்தக் காட்சியில் நடிகர்திலகத்தை மீறி, நாகையாவை மீறி, உண்மையாய் சொல்லப் போனால் சாய்ராம்தான் நிற்பார். ஒரு எளிமையான மனிதனின் உண்மை அங்கே உயர்ந்து நிற்கும்.

ஸ்டார் வேல்யூ என்கிற குறிப்பிட்ட அம்சத்தின் கீழ் நாயகனே குறிப்பாய்க் நடு நாயகமாய்க் கவனிக்கப்படுவதால் திரையினில் தோன்றும் பிற உப பாத்திரங்கள் கவனம் கொள்ளாமலே போய் விடுகிறார்கள். இதுதான் அன்று முதல் இன்று வரையிலான நிலை. இதனால்தான் நகைச்சுவைக்கென்று தனி டிராக் இருக்குமேயானால் தங்களை நிலை நிறுத்திக் கொள்ள முடியும் என்று என். எஸ்.கிருஷ்ணன் போன்றவர்கள் நகைச்சுவைக் காட்சி களைத் தங்களுக்கென்று தனியே சிறப்பாக அமைத்துக் கொண்டார்கள். பெயரும் பெற்றார்கள். அந்தத் தனி டிராக் நகைச்சுவைக் காட்சிகளுக்காகவே படங்கள் ஓடின. கதையோடு ஒட்டிய காட்சிகளும் சுவைபடத் தொடர்ந்தன.

சாய்ராமை நினைக்கும்போது பாலும் பழமும் படத்தை நினைவில் கொண்டுவராமல் இருக்கவே

முடியாது. தேவாங்கு ராக்கெட் லேகியம் என்று தயாரித்து வியாபாரம் பண்ணுவோம் என்று சிந்தாமணி வைத்தியன் பிள்ளையான பசையுள்ள சாய்ராமை நம்ப வைத்து ஏமாற்றி அவ்வப்போது பணம் பறித்துக் கொண்டிருப்பார் எம்.ஆர்.ராதா. குரங்கு சேஷ்டையுள்ள மனிதர்களுக்கு அந்த லேகியத்தைக் கொடுத்து சாப்பிட வைத்தால் அந்த சேட்டைகளெல்லாம் நாளடைவில் மறைந்து விடும் என்று நம்ப வைத்திருப்பார். படத்தில் அப்படி குரங்கு சேஷ்டை உள்ள மனிதராய் ஏ.கருணாநிதி இருப்பார். ராதா இதைச் சொல்லிக் கொண்டிருக்கும் போதே... க்கொர்ர்ர்ர்... என்று இடுப்பில் சொறிந்து கொண்டே அவர் முன் வந்து குரங்குபோல் குதிப்பார் அவர். முகபாவனை அசல் குரங்கு போலவே இருக்கும். போதாக் குறைக்கு அவரின் விடைத்த மூக்கு வேறு அவருக்கு வெகுவாய் ஒத்துழைக்கும்.

பார்த்தியா...நம்பகிட்டயே ஒரு ஜிப்பி இருக்கானேடா... இவனுக்கே கொடுத்து டெஸ்ட் பண்ணலாமே...! என்பார். லேகியம் தயாரித்து... குரங்குக்குக் கொடுத்து... சோதனை செய்வார்.

ஏண்டா...குரங்குக்கு லேகியம் கொடுத்தியே... ஏதாவது மாற்றம் தெரியுதா?சாய்ராம் – ம்ம்... ஒரு டப்பா லேகியத்தக் காலி பண்ணியிருக்கு...ஒண்ணு மில்ல... குர்...குர்ர்ர்ங்கிது... குதிக்குது...இது ரெண்டுதான் செய்யுது...

பின்ன குரங்கென்ன குர்ர்ன்னு குதிக்காம, கொஞ்சும்னு நினைச்சிக்கிட்டிருக்கியா...? குரங்குக்குக் கொடுக்காத இனிமே...குரங்கு மாதிரி சில மனுஷங்க இருப்பானுங்க... அவனுக்குக் கொடுத்து டெஸ்ட் பண்ணு...இப்ப தேவாங்கு மாதிரி மனுஷன் நீ இல்லியா...? அது மாதிரி குரங்கு மாதிரி எவன் இருக்கிறான்னு தேடிப் பிடிச்சுக் கொண்டாந்து அவனுக்கு லேகியத்தக் கொடேன்... எங்க

மாமா குரங்கு மாதிரி மனுஷனத் தேட முடியும்...? - என்று அலுத்துக் கொள்ள அப்போதுதான் மேற் சொன்னபடி அங்கு வந்து அசல் குரங்குபோல் குதிப்பார் ஏ. கருணாநிதி.

ஆஹ்ஹ்...ஹா..... வந்துட்டாண்டா... நம்ப செட்லயே ஒரு ஜிப்பி இருக்குடா... ஆ... என்னாடா...இவனுக்கே குடுத்து டெஸ்ட் பண்ணுவோம்... என்னாடா... வந்திட்டியா...?

மாமா...வந்துட்டேன்...உங்க கால்ல விழுந்து சரண் அடைஞ்சிட்டேன்... என்று சொல்லி இவரிடம் வந்து சேருவார்.

என்ன மாமா இது... அவனையும் இங்க சேர்த்துட் டீகளே... அப்ப என் கதி?நீ கவலப்படாதடா... நீதாண்டா நம்ப மாப்ளை... பணத்த நிறையக் கொண்டா... மெட்ராசுக்கு இன்னைக்கே புறப்படுவோம்... அங்கபோய் லேகியத்துக்கு வேண்டிய வாசன சாமான்லாம் வாங்கிட்டு வருவோம்... வா...வா...வா... - இந்தக் காட்சி இத்தோடு முடியும்.

இதில் எம்.ஆர்.ராதாவிடம் ஏமாறும் அப்பாவியாக சிந்தாமணி வைத்தியர் பிள்ளையாக சாய்ராமின் குடுமி வைத்த, தேவாங்கு போலிருக்கும் சப்பிப்போன, ஒல்லியான நீளமான அப்பாவி கிராமத்து முகத்தோடு ஒன்றும் அறியாதவராய் வந்து, படிப்படியாக ராதாவிடம் அவர் ஏமாறும் காட்சிகள் நம்மை அவர்பால் ஐயோ பாவம் என்று அதீத இரக்கம் கொள்ள வைக்கும்.

விஜயா வாஹினியின் நாகிரெட்டி அவர்களின் படமான மாயாபஜாரில்... ஜெய் பவா...விஜய் பவா... என்று வாழ்த்துச் சொல்லும் இரண்டு ஜோஸ்யர்களில் ஒருவராக பட்டுப் பீதாம்பரம் தலைப்பாகை கட்டிய சிறப்பு அணிகலன்களோடு தோன்றுவார் சாய்ராம். ஸ்ரீலக்னகுமாரன் ஜாதக முறைப்படி நயமான ஜாதகம்

இது... சௌபாக்யவதி வத்சலா கல்யாணம் ஜகப்பிரசித்த மாய் நடக்கும். ஆஹா... லக்ன பலன் கூட அமர்க்கள மாயிருக்கிறது... என்று அந்த வேஷத்திற்கு அத்தனை பொருத்தத்தோடு தோன்றுவார். எழுதப்பட்ட ச... ஜ... ஸ்ரீ... சௌபாக்ய... வசன உச்சரிப்புகள் தத்ரூபமாய் நின்று அவர் நடிப்புச் சாதுர்த்தியத்தை உயர்த்திப் பிடிக்கும்.

கல்யாண வைபவத்தில் அரண்மனைச் சாப் பாட்டுக்குப் பிறகு ஓய்வு எடுக்கையில் கடோத்கஜனின் (எஸ்.வி.ரங்காராவ்) சீடர்களின் மாய மந்திரத் தந்திரங் களில் சிக்கி, வட்டமிடும் மெத்தையில் படுத்து உறங்க முடியாமல். பட்டுப் பாயினை விரிக்க இயலாமல் பறக்கும் பாய் கண்டு பயந்து, அலறிப் புடைத்து அமர்க்களம் செய்யும் காட்சிகளும், திருமணத்திற்காகத் தயாரிக்கப்பட்ட விருந்தினைக் கண்டு மகிழ்ந்து அதை சகுனி மாமாவிடம் போய்ச் சொல்ல, அதற்குள் கிருஷ்ணனின் ஆளான கடோத்கஜன் வந்து அமர்ந்து கல்யாண சமையல் சாதம், காய்கறிகளும் பிரமாதம், அந்த கௌரவப் பிரசாதம்...இதுவே எனக்குப் போதும் என்று காலி செய்துவிட்டுப் போக..இவர்கள் பார்த்து இருந்த சாப்பாடு, பதார்த்தங்களெல்லாம் எங்கே மாயமாய் மறைந்தன என்று வியக்க... என்ன அநியாயம்... அவமதிப்பு...பெருத்த அவமதிப்பு என்று போய் சகுனி மாமாவிடம் (எம்.என். நம்பியார்) புகார் சொல்லி அழைத்து வர, அவர் வந்து பார்க்கும்போது எல்லாப் பண்டங்களும் அனைத்துப் பாத்திரங்களிலும் நிரம்பி யிருக்க... மாறி மாறி நிகழும் இந்த மாயாஜாலங்களில் மண்டை குழம்பிப்போய் பைத்தியம் பிடித்ததுபோல் இரண்டு விதூஷகர்களும் அலையும் காட்சிகள் பார்த்து ரசிக்கத்தக்கவையும், பிரமிக்கத் தக்கவையும் ஆகும்.

சாய்ராமுக்குக் கிடைத்த இப்படி எத்தனையோ முக்கிய கதாபாத்திரங்கள் அனைத்திலும் அவர் தன்

திறமையை நிரூபித்து, ரொம்பவும் இயல்பான, அனுபவம் வாய்ந்த தன் நடிப்பை வழங்கி அந்தந்த வேஷங்களுக்குப் பெருமை சேர்த்திருக்கிறார். முதல் படமான மோஹினியிலேயே எம்.ஜி.ஆர்., வி.என்.ஜானகி, டி.எஸ்.பாலையா, மாதுரிதேவி ஆகியோரோடு நடித்தவர் கே.சாய்ராம். நல்ல தங்கை, ஆரவல்லி, குமுதம், நீலமலைத்திருடன், சாரங்கதாரா, கண் திறந்தது என்று வரிசையாகப் படங்கள் இவருக்கு வந்து கொண்டேதான் இருந்தது. வசதி வாய்ப்போடு இருந்தவர், கைவீசிச் செலவுசெய்து சேர்த்ததையெல்லாம் இழந்து கடைசிக் காலத்தில் வறுமையோடுதான் கழித்திருக்கிறார். திருவாரூரில் பிறந்த கே.சாய்ராமுக்கு சட்டாம்பிள்ளை வெங்கட்ராமன் என்ற நடிகர்தான் ஆப்த நண்பராக இருந்திருக்கிறார். இருவரும் சேர்ந்துதான் திரையுலகில் அடியெடுத்து வைத்திருக்கிறார்கள்.

மிகுந்த திறமைசாலியான நடிகர் கே.சாய்ராம் பின்னாளில் கவனிக்கப்படாமல் போனது பெரிய துரதிருஷ்டமே...! நம் தமிழ்த் திரையுலகில் இப்படி எத்தனையோ பேர் பாதிக்கப்பட்டிருக்கிறார்கள், காலத்தால் மறக்கடிக்கப்பட்டிருக்கிறார்கள் என்பதுதான் மறுக்க முடியாத, வேதனையான உண்மை.

5

காகா ராதாகிருஷ்ணன்

இந்த உலகத்தில் நாம் காணும் உருவங்கள் எல்லா மும் அழகுதான். அவரவர் பார்க்கும் பார்வையைப் பொறுத்திருக்கிறது அனைத்தும். ஆங்கிலத்தில் *Features* என்று சொல்வார்கள். அது எல்லோருக்கும் திருப்தி யளிக்கும் விதத்தில் அமைந்திருப்பதில்லை. அப்படி இருந்தால் அது சாமுத்ரிகா லட்சணம் என்று பெயர் பெறும். அந்த லட்சணத்தின்படி எல்லாமும் பிடிச்சுப் பிடிச்சு வச்சிருக்கு என்று ரசிக்கப்படுபவர்களிடம் கூட ஏதேனும் ஒன்று குறைந்திருக்கும். சர்வ லட்சணங்களும் பொருந்திய ஒருவனுக்கு பெண் குரல் அமைந்திருக்கும். சர்வ லட்சணங்களும் அடங்கிய ஒரு பெண்ணுக்கு ஆண் குரல் ஆர்ப்பரிக்கும் அநியாயம். குறைந்தபட்சம் நடையிலாவது, அந்தச் சிரிப்பிலாவது, ஒரு பார்வை யிலாவது என்று எங்கேனும் ஒரு கறும்புள்ளியை வைத்துவிடுவதே. படைப்பின் மகிமை.

அழகு அவரவர் பார்வையைப் பொறுத்திருக்கிறது என்பது எவ்வளவு உண்மையோ அதுபோல் அவரவர் திறமையைச் சார்ந்த விஷயமும் கூட.! தனக்கு அமைந்ததை தன்னுள் அனுபவபூர்வமாய் உணர்ந்து அதையே தனது முதலாக்கிக் கொண்டு முன்னேறியவர்கள் ஏராளம்.

திரையுலகில் அப்படி நிறைய நடந்தேறியிருக்கிறது. அவரவர்களுக்கான முக லாவண்யத்தையே முதலாக்கியிருக்கிறார்கள். அவரவர்களின் சிரிப்பையே, சிரிப்பாய்ச் சிரிக்க வைத்து சிந்திக்க வைத்திருக்கிறார்கள். கண்களைக் காட்சிப் பொருளாக்கி, கருணை கொள்ளச் செய்திருக்கிறார்கள். உருவத்தையும், உயரத்தையும், உடல் மொழியையும் முதலாக்கி பிறரைப் பின்னுக்குத் தள்ளி முன்னேறியிருக்கிறார்கள்.

எல்லாவற்றுக்கும் தன்னம்பிக்கையும், அயராத உழைப்பும், தளராத முனைப்பும்தான் காரணம். அந்த வரிசையில் வந்தவர்தான் பழம்பெரும் நடிகர் திரு காகா.ராதாகிருஷ்ணன். நாயகனாக மட்டும்தான் சோபிக்க முடியுமா? நாயகனுக்குத் துணைவனாகவும் நின்று நிலை கொள்ள முடியுமே!

நாம் பிறப்பதற்கு முன்பிருந்தே நடித்துக் கொண்டிருந்தவர் அவர். விவரமறிந்து காண ஆரம்பித்தபோது ரசிக்க வைத்தவர். தன்னைத் தொடர்ந்து நினைக்க வைத்தவர். படத்துக்குப்படம் அடையாளம் காண வைத்தவர்.

எப்படி டைட்டில் போடுகிறார்கள் என்று பார்த்துப் பார்த்து பழக்க தோஷத்தில் நாமும் எல்லோரையும் போல்தான் அவர் பெயரை அப்படியே உச்சரித்துக் கொண்டிருந்தோம். ஆனால் அந்தப் பெயருக்கான காரணத்தை அறியும்போது இப்படியும் ஒருவர் செய்ய முடியுமா, அப்படிச் செய்தால் அவரைப் பற்றி அந்த

எதிராளி என்ன நினைத்திருப்பான், சாதகமாக நினைத் திருப்பானா அல்லது பாதகமாய் நினைத்திருக்கக் கூடுமா? என்று நாம் சிந்தனையில் ஆழ்ந்திருக்கையில், நடைமுறை வாழ்க்கையில் பார்க்க முடியாததையும், நடைமுறை வாழ்க்கையில் நடக்க முடியாததையும் கற்பனைத்துக் காட்சிப்படுத்திப் பார்வையாளர்களை வியக்க வைக்கவும், குஷிப் படுத்தி ஏற்றுக் கொள்ளச் செய்வதும்தான் திரைப்படங்களின் திறமையான காட்சி மொழி என்று அறிய நேர்ந்த போது அதை மகிழ்ச்சியோடு ஏற்றுக் கொண்ட ரசிகப் பெருமக்கள் நிறைந்த தமிழ்த் திரையுலகம் இவரையும் இருகரம் நீட்டி வரவேற்று ஆரத் தழுவிக் கொண்டது.

வேலையில் சேர காக்கா பிடிக்கணும்னு தாயார் சொன்னதை வைத்து, உண்மையிலேயே ஒரு காக்கா யோடு போய் நிற்பார் இவர். அக்காலத்தில் இந்தக்காட்சி ரொம்பவும் பிரபலம். அடிக்கடி நினைவு கூரத் தக்க தாய் அமையும், அதுவரை யாரும் செய்யாத, யாரும் நினைத்துக் கூடப் பார்த்திராத ஏதோ ஒன்றுதானே ஒருவனை மறக்க முடியாமல் காலத்துக்கும் அடையாளப் படுத்தி விடுகிறது?

"மங்கையர்க்கரசி" என்ற அந்தத் திரைப்படத்தில் நடித்த ஒரு காட்சிக்குப் பின்தான் இவர் "காகா ராதாகிருஷ்ணன்" ஆனார். காக்கை என்று சொல்ல வேண்டாம், காக்கா என்றும் சொல்ல வேண்டாம்... கா...கா... என்று கறைவதே அந்தப் பறவையின் அழைப் பாய் நிலைத்து விட்டது போல் இவர் பெயருக்கு முன்னாலும் நிரந்தரமாய் ஒட்டிக் கொண்டது "காகா..." . 1949 ல் வந்த அந்தப் படம் முதல் படமாக அமைந்து நீண்ட திரைப்பயணத்திற்கு வழிகோலியது.

தனது அறுபதாவது வயதிற்குப் பின்பும் திரைப்படங ்களில் நடித்துக் கொண்டிருந்தவர் காகா ராதாகிருஷ்ணன். முந்தைய தலைமுறை, இன்றைய தலைமுறை என்று

எல்லாக் காலத்துத் திரைப்படங்களுக்கும் பொருந்துவதாய் இருந்தது இவரது நடிப்பும் இவருக்கான காட்சி அமைப்புகளும். பொருந்துவதாய் இருந்ததை, ரசிக்கத் தக்கதாய் ஆக்கிக் கொண்டு உற்சாகமாய் வரவேற்றார்கள் இன்றைய ரசிகர்கள்.

கமலின் வசூல் ராஜா எம்.பி.பி.எஸ்., காதலுக்கு மரியாதை, உன்னைத் தேடி, மாயி என்று இவர் பயணம் செய்து கொண்டிருந்தபோது "தேவர் மகன்" திரைப் படத்தில் ஒரு முக்கிய கதாபாத்திரத்தில் அதுவும் நடிகர் திலகத்திற்குத் தம்பியாய்த் தோன்றும் கதா ஸ்தானத்தில், வாயும் முகமும், கையும் கோணிக் கொண்டு, நாற் காலியில் தூக்கி உட்கார்த்தி வைத்து பஞ்சாயத்தில் வம்பிழுக்கும் சண்டைக்காரராய், பெற்ற பிள்ளையான நாசரை அடக்கியாள முடியாதவராய், அவரின் அடா வடிக்கெல்லாம் இடம் கொடுத்துக் கொண்டு சொல்ல வும் முடியாமல், மெல்லவும் முடியாமல் தவிக்கும் சஞ்சலத்துக்கு உள்ளானவராய் வலம் வந்த அந்தச் சின்னத் தேவர் கதாபாத்திரம் யாரால் மறக்க முடியும்?

நடிக்கத் தெரிந்தவர்கள், நடிப்பில் தேர்ந்தவர்கள், செய்யும் தொழிலுக்கேற்ற தக்க அனுபவம் பெற்றவர்கள், தங்கள் கௌரவத்தைக் காப்பாற்றிக் கொண்டு ஒதுங்கி யிருந்தாலும் அல்லது காலம் அவர்களை ஒதுக்கி வைத்திருந்தாலும், அருமை உணர்ந்து அன்பு செய்து அழைப்போரின் வேண்டுகோளை ஏற்று, தங்கள் பங்கை செவ்வனே நிறைவேற்றி, காலத்தால் கருக்கழி யாதவர்கள் தாங்கள் என்பதை நிரூபித்தவர்கள் பழுத்த பழம் பெரும் நடிகர்கள்.

கட்டுரையின் ஆரம்பத்தில் சொல்லப்பட்ட அதையே இப்போதும் முன் வைக்கிறேன். தங்களுக்கு அமைந்த உருவ அமைப்பையே முதலாக்கி, தன்னம்பிக்கையோடு முன்னேறியவர்கள் என்கிற பெருமையை அடைந்தவர் களின் வரிசையில் காகா ராதாகிருஷ்ணனை நாம்

முதலில் முன்னிறுத்தியாகத்தான் வேண்டும். மனோகரா படத்தில் அவர் ஏற்றுக் கொண்ட பைத்தியம் என்று எல்லோராலும் கேலி செய்யப்படுகிற, டி.ஆர்.ராஜ குமாரியின் மகனாக நடிக்கின்ற வசந்தன் என்கிற கதாபாத்திரம். அசடு என்று எல்லோராலும் நினைக்கப் படுகிற அந்த விகல்பமில்லாத வசந்தனின் நடிப்பு நம் மனதை உருக்கச் செய்யும்.

மனோகரனைத் தூணில் சங்கிலியால் கட்டிப் போட்டு, சவுக்கால் விளாசிக் கொண்டிருப்பார் எஸ்.ஏ.. நடராஜன். இவர் அந்தக் காலத்தின் திரைப்படங்களின் ஃபேமஸ் வில்லன். வாராய்... நீ வாராய்... என்று பாடிக் கொண்டே மலையுச்சிக்குக் காதலியை அழைத்துச் சென்று தள்ளி விட முயன்றவர். அண்ணா... என்ன இது...? - அந்தக் காட்சியைப் பார்த்து அதிர்ச்சியுற்று வசந்தன் கேட்பான். உன்னை யார் கட்டிப் போடடது? வசந்தா... வா இங்கே...! முடியாது... எல்லாம் உன் னுடைய வேலைதானா...? அம்மா... அண்ணனை அவுத்து வுடு...

வசந்தா...சும்மாயிரு... உனக்கு ஒன்றும் தெரியாது... எனக்கு எல்லாம் தெரியும்... என் பிரியமுள்ள அப்பா... பெரியம்மா... அண்ணி... எல்லாரையும் சிறைல போட்ட... அண்ணனையும் கட்டிப் போட்டு அடிக்க ஆரம்பிச்சிட்ட... அண்ணா... அண்ணா...

வசந்தா... வா... இப்படி... ஹூம்... அண்ணா... அறுத் தெறி... அந்தச் சங்கிலியெல்லாம் அறுத்தெறிண்ணா... - டி.ஆர்.ராஜகுமாரி அவரை இழுத்துக் கொண்டு செல்வார்... வசந்தா... வசந்தா... சும்மாயிரு... விடம்மா என்னை... எல்லாம் உன் நன்மைக்காகத்தான் செய் கிறேன்... ஊம்... அண்ணனைக் கட்டிப் போட்டுக் கொல்றது தம்பியின் நன்மைக்காகவா...? மகனே...நீ ராஜாவாக வேண்டாமா... ராஜாவா... வேண்டாம்... வேண்டாம்... அப்புறம் உன்னாட்டம் ஒரு ராணி வந்து

சிறைல போடுவா...செத்தாலும் சாகுறேன்... அந்தச் சிம்மாசனம் வேண்டாம்மா... ஐயோ... எல்லாம் என் தலைவிதி... என் வயிற்றிலே வந்து பிறந்தாயே...? அதுக்குத்தான் நானும் கவலைப்படுறேன்... வாயை மூடு... முடியாது...

முடியாதா...? என்று கேட்டுவிட்டு அந்த அறைக் குள்ளேயே போட்டு பூட்டிவிட்டுப் போய்விடுவார். உள்ளேயிருந்து வசந்தன்... அம்மா... அம்மா... என்று கதவைத் தட்டிக் கதறுவான்...

இந்தக் காட்சியில் அப்பாவித்தனமாய் காகா நடித்திருக்கும் நடிப்பு... ஐயோ பாவம்... என்று நம்மை அவர் மீது இரக்கம் கொள்ள வைக்கும் அற்புதமான காட்சி. அப்பாவித்தனமான அவர் முகமும், ஒன்றரைக் கண்ணும், அசட்டுத் தனத்தை வெளிப்படுத்தும் வாயமைப்பும்... தொய்ந்த உடலும், சப்பிய முகமும், அசலாக அவரை நமக்குக் காண்பிக்கும். இன்ன பாத் திரத்திற்கு இவர்தான் பொருந்துவார் என்று கச்சிதமாகத் தேர்வு செய்த இயக்குநரை நினைக்கத் தோன்றும் நமக்கு.

காலங்கடந்து நடித்தாலும் நடிப்பில் மெருகு குலை யாது என்பதற்கு ஒரு காட்சி. காரணம் அவர்களின் மேடை நாடக அனுபவங்கள் அவர்களை அந்தளவுக்குப் புடம் போட்டு, திரையுலகுக்கு அனுப்பியிருக்கிறது என்றுதான் சொல்ல வேண்டும். நடிகர்திலகம் சிவாஜி கணேசனை மேடை நாடகத்துறைக்கு அறிமுகப்படுத்தி யவர் காகா ராதாகிருஷ்ணன் அவர்கள்தான். இருவரும் ஒன்றாகப் படித்தவர்கள் என்றும் ஒரு செய்தியிருக்கிறது.

காதலுக்கு மரியாதை படத்தில் ஒரு காட்சி. ரிடை யர்ட் கேப்டன் தர்மராஜ் என்று போர்டு மாட்டியிருக்கும் வீட்டின் காலிங் பெல் அடிக்கப்படுகிறது. கம்பீரமாய்க் கதவைத் திறந்து கொண்டு வெளியே வருகிறார் காகா.

எதிர்ப்படும் மீசைக்காரப் பெரியவரை நோக்கிக் கேட்கிறார். *Who are you...?* யாரைப் பார்க்கணும்?...

என்னண்ணே... என்னை மறந்திட்டீங்களா? என்று அவர் கேட்க...

மறந்திட்டனா..? என்று இவர் திகைக்க... சட்டென்று ஞாபகம் வந்து... ஆங்ங்ங்ங்... என்று இரைந்து கொண்டே...பாட ஆரம்பிக்கிறார்...

உன் கண் உன்னை ஏமாற்றினால்...

என் மேல் கோபம் உண்டாவதேன்? என்று அவர் முடிக்க...இருவரும் சந்தோஷமாய்ச் சிரித்துக் கொள்கிறார்கள்.

டட்டடா... டட்டடா... டட்டடா... டா... டா... ஆண்டவனை மறந்தாலும் அருணாசலத்த மறப்பனாடா...? - என்று சொல்லி அவர் மீசையைப் பிடித்துத் திருகுகிறார். உள்ளே போகிறார்கள்.

உட்காருலே... ஆங்...ஆங்... என்ன விஷயம்...?

வந்து... இவன்தான் என் மகன் ராகவன்...

மகனா...? நண்பரிடம் நெருங்கி...ஆமா...உனக்குத்தான் கல்யாணமே ஆகலியே... எப்டி இது...?

சொந்தம்லாம் கிடையாது. வளர்ப்பு மகன்தான். இவன பிஸ்னஸ் மானேஜ்மெண்ட்லயும், கம்ப்யூட்டர் கிளாஸ்லயும் சேர்த்திருக்கேன்... எனக்கு இவனை ஒட்டல்லயோ, ஹாஸ்டல்லயோ சேர்க்கிறதுக்கு இஷ்டமே கிடையாது... திடீர்னு உன்னோட ஞாபகம் வந்திச்சு... வாடா போகலாம்னு கூட்டிட்டு வந்திட்டேன்...

ஹா... பையனைப் பார்த்து...இங்க நான் தனியாத்தான் இருக்கேன்.உனக்கு இங்க தங்குறதுக்கு இஷ்டமா...?

ஆங்... இஷ்டந்தான்...

ம்ம்... டேய்... நீ வந்திருக்கே... உனக்கு ஒரு டீ...காபி போட்டுத் தரக் கூட இங்க ஆள் இல்ல... அவதான் என்னத் தனியாத் தவிக்க விட்டிட்டுப் போயிட்டாளே...! - தளுதளுக்கிறார்.

ஆமா...உன் ஒய்ஃப் இறந்து எத்தன வருஷாச்சு...?

ட்வென்ட்டீ இயர்ஸ்... டாய்... அவ பாடிய எடுக்க நான் சம்மதிக்கலடா... தூங்கிக்கிட்டிருக்கிறவளைத் தூக்கிட்டுப் போறேன்ங்கிறான்... அதுக்கு எப்டி நான் சம்மதிக்கிறது? த்ரீ டேஸ்...நானும் அவகூடப் படுத்தேன்... தூங்குனேன்... எனக்கு மயக்க ஊசி போட்டு... அவ பாடியை எடுத்திட்டுப் போய்ட்டானுங்க... அன்னைக்கு ஆரம்பிச்சதுதாண்டா இந்த வியாதி... மென்டல்... பைத்தியம்... ராத்திரில தூக்கமே கிடையாது... கண்ணை மூடினா பத்துப் பதினஞ்சு பசங்க... கத்தில குத்த வர்ற மாதிரி ட்ரீமு... அந்த நேரத்துல இத எடுத்தேன்னு வச்சிக்க ஒரு பய கிட்ட நிக்க மாட்டான்... என்று சொல்லிக் கொண்டே துப்பாக்கியை எடுத்துக் காண்பிக்கிறார். இருவரும் பலமாய்ச் சிரிக்கிறார்கள். மகனுக்கோ பயம் பற்றிக் கொள்கிறது.

அட நீங்க வேறே...இத உள்ளே வைங்கன்னேன்... எங்களுக்கு பஸ்ஸுக்கு நேரமாச்சு... நாங்க புறப்படு றோம்... நாளைக்குப் பையன்ட்ட பொட்டி படுக்கை யெல்லாம் கொடுத்தனுப்புறேன்... அப்போ நாங்க வரட்டுங்களா... - வாப்பா ராகவா... புறப்படு...

அவர் முன்னே நடக்க...பையன் எழுகிறார். மிஸ்டர்... - காகா உரத்துக் கத்த... பையன் பயந்து உதறுகிறார்...

மிஸ்டர்... நாளைக்குப் பொழுது விடியறது உனக்கு இங்கதான் இருக்கணும்... பெட்டர்...யூ கீப் தி டைம்... ஓ.கே...? போ... - துப்பாக்கியால் வெளியே காண் பிக்கிறார்.

பையன் ஆளை விட்டால் போதும் என்று ஓடுகிறான். பார்த்தவாறே சிரிக்கிறார். வயதானாலும் மிடுக்குக் குறையாத மிலிட்டரி மேன் பாவனையான அசல் நடிப்பு... மனைவி இறந்து தனியனாய்த் தவிக்கிறேன் என்று சொல்லும் குறையாத துக்கம்... குரல் நடுங்க... சட்டென்று அழுகைக்கு ஆட்பட்டு, மனசு தவிக்க தடுமாறும் வார்த்தைகள்...

எப்டி ஆளுங்கள்லாம் இருந்திருக்காங்கய்யா...? என்று நம்மை வியக்க வைக்கும் நடிப்புலகின் மறக்க முடியாத மேதைகள் இவர்கள். மனோகராவில் நடித்த காலத்திற்கும், காதலுக்கு மரியாதையில் நடித்த காலத்துக்குமான இடைவெளியை நினைத்துப் பாருங்கள். காலம் கடந்திருக்குமேயொழிய, எடுத்துக் கொண்ட தொழிலில் பிசிறு தட்டியே இருக்காது. மாயி படத்தில் வடிவேலுவுடன் இவர் அடிக்கும் நகைச்சுவைக் கூத்து மறக்கக் கூடியதா என்ன? இடைப்பட்ட காலத்தில் நடிக்காது போயிருந்தாலும், நடிப்பு மறந்து போயிருக்குமா என்ன? அனுபவச் செழுமை என்பது கைகூடியிருக்கிறது என்பதை காதலுக்கு மரியாதை படத்தில் கண்ணாரக் காண முடியும். அதுதான் பழைய கருப்பு வெள்ளை படத்தின், எழுபதுகள் வரையிலான நடிகர்களின் அர்ப்பணிப்பு வரலாறு.

துணிஞ்சவனுக்குத் துக்கமில்லை... அழுதவனுக்கு வெட்கமில்லை... நீ சமாளி... இது ஆரவல்லி படத்தில் காகா ராதாகிருஷ்ணன் அடிக்கடி சொல்லிக் கொள்ளும் பிரபலமான வசனம். ஆரவல்லி படம் பெண்களாய்ச் சேர்ந்து கொண்டு ராஜ்யம் நடத்தி, ஆரவல்லியும் சூரவல்லியும் சர்வாதிகாரிகளாய் வெற்றிக் கொடி நாட்டி, ஆண்களை அடிமைகளாக்கிக் கொடுமைப் படுத்தும் கதையம்சம் கொண்ட படம். இவர்கள் இரு வரும் மாயம் செய்யும் தந்திரோபாயங்களைக் கைக் கொண்டு வெற்றி கண்டவர்கள். ஆரவல்லியின்

நெல்லூரு பட்டினம் ராஜ்யத்தில் நடத்தும் போட்டியில் ஒவ்வொரு ராஜகுமாரர்களாய் வந்து கலந்து கொண்டு தோற்கிறார்கள். அடிமைகளாகிறார்கள்.

கும்மாளம் போட்டதெல்லாம் அடங்கியதா... உங்ககொட்டமெல்லாம் தன்னாலே ஒடுங்கியதா...?.

என்று பாடி அடிமைகளான ஆம்பளைகளை வேலை வாங்கிக் கொடுமைப் படுத்துகிறார்கள். கழுதைகளிடம் பால் கறக்க வைத்து விடுவார்கள். ஜி.ராமநாதன் இசையில் இந்தப் பாடல் டிங்கு டக்கு... டிங்கு டக்கு... டிங்கு டக்கு என்று இசையமைத்திருக்கும் பாணி இன்றைய குத்துப் பாட்டெல்லாம் அன்றைக்கே தோற்றது போங்கள்.

ஆரவல்லியிடம் போட்டியிட்டு அவளுக்கு அடிமை யாகிவிட்ட பீமசேனன் சிறைப்படுகிறான். அங்கிருந்து ரகசிமாய்த் தப்பி தர்மரிடம் வந்து சேருகிறான். சூரவல்லி புறப்பட்டுப் போய் நியாயம் கேட்கிறாள். தர்மர் தலை குனிகிறார் தன் தம்பியின் தவற்றிற்காக. தப்பி வந்தது தவறு என்று கூறி, உடனே கிளம்பிப் போய் விடு சூரவல்லியோடு என்று உத்தரவிடுகிறார்.

விபரமறிந்து பாண்டவர் மானத்தைக் காக்க என சங்கவதியின் மகன் அல்லிமுத்துவை வற்புறுத்தி அனுப்புகிறார் தர்மர். போய் போட்டியில் கலந்து கொண்டு வெற்றி பெற்று எப்படியேனும் பீமசேனனை மீட்டுவா என்கிறார்.

அட என்னத்துக்குமா இன்னமும் தயங்குறீங்க...தம்பி மட்டும் தனியாப் போனாப் பரவால்ல...நானும்தான கூடப் போறேன்...ஒவ்வொரு விஷயத்தையும் ஆராய்ச்சி பண்ணி, ஜோரா முடிச்சிக்கிட்டு நேரா வந்திடுவோம்... கவலைப்படாதீங்க... - காகா ராதாகிருஷ்ணன் துணைக்குக் கிளம்புவார். இந்தப் படத்தில் அவரின் பெயர் "ஆராய்ச்சி". ஆகு பெயர்.

இவ்வளவு தூரம் சொல்லியும் இன்னமும் தயங்குறீங்களே... அட...துணிஞ்சவனுக்குத் துக்கமில்ல... அழுதவனுக்கு வெட்கமில்ல... தயங்காம உத்தரவு கொடுங்கம்மா... கிளம்புவார்கள். ஆரவல்லியின் நாட்டுக்குள் நுழைந்தவுடன்... அங்கே பல காட்சிகள் கண்ணில் தென்படும். ஆண்கள் தண்ணீர் சுமந்து வருவார்கள். பெண்கள் கழுதை மேல் ஏறி உட்கார்ந்து பயணம் செய்ய, ஆண்கள் கழுதையை இழுத்துக் கொண்டு சென்று கொண்டிருப்பார்கள். ஆண்கள் வாசல் தெளிப்பார்கள்.

உலகக் கழுதைக்கு யோசனையில்ல...ஒரு சாண் வயிறு படும் தொல்லை...செவப்புக் கோழிக்கு வாலு நீளம்... தெருவச் சுத்துது மதியில்ல... இளவட்டக் கூட்டம் ஆள முறைக்குது... எடுத்துச் சொன்னாலே தெரியல்ல... ஆண்டவனே இந்த அதிசய மாந்தர் கதைதான் புரியல்லே...திரும்பிப்பாரு... திரும்பிப் பாரு... அங்கே திரும்பிப்பாரு...

என்று பாடிக் கொண்டே வருவார்கள். இந்தப் பாட்டுக்கு காகா ஆடிக் கொண்டே தெருவில் வர பல அடிமைக் காட்சிகள் தென்படும். குதிரைகளுக்குப் பதிலாக ஆண்களை தேருக்கு முன்னால் நுகத்தடி போட்டு இழுத்துவர, சவுக்கால் அடித்தவாறே அதில் சூரவல்லி வருவாள். இப்படியே அந்த நகருக்குள் நுழைந்து ஆரவல்லியின் மகள் அலங்காரத்தின் மூலம் போட்டியின் தந்திரம் அறிந்து வெற்றி அடைவார்கள். இந்தக் கதாபாத்திரத்தில் நாயகனாக நடித்தவர் பெயர் எஸ்.ஏ. நாகராஜன்... தோழனாக நடித்த காகா ராதாகிருஷ்ணனின் கதாபாத்திரம் பெயர் "ஆராய்ச்சி". எதற்கெடுத்தாலும் ஆராய்ச்சி பண்ணி... ஆராய்ச்சி பண்ணி என்று பேசுவதோடு, துணிந்தவனுக்கு துக்கமில்லை... அழுதவனுக்கு வெட்கமில்லை...சமாளி... என்கிற வசனத்தையும் அங்கங்கே தெளித்துக் கொண்டேயிருப்பார். பொருத்தமான இடத்தில் மிகப் பொருத்தமான ஒரு வசனத்தை

எத்தனை முறை சொன்னாலும் அலுக்காது என்பதற்கு இதெல்லாம் உதாரணம்.

மூன்று பெண்கள் சிலை. யார் சரியான பெண் என்று ஒரு போட்டி வரும். திரியை காதுக்குள் விட மறுகாது வழி வரும் அது. இன்னொன்று வாய் வழியே வரும். இன்னொன்று உள்ளேயே நின்று விடும். அவளே சரியான பெண் என்பார் காகா. இப்போட்டியில் ஏ. கருணாநிதி தோற்பார். பெண்களிடம் எந்த விஷயமும் நிற்காது என்பதற்கும், உள்ளேயே தங்கி விடும் திரியின் மூலம் அதுதான் சரியான பெண் என்று சொல்லி அப்படியும் சில அருமைப் பெண்கள் உண்டு என்பதைச் சொல்லாமல் சொல்லும் காட்சி அது.

விறுவிறுப்பான ஸ்வாரஸ்யமான திரைப்படம் ஆரவல்லி. இப்பொழுதெல்லாம் அம்மாதிரி ஒரு படம் எடுக்க முடியுமா என்பதே சந்தேகம். காரணம் கதை யமைப்பும், காட்சியமைப்பும், நடித்த நடிகர்களும், கதைக்குப் பொருத்தமான அர்த்தமுள்ள வசனங்களும், காட்சிக்குப் பொருத்தமான பாடல்களும், இனிமை சேர்க்கும் கர்நாடக சங்கீத ராகத்தின் அடிப்படையில் அமைந்த பாடல்களும் தேர்ந்த இசையமைப்பும்...ஆக எல்லாமும் சேர்ந்து, பெருத்த நட்சத்திர நடிகர்கள் இல்லையாயினும் அதன் கட்டுக்கோப்பான உருவாக்கு தலுக்காகப் பெரு வெற்றியைச் சந்தித்தது அப்படம்.. எந்தக் கதாபாத்திரத்திலும் மிகையற்ற இயல்பான நடிப்பைப் பார்க்க முடியும் இவரிடம். அந்தந்தப் பாத்திரத்தில் அப்படி அப்படியே பொருந்திப் போனது தான் இவரது அனுபவத்தின் சாரம்.

1925 ல் திண்டுக்கல்லில் பிறந்த காகா ராதாகிருஷ்ணன், 1940 களிலிருந்து மேடை நாடகங்களில் நடிக்க ஆரம்பிக் கிறார். 1949 ல் மங்கையர்க்கரசிதான் அவரது முதல் படமாய் அமைகிறது. சுமார் பத்தாண்டு காலம் மேடை நாடக அனுபவத்தோடு சினிமாத் துறைக்குள்

வரும்போது, அவரது முந்தைய நடிப்பு அனுபவமே அவரை முன்னிறுத்தி தொடர்ந்த வாய்ப்புக்களைக் கொண்டு வந்து தருகிறது. ஆறு வயதில் நவாப் ராஜமாணிக்கம் நாடகக் குழுவிற்குள் நுழைந்து பிறகு என்.எஸ்.கிருஷ்ணன் நாடகக் குழுவில் சேர்ந்து திறமை யான அனுபவம் பெற்று திரையில் தோன்றி மிளிர்கிறார். திரைப்படங்களில் நடிப்பது என்பது சர்வ சகஜமான ஒன்றாக அமைந்து நல்ல பெயரைக் காலம் ஈட்டித் தருகிறது.

நல்லதம்பி, சந்திரகிரி, வண்ணசுந்தரி, உத்தமபுத்திரன், மனோகரா, தாய் மகளுக்குக் கட்டிய தாலி, தாய்க்குப்பின் தாரம், வந்தாளே மகராசி என்றும் நூற்றுக்கும் மேற்பட்ட படங்களில் நடித்த இவர் பிற்பாடு அறுபது வயது கடந்துவிட்ட பொழுதுகளில் இளைய தலைமுறை நடிகர்களுடனான படங்களிலும் நடிக்க ஆரம்பிக்கிறார். உலகநாயகன் கமலஹாசன் இவரைப் பற்றிப் பெருமை யாகச் சொல்லிக் கொண்டே அவரது படங்களில் வாய்ப்புக்கள் அளிக்க ஆரம்பித்தார். குறிப்பாகத் தேவர் மகன் படத்தில் அவர் ஏற்றிருந்த சின்னத்தேவர் கதாபாத்திரம் யாராலும் மறக்க முடியாதது. வசூல் ராஜாவில் உடல் சரியில்லாத நிலையிலும், தட்டுத் தடுமாறி எழுந்து, அந்த சிவப்பு காயினுக்குப் பதிலான கறுப்புக் காயினைக் குறி வைத்து, ஸ்டைகரை எடுத்து மூக்குக் கண்ணாடிக்கு உள்ளே ஊடுருவும் கண்களின் கூர்மையில் குறிபார்த்து அடித்து, குழிக்குள் தள்ளு வாரே... அவரவரின் உள்ளே ஒளிந்திருக்கும் திறமையும், முனைப்புமே உடல் நோவை ஒதுக்கித் தூக்கி நிறுத்தி விடும் என்பதற்கடையாளமான அந்தக் காட்சி இன்றும் நம் கண் முன்னே நின்றுகொண்டுதானே இருக்கிறது. அப்பா அப்பா என்று நோயிலிருந்து மனோதத்துவ ரீதியாகக் காப்பாற்றப்பட்ட அப்பாவை நினைத்து நெஞ்சுருகி, கிரேஸி மோகன் கமலுக்கு உதவ முன் வரும் அடுத்தடுத்த காட்சிகள் திரும்பத் திரும்பப் பார்க்கும்

பொழுதும் நம் மனசை நிறைத்துக் கொண்டுதானே இருக்கின்றன.

காகாராதாகிருஷ்ணன் தமிழ்த்திரைப்பட ரசிகர்களின் மனதில் என்றும் வாழ்ந்து கொண்டிருக்கிறார். 2012 ஜூன் 14 ல் அவரது மரணம் நிகழ்கிறது. திறமை வாய்ந்த இவர் மாதிரியான பழம்பெரும் நடிகர்களின் திரைப்படங்களை, வாழ்க்கையை, அனுபவங்களை... ஆவணப்படுத்த நாம் தவறி விட்டோம் என்று வருந்துகிறார் முக்தா சீனிவாசன் அவர்கள். அதுதான் சத்தியமான உண்மை.

6

காளி என். ரத்னம்

என்னப்பா... நீதானப்பா சொன்ன... அதாம்ப்பா அனுப்பிச்சிருக்கேன்... கோவிச்சிக்காதப்பா... டயத்துக்கு அனுப்பிட்டன்லப்பா... சந்தோஷமா ஏத்துக்கப்பா- இப்படிச் சொல்லிக் கொண்டேதான் இக் கட்டுரையை ஆரம்பிக்க ஆசை. அதுதான் பொருத்தமாய் இருக்கும். நானாக அப்படி நினைக்கவில்லை. அதுவாகவே அப்படி அமைந்துவிட்டது. ஒருவரைப் பற்றியதான தொடர்ச்சி யான நினைவுகள் நம்மையும் அப்படி மாற்றி விடுகின்றன.

அவர் பெயரைச் சொன்னாலே, ஏன் அவரை நினைத்தாலே முதலில் மனதில் வருவது சபாபதி திரைப்படம்தான். டி.ஆர்.ராமச்சந்திரன் நாயகனாக நடிக்க காளி என்.ரத்னம் அவருக்கு வேலைக்காரன்.

காளிஎன்.ரத்னத்தை நினைக்கையிலேயே அவரது அப்பாவித்தனமான... ஹூம்... வெகுளித்தனமான... ஹூம்...முட்டாள்தனமான... இப்படிச் சொல்வதுதான் சாலப் பொருத்தமாய் இருக்கும். இது அவரைத் திட்டுவதல்ல... அவரை இழிவு செய்வதல்ல... அந்தக் கதாபாத்திரம் அப்படியான ஒரு காரெக்டர் என்றே நிர்ணயித்து அதற்கு யார் பொருத்தம் என்று தேடிய போது காளி என்.ரத்னம் நினைவுக்கு வர அவரே ஒப்பந்தம் செய்யப்பட்டு நடித்து (நடித்து என்ற சொல்லும் பொருத்தமல்ல... வாழ்ந்து என்பதே நூறு சதவிகிதம் பொருந்தும்-) படம் வந்தபோது அவரே அதில் நின்றார். முகத்தில் கொஞ்சமும் புத்தியுடைய வனாகத் தெரியக் கூடாது. அடி மடையனாக ஒருவன் இருந்தால் எப்படியிருக்கும்? அதுதான் இந்தக் காரெக்டர். நாடகத்தில் பம்மல் சம்பந்தம் நடித்த அந்தக் கதாபாத்தி ரத்தை, தான் ஏற்று சிறப்பாகச் செய்ய வேண்டும் என்று காளி என்.ரத்னம் ஆசைப்பட்டார். அவர் விருப்பம் போலவே அவருக்கு இந்த வேடம் கிடைத்தது. இப்பொழுது உடனே இந்த சபாபதி படத்தை யார் போட்டுப் பார்த்தாலும், காளி என் ரத்னம்பற்றி நான் இங்கே சொல்லியிருப்பது சரிதான் என்பதை உணர முடியும். அந்த முட்டாள்தனம் யாருக்கும் வராது. உண்மைலயே ஆள் இப்படித்தானோ என்பதுபோல் அசலாய் வாழ்ந்திருப்பார். கண்ணும், வாயும், சிரிப்பும், பேச்சும்... எல்லாமே ஒன்றுக்கொன்று பொருந்தி உணர்த்தி நிற்கும்.

ஒரு படத்தின் வெற்றிக்கு நகைச்சுவைக் காட்சிகளே தூணாய் நின்று உதவும் என்பதற்கு இந்தப் படம் ஒரு உதாரணம். கதையின் மையக்கரு, அதன் போக்கு என்பதையெல்லாமும் பின்னுக்குத் தள்ளி விட்டு நகைச்சுவை ரசம் தன்னை முன்னே நிறுத்திக் கொண்டு- நான்தான் முதல் - என்று தலையை முன்னே நீட்டிப் பார்த்தது இத் திரைப்படத்தில்..

கதாநாயகன் பெயரும், வேலைக்காரனின் பெயரும் ஒன்று என்பதுதான் படத்தின் நகைச்சுவைக்கு ஆதாரமாய் நின்ற அஸ்திவாரம்.

எதைச் சொன்னாலும் புரிந்து கொள்ளாத, தவறாய் வேறொன்றைப் புரிந்து கொள்கிற, அப்படிப் புரிந்து கொள்வதே முட்டாள்தனம் என்று அறியாத, முட்டாள்தனம் என்றாலே என்ன என்றே தெரியாத, செய்தது தவறு என்று உணராத, (உணருபவன் என்றால் அதற்காக வருந்த நேரிடும்-அப்படி வருந்தினால் அடுத்தாற்போல் இம்மாதிரித் தவறு நிகழ்ந்து விடக் கூடாது என்று திருத்திக் கொள்ள நேரிடும், அதெல்லாம் தெரியாதவன்தானே மடையன்) அப்படி உணராமலேயே திரும்பத் திரும்ப அப்பாவித்தனமாய்த் தவறுகள் செய்து கொண்டிருப்பவனாய் (நீதானப்பா சொன்ன...சரியாச் சொல்லுப்பா... அப்பத்தான நான் சரியாச் செய்ய முடியும்... என்று எதிராளிக்கு அட்வைஸ் வேறு) அமைந்த ஒரு பாத்திரம் என்றால் அது சபாபதி படத்தில் காளி என்.ரத்னம் ஏற்றுக் கொண்டு நடித்த சபாபதி காரெக்டர்தான்.

நடிக்க வந்து நாடக சபாக்களில் தலையைக் காட்டிய போது பெரும்பாலும் பலருக்கும் அமைந்தது பெண் வேஷம்தான். நடிகர்திலகமும் பாய்ஸ் கம்பெனியில் அம்மாதிரிப் பெண் வேஷமிட்டுக் கலக்கியவர்தான். அதுபோல் 12 வயதில் நாடக உலகிற்குள் நுழைந்த காளி என்.ரத்னத்திற்குக் கிடைத்ததும் பெண் வேஷம்தான். மதுரை ஒரிஜினல் பாய்ஸ் கம்பெனியில் 27 ஆண்டுகள் நடிகராகவும், மேலாளராகவும் பணியாற்றி மிகுந்த அனுபவத்தோடுதான் திரைத்துறைக்குள் நுழைந்திருக்கிறார். 1936லேயே அப்போது பிரபலமாயிருந்த இந்த பாய்ஸ் கம்பெனி ஒரு திரைப்படமும் எடுத்திருக்கிறார்கள். படம் "பதிபக்தி" டி.ஆர்.பி. ராவ் என்பவரும் இன்னொருவரும் சேர்ந்து இயக்கியது இப்படம்.

1897ல் கும்பகோணம் அருகிலுள்ள மலையப்பநல்லூரில் பிறந்த இவர், பரமேஸ்வரய்யர் என்பவரிடம் நடிப்புப் பயிற்சி பெற்றுச் சிறந்தார். கோவலன் நாடகத்தில் காளி ரோல் ஏற்று திறம்படச் செய்ததால் அதன் பின் இவர் காளி என்.ரத்னம் என்றே வழங்கலானார். கோவை டிராமா டூரில் இருந்தபோது மனம் நெருங்கி, பரஸ்பரம் பிரியம் கொண்டு சி.டி.ராஜகாந்தம் என்ற நடிகையை மணந்தார். இவர் பழைய திரைப்படங்களில் பிரபல மானவராய்த் திகழ்ந்தார். அழுத்தம் திருத்தமாய் வசனம் பேசுவதிலும், வெடுக் வெடுக்கென்று முக பாவங்களை வெளிப்படுத்துவதிலும், கணீரென்ற குரல் வளமும் கொண்டிருந்ததால் தொடர்ந்து வாய்ப்புக்கள் கிடைத்துக் கொண்டேயிருந்தன. இவரும் காளி என். ரத்னமும் சேர்ந்து பிரபல காமெடி ஜோடியாக வலம் வந்தனர். அந்தக் காலத்தில் என்.எஸ்.கே. + டி.ஏ.மதுரம் ஜோடிக்குப் பெரும் போட்டியாக அமைந்திருந்தனர். ராஜலட்சுமி என்று ஒரு மகள் உண்டு இவர்களுக்கு. பிரபல பின்னணிப் பாடகர் திருச்சி லோகநாதனின் துணைவியார்தான் அவர்.

காளி என்.ரத்னத்தின் சிறப்பம்சமே நிரந்தரமாக மொட்டைத் தலையோடு நின்றதுதான். ஆனால் அந்தத் தலை எந்தப் படத்திலும் வெட்டவெளியாகத் தெரிந்த தில்லை. நடிப்புக்கென்று விதவிதமான சிகையலங்காரம் தேவைப்படும் என அப்படியே விட்டுவிட்டார். அந்தக் காலத் திரைப்படங்களில் அவரது ஒப்பனையைச் சற்று உற்றுக் கவனித்தால், நாடகங்களில் தென்படும் அதே வகையான ஒப்பனைத் தோற்றமாய் காணப்படுவதை உணரலாம். அந்த மொட்டை வெளியே தெரிந்ததே யில்லை. தலைப்பா கட்டிக்கொண்டு, ஏற்றிக் கட்டிய ஒரு வேட்டி, காடா துணியில் தைத்த கையில்லாத ஒரு பனியன் போன்ற ஒரு சட்டை அல்லது ஒரு தொள தொளா சட்டை (பழம் பெரும் எழுத்தாளர் திரு. சி.சு. செல்லப்பாவின் தோற்றம் அந்த கௌரவமான

இலக்கியவாதியிடம் படிந்திருந்ததை நான் கண்டிருக் கிறேன் - கையில்லாத காடாத் துணி பனியன் மற்றும் நீர்க்காவி ஏறிய ஒரு நாலு முழ வேட்டி-இதுதான் அவரது தோற்றம்), ஒரு சின்னக் கைப்பிடி மேல் துண்டு இவைகள்தான் நடிகர் ரத்னத்தின் அடையாளம்.

எந்நேரமும் வெற்றிலைக் காவி கமழும், வாயில் ஊறவைத்து சவைத்துக் கொண்டிருக்கும், அடக்க முடியாது வழிய விட்டு விடும் தாம்பூலம் தரித்த வாயோடு, அதிலிருந்து வழியும் சொற்களோடு, அகன்ற வாயின் பெரிய பெரிய பற்களில் ஆளை அடையாளப் படுத்துவதுபோல் அமைந்திருக்கும் காவிக் கறை, அத்தோடு அவர் கொன்னிக் கொன்னி, கொஞ்சிக் கொஞ்சி அல்லது கெஞ்சிக் கெஞ்சிப் பேசும் முறை, அதில் அமைந்திருந்த இயற்கையான பாவம், அப்பாவித் தனம், அறியாமை, அத்தனையும் மீறிய அன்பும் நெருக்க முமான மன உறவு, இவையே அவரைத் தமிழ் சினிமா ரசிகர்கள் மத்தியில் அடையாளப்படுத்தி நிறுத்தியிருந்தன. முதல் பார்வையிலேயே முதல் படத்திலேயே பார்த்த ரசிகர்கள் காளி என்.ரத்னம் என்கிற பெயரை மனதுக் குள் பூட்டி வைத்துக் கொண்ட காலங்கள் அவை. மற்றவர்களிடமிருந்து வித்தியாசப்படும்போதுதான் இம்மாதிரியெல்லாம் நிகழும் வாய்ப்புக்கள் உண்டு. அல்லாத பட்சத்தில் பத்தோடு பதினொன்றாகத்தானே இருந்தாக வேண்டும்.

ஐம்பதுகள் வரையில் தொடர்ந்து திரைப்படங்களைப் பார்த்து வந்த, தமிழ் சினிமா மூத்த தலைமுறை ரசிகர் களுக்கு, இன்றைய அந்த வயதான பெரியோர்களுக்கு காளி என்.ரத்னம் என்றால் ஏதோ அவர்களது பக்கத்து வீட்டுக்காரனைப் பார்ப்பது போன்று, அவர்கள் வீட்டுச் சொந்தங்களைப் நேசிப்பது போன்றதான நெருங்கிய உணர்வோடு, கண்களில் நீர் கசிய நீண்ட பெருமூச்சோடு "ம்ம்ம்... அது ஒரு காலம்...!" என்றே விளித்துப் பேசி பெருமை கொள்வார்கள்.

எம்.ஜி.ஆர் இவரைக் குரு என்று சொல்லியிருக்கிறார். நடிப்புக்கா குரு என்று தகவல் அறிவோருக்கு ஒரு சந்தேகம் வந்து கொண்டேயிருக்கும். தற்காப்புக் கலையை (Martial Arts) அவருக்குக் கற்றுக் கொடுத்தவர் காளி என்.ரத்னம்தான். அந்தவகையில் அவர் குரு வானார்.

1941 ல் வெளிவந்த சபாபதி திரைப்படம்தான் நகைச் சுவைக் காட்சிகளின் உச்சங்களைக் கொண்டவை. அத்திரைப்படத்தின் நகைச்சுவைக்காகவே மக்கள் திரும்பத் திரும்ப பார்த்துக்கொண்டேயிருந்தார்கள். தங்கள் குடும்பக் கவலையை மறக்க, உறவுகளோடு மகிழ்ந்திருக்க, மாற்றமில்லாத பொழுதுகளை புதுப் பித்துக் கொள்ள என்று திரைப்படங்களை நாடியபோது, இவரின் படங்கள் இயல்பான ஒன்றாக, நாம் வீதிகளில் அன்றாடம் சந்திக்கும் ஒரு எளிய மனிதனின் விகல்ப மற்ற சம்பாஷனை கொண்ட காட்சிப்படுத்தலாக அமைந்திருந்தது. ஏ.வி.எம். நிறுவனம் அதற்கு முன் ஒரு திரைப்படம் எடுத்து சற்றே சரிவில் இருந்த ஒரு கால கட்டம். இப்படத்தின் வெற்றியினால் தலை நிமிர்ந்தது. பின்புதான் என்.எஸ்.கே., டி.ஏ.மதுரம் ஜோடிக்குப் போட்டி என்று காளி என். ரத்னம் - சி.டி. ராஜகாந்தம் ஜோடியைப் பேச ஆரம்பித்தார்கள் தமிழ்த் திரை ரசிகர்கள்.

காளி என்.ரத்னத்திற்கு அமைந்ததே அவரது அப்பாவித் தோற்றமும், அந்தத் தோற்றத்தையே நிலை நிறுத்தும் அடையாளமான பாவங்களும், அவர் ஏற்றிருக்கும் பாத்திரங்களுக்குப் பொருந்தி அமர்ந்து கொண்டன. பாகவதர் வேஷமானாலும் சரி, ஆபீஸ் பியூன் ஆனாலும் சரி, வீட்டு வேலைக்காரனானாலும் சரி... என்று எல்லாவற்றிலும் அவர்கள் இதற்கென்றே பிறந்தவர்கள் என்பதான எண்ணத்தை ஏற்படுத்தக் கூடிய விதமாக நடிப்பில் சிறந்து விளங்கினார்கள். அதே குரல்தான்,

அதே சேட்டைகள்தான்... என்றாலும் வசனம் பேசும் பாங்கில் நாடக அனுபவங்கள் கைகொடுக்க அந்தந்தப் பாத்திரங்களாகவே மாறிப் போனார்கள்.

1940இல் வெளிவந்த உத்தமபுத்திரன் என்ற திரைப் படத்தில் காளி என்.ரத்னத்தின் நகைச்சுவை சொல்லத் தக்கதாய் அமைந்திருந்தது. அதற்குப்பின் அடுத்தடுத்த படங்கள் அவரது வெற்றியை உயரே கொண்டு சென்றன.

நல்ல காலம் பிறக்குது...நல்ல காலம் பிறக்குது... என்று குடுகுடுப்பையை உருட்டியவாறே அசல் குடு குடுப்பைக்காரனாய் அந்தக் குடிசை வீட்டு வாசலில் நின்று குரல் கொடுக்கும் அந்தக் காட்சி - இன்று நாமும் ரசிக்கத்தக்கதாகத்தானே இருக்கிறது.

வெளியே வருகிறாள் செல்லி... இதென்ன கொள்ளை...? - என்று அந்த வேஷத்தைப் பார்த்து கேள்வியை வீசுகிறாள்.

அதிருக்கட்டும்...செல்லி...சௌக்கியமா?

ஆமா... இப்பவாவது கேட்க வந்துட்டீங்களே...? - இந்த அலுப்பு அவருக்கு அதிர்வை ஏற்படுத்த ஆதர வாய்க் கையைப் பிடிக்கிறார்.அவளுக்கு இது மகிழ்ச்சியை ஏற்படுத்த, இருவரும் குடிசைக்குள் போகிறார்கள்.

எங்க போயிட்டான் கதாநாயகன்...? - சூட்சுமமான கேள்வி.

அது யாரு...? ஒம் புருஷன்...! !

ஓகோ... வெளிய போயிருக்காரு... அது இருக்கட்டும்... சரடு வாங்கித்தாரேன்னுட்டு, சரடு விட்டுட்டுத்தானே போயிட்டீங்க...

க்கும்... சரடு கிரடுன்னு சொன்னே... நான் பெரிய்ய்ய முரடாயிடுவேன்... நான் வரும்பொழுதெல்லாம் நீங்க

மஜாவுல இருந்தீங்க... இன்னொரு சமயம் பார்த்துக் கலாம்னா எனக்கு எத்தனையோ வேலை...

வேல... பெரிய்ய்ய்ய்ய வேல...!

அவள் தோளைத் தொட்டு... அட... நான் பகல் வேஷம் மட்டுமல்ல... ராஜாங்கத்துல உளவாளி உத் யோகம்... எத்தன பேரச் சிக்க வச்சிருக்கேன் தெரியுமா..? - மீசையை முறுக்குகிறார்...

என்னைய எதுலயாவது சிக்க வச்சிராதீங்க...

நீதான் எங்கிட்ட சிக்கியிருக்கியே... உன்ன அங்க சிக்க வச்சுட்டு...நான் இங்க என்ன எண்றது? உன்ன சிக்க வைக்க மாட்டேன்...கக்க வைப்பேன்... ஹ.ஹ்ஹா... சிரிக்கிறார்.

பிறகு குழைந்து...ம்...செல்லி...ஒரு வேல செய்றியா...? - என்ன...?

உனக்கு சரடு வேணுமோ...? - ஆமா... கண்டிப்பா வேணும்...

அப்படீன்னா உன் அட்டியக் கழட்டிக் கொடு... அத அழிச்சி, கொஞ்சம் பொன்னு போட்டு, பெரிய்ய்ய்ய சரடா நெரடில்லாம செஞ்சிட்டு வர்றேன்...

ம்... சிரித்துக் கொண்டே திருப்தியாய் செல்லி... தாலியைக் கழட்டிக் கொடுக்கிறாள். ஜன்னல் வழியாக ஒருவன் இதைப் பார்த்து விடுகிறான்.

கையில் வந்த அட்டியோடு... ஏவ்வ்வ்வ்வ்வ்வ்... என்று பெரிய்ய்ய்ய ஏப்பம்.

என்ன ஏப்பம் பலமாயிருக்கு...?

ஆமா... இது ஏப்பந்தான்... - அட்டியைப் பார்த்துக் கொண்டே சொல்கிறார். அதிருக்கட்டும்...செல்லி நாளைக்கு... என்று சொல்லிக்கொண்டே அவள் கையை லேசாகத் தொட்டு, முத்தம் கொடுப்பதுபோல்

உதட்டைக் குவிக்க, அதையும் அந்த ஆள் பார்த்து விடுகிறான். சட்டென்று அவள் சைகை செய்ய, இவர் ஜன்னல் பார்த்து சுதாரிக்க.. விலகி நின்று குடு குடுப்பையை உருட்டிச் சமாளிக்கிறார்...

அம்மா பலிக்கவே... அம்மா பலிக்கவே... எங்கம்மா பலிக்கவே...காளி...காளி...மகமாயி... நொண்டி வீரப்பா... கருப்பண்ணசாமி ஓடிவா... எங்கருப்பண்ணசாமி ஓடி வா... காரியம் முடியும்போது ஒரு காளை வந்தது...ஒரு காளை வந்தது... அந்தக் காளையைப் பார்த்துட்டு இவன் கண் கலங்கி ஐயோன்னு போறான்...ஐயோன்னு போறான்... அந்தக் காளையை ஒழிக்க இந்தக் கன்னி தான் வேலை செய்யணும்...இந்தக் கன்னிதான் வேலை செய்யணும்... என்று அவளைப் பார்த்துக் கண்ணடித்துக் கொண்டே உடுக்கையை உருட்டுகிறார். இந்தக் கன்னி மனம் வச்சா காரியமெல்லாம் கை கூடும்...காரிய மெல்லாம் கைகூடும்... அந்தக் காளை கண்ணோட்டம் போட்டு கடுங்கோபமாப் பாக்குறான்...கடுங்கோபமாப் பாக்குறான்... அதுக்காக இந்தக் காளை பயப்பட மாட்டான்... பயப்படமாட்டான்... வந்த காரியத்தை முடிச்சிட்டுத்தான் போவான்... முடிச்சிட்டுத்தான் போவான்... என்றவாறே நழுவுகிறார்.

ஏய்...குடுகுடுப்ப... நினைச்ச காரியம் பலிக்குமாடா...? கேட்டுக்கொண்டே அந்தாள் உள்ளே வர... பலிக்குமே... பலிக்குமே... கணபத்ரகாளி, நொண்டி வீரப்பா... என் கருப்பண்ணசாமி ஓடிவா...கருப்பண்ணசாமி ஓடிவா... நெனச்ச காரியம் பலிக்க நெடுநாள் ஆகும்...நெடுநாள் ஆகும்... நாளாக ஆக நாளாக ஆக கன்னி நயம்மா வருவா... நயம்மா வருவா... என்று தப்பிக்க முயல... அந்தாள் ஓங்கி ஒரு தள்ளுத் தள்ளுவார்...ஏய்ய்...! இந்த அலறலில் நடுங்கிப் போவார்.

என்னடா கைல... - குடு குடுப்பை...

இந்தக் கைல...? - கேட்டுக் கொண்டே... என்னடா மறைக்கிற...? என்று அட்டிகையைப் பார்த்துவிட்டு அதிர்ந்து...டேய்...பட்டாபி... அங்க இங்க சுத்தி என் அடி மடிலயே கைய வச்சிட்டியேடா... என்ன தைரி யண்டா உனக்கு...? என்று கேட்டுக்கொண்டே அதைப் பிடுங்கிக் கொண்டு மொத்த ஆரம்பிப்பார்...

வேணாம்..வேணாம்...வேணாம்...செத்துருவேன்... அலறியடிக்க...

இனிமே இந்தப் பக்கம் வந்தே...ஜாக்கிரதை... போடா...நிக்காத... நிக்காத...ஓடுறா...ஓடு...ஓடு... என்று அடித்து விரட்ட, கதவை எக்கித் தள்ளித் திறந்து ஆளை விட்டால்போதும் என்று தப்பித்து ஓடுவார்.

இன்று இந்தக் காட்சி சாதாரணமாய்த் தோன்றி னாலும், அதில் உள்ள இயல்புத் தன்மை... செயற்கைத் தனமில்லாத நடிப்பு, குடுகுடுப்பைக்காரனாய் வரும் பொழுதே தப்புச் செய்யத்தான் என்பதுபோலான பம்மிப் பதுங்கிய வரவு, புருஷன்காரனக் கண்டதும் சட்டென்று சுதாரிக்கும் பயம், பிறகு சமாளிக்கும் வேஷம்... அடி மாறி மாறி விழ ஆளை விட்டால் போதும் என்று ஓட்டமெடுக்கும் வேகம். என்று மொத்தக் காட்சியிலும் இருக்கும் ஒரு யதார்த்தமான இயல்பான தொடர்ச்சி... நிஜ வாழ்க்கையில் காணும் காட்சிகளைப் போலவே நம்மை ரசிக்க வைக்கும்..

ஆற்றங்கரைப் பக்கம் ரத்னம் சென்று கொண்டிருப்பார். நெற்றியில் பட்டை விபூதி பளிச். அவர் ஒரு பாகவதர். அன்று அமாவாசை. அமர்ந்திருக்கும் அய்யர் அவரை அழைப்பார். அடடே.... வாரும் வாரும்... என்று அழைக்க... என்ன என்று இவர் போய் உட்கார...இன்னைக்கு அமாவாசை... தெரியுமோ... தர்ப்பணம் பண்ணிட்டுக் குளிச்சா புண்ணியமாக்கும் என்பார். அப்டியா...சரி... என்று தாடையைத் தடவிக்கொண்டே அவர் முன்

உட்காருவார்... அப்படி அவர் உட்காருவது சவரம் செய்து கொள்ள உட்காருவதுபோல் இருக்கும். போறாதே... பக்கத்துல ஒரு பொம்மனாட்டி வேணுமே... இருந்தாத்தான் சிலாக்கியம் என்று அய்யர் சொல்ல... அப்டிங்களா...இதோ வந்துடறேன்... என்று புறப்படுவார். கொஞ்சம் தள்ளி இன்னொரு அய்யர் ஒரு தம்பதியருக்கு தர்ப்பணம் செய்து வைத்துக் கொண்டிருப்பார். மந்திரம் முடிந்ததும்...திரும்பிப் பார்க்க...ஓ...நீங்களா... வாங்க...வாங்க... என்று அழைக்க...இன்னைக்கு அமாவாசையாமே...தர்ப்பணம் பண்ணிட்டுக் குளிச்சா புண்ணியம்னு அய்யர் சொன்னார் என்று சொல்லித் தயங்குவார்...இல்ல...ஒரு பொம்பளை வேணும்னாரு அய்யர்...ஆமா... அப்படி இருந்தாத்தான கண்கண்ட பலன் கிடைக்கும் என்று அந்த அம்மாளும் சொல்ல...ஓ... அப்டியா? என்று வியந்து அதான் பக்கத்துல இவங்கள உட்கார்த்திட்டு, கொஞ்ச நேரத்துல திருப்பி அனுப்பிச் சிடுறேன்... என்று அந்தம்மா புருஷனிடம் கேட்க... ஏன்யா...இதென்ன பாத்திரமா பண்டமா...பக்கத்துல உட்கார்றதுக்கு...? சாஸ்திரத்துக்குப் பக்கத்துல உட்கார வேண்டிதானே...இப்போ சங்கீதத்துக்கு பக்கத்துல உட்காருன்னா உட்கார்றதில்லையா...? என்பார். புண்ணியந்தானே... என்று அந்தாளும் தன் மனைவியை அனுப்புவார். அட, கேள்விப்பட்டதில்லையா...பொண் ணோட குளிச்சா... பாவம் மண்ணோட போகும்னுட்டு... என்று... நீ.. பாகவதரோட போய் தர்ப்பணத்த முடிச் சிட்டு வந்திடு... நா இதோ குளிச்சிட்டு வந்திடறேன்... என்று புறப்படுவார்.

ரத்னம் அந்தப் பெண்ணை அழைத்துக் கொண்டு போய் அந்த அய்யர் முன்னால் உட்கார... அவர் மந்திரத்தைச் சொல்வார்... அது புரியாமல்...இவர் சரியா சொல்லு அனுமந்தோ... என்று திருப்பிச் சொல் வார்... என்னங்காணும் அநுமந்துங்கிறீர்... என்க...வாயில நுழையலீங்க... என்பார். சரி...தனித்தனியா சொல்லுங்கோ

என்று அய்யர் ஆரம்பிப்பார். மமோபாத்த...மாமாவப் பார்த்தேன்... பரமேஸ்வர தீர்த்தம்...பரங்கிக்கா நாத்தம்... எங்கானது தீர்த்தே... இங்குதான் வந்து பார்த்தேன்... ஓய்... உம்ம நாக்குல தர்ப்பையைப் போட்டுப் பொசுக்க...நீர் என்ன ஜாதிங்காணும்...? என்று அய்யர் கேட்க...நான் ஆண் ஜாதி... அவ பொஞ்ஜாதி... அது தெரியுதுங்காணும்... நீர் என்ன கோத்ரம்? கோத்ரமா... நான் அவரக்கா கோத்ரம்... அவ கொத்தவரங்கா கோத்ரம்... ஓய்...நீர் தர்ப்பணம் செய்ய வந்தீரா... அல்லது சண்டை கிண்ட போட வந்தீரா... சுத்த அதிகப் பிரசங்கியா இருக்கீரே... உமக்கு தர்ப்பணம் செய்ய முடியாது...போங்காணும்... என்று விரட்டுவார்...

தர்ப்பணம் செய்ய முடியாதுன்னா குடுத்த காசத் திருப்பிக் குடுய்யா?... எதுக்காகக் காசக் கொடுக்கணும்... சொன்ன மந்திரத்துக்கும் நீர் குடுத்த காசுக்கும் சரியாப் போச்சு... ஓய்...காசு வாங்காம உன்னை விட்டுட்டுப் போக மாட்டேன் நான்...ஏய்.தொடாமப் பேசுங்காணும்... ஏய்...காச கீழ வைங்காணும்... என்று மடியைப் பிடித்து இழுக்க..அந்தப் பெண்ணின் புருஷன்காரன் ஓடி வர... அவர் ஏன்யா தர்ப்பணம் செய்ய மாட்டேங்கிறீர் என்று கேட்டு அந்த அய்யர்கள் ரெண்டு பேருக்கும் சண்டை வர, அதுதான் சமயம் என்று அந்தப் பெண்ணைக் கூட்டிக்கொண்டு கிளம்பி விடுவார் காளி என்.ரத்னம். சண்டை முற்றி அடிதடியாகிக் கட்டி உருள... இவர் போயே போய் விடுவார்...

இந்த மாதிரிக் காட்சிகள் நாற்பதுகளில் வந்த திரைப்படங்களில் ஒன்றிரண்டு அங்கங்கே தென் பட்டாலும் யாரும் அப்போது அதைப் பெரிதாக எடுத்துக் கொள்ளவில்லை. சினிமாவில் வரும் வெறும் நகைச்சுவைக் காட்சிகளே என்கிற எண்ணத்தில் நடிகர் களின் நகைச்சுவையை ரசிக்கவே செய்தார்கள். கடந்து போனார்கள். காளி என். ரத்னத்தின் நகைச்சுவைக்

காட்சிகளில் இம்மாதிரி சில என்.எஸ். கிருஷ்ணனுக்குப் போட்டியாக அந்தக் கால சினிமாவில் அமைந்தன என்பதற்கு இவையெல்லாம் உதாரணங்கள். யாரும் யார் மனதையும் கஷ்டப்படுத்தியதில்லை. ஏதுமறியாத முட்டாள் ஒன்றைப் பேசினால் எப்படியிருக்கும் என் பதற்கடையாளமாய் அமைந்த மேற்கண்ட பதிலிருக்கும் வசனங்கள் அந்தப் பாத்திரத்தின் அறியாமையின் அடையாளங்களாகவே இருந்து அந்தக் காட்சிகளுக்கு மெருகூட்டின. பாமர மக்களின் வாய்ச் சவடால்களின் திசைகளைக் கோடிட்டுக் காட்டின.

சபாபதி திரைப்படம்தான் காளி என்.ரத்னத்திற்கு ஆஹா என்று பெயர் வாங்கிக் கொடுத்த படம். காரணம் படம் முழுவதும் அவரது நகைச்சுவைதான் மேலோங்கியிருந்தது. துளியும் புத்திசாலித்தனம் தெரியாத, மடையனாய்ப் பேசக் கூடிய, நடந்துகொள்ளக் கூடிய தன்மையோடு கூடிய அந்தக் கதாபாத்திரம் நாயகனுக்கும், அவருடைய வேலைக்காரனுக்கும் ஒரே பெயரைக் கொண்டதாய் அமைந்தது. ஆம், அந்தப் படத்தில். சபாபதி என்பதுதான் இருவரின் பெயரும். டி.ஆர்.ராமச்சந்திரன் சொல்வதையெல்லாம் தப்புத் தப்பாகப் புரிந்து கொண்டு தப்பாகவே செய்து கொண் டிருப்பார் காளி என்.ரத்னம். செய்வதையும் செய்து விட்டு, அவரிடம் நீ புரியும்படியாச் சொல்லுப்பா... என்று வேறு சொல்வார். ப்ளடி ஃபூல் என்று அவர் இவரைப் பார்த்துத் திட்ட, அப்படீன்னா என்னாப்பா...? என்று இவர் அப்பாவியாய்க் கேட்க... அப்படீன்னா கெட்டிக்காரன்னு அர்த்தம் என்று சொல்லி வைப்பார். டி.ஆர்.ஆர் -உடன் இருக்கும் அவரது நண்பரையே ஒரு சமயம் ப்ளடி ஃபூல் என்று சொல்லி விடுவார். என்னடா இப்படிச் சொல்றே? என்று திடுக்கிட்டுக் கேட்க, நீதானப்பா சொன்ன... ப்ளடிஃபூல்னா கெட்டிக் காரன்னு என்று விகல்பமில்லாமல் சிரிப்பார்.

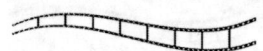

பேட்மிட்டன் விளையாடக் கிளம்புவார். போய் அந்த பூட்ஸை எடுத்திட்டு வா... என்று சொல்ல இரண்டு பூட்ஸ்களை வெள்ளித்தட்டில் வைத்து மரியாதையாகக் கொண்டு வந்து தருவார். என்னடா செருப்ப இப்டித் தட்டுல வச்சிக் கொண்டு வர்றே...? என்று கேட்க... நீதானப்பா சொன்ன... என்க...போடா ஃபூல்...ஏதாச்சும் தின்ற வஸ்துவை தட்டுல வச்சுக் கொண்டாடான்னா... என்று திட்ட.... இனிமே புரியற மாதிரிச் சொல்லுப்பா... தப்புன்னா நீதானப்பா சரியாச் சொல்லணும்... என்னைக் கொறை சொல்றியேப்பா... என்று திருத்துவார். இப்டி நம்மளையே திருத்தறானே என்று எந்த முதலாளிக்கும் கோபம் வராது. அந்த மாதிரியான ஒரு காரெக்டர்தான் அவர் சபாபதி படத்தில் ஏற்றுக் கொண்ட வேலைக்காரன் சபாபதி பாத்திரம்.

வெளில மழை பெய்யுது...சரி...டென்னிஸ் இன்னிக்கு இல்ல...கார்ட்ஸ் விளையாடலாம்.என்று நண்பர்கள் சொல்ல... போய் கார்ட்ஸ் எடுத்திட்டுவா... என்று அனுப்ப... போஸ்ட் கார்டு ஒன்றைக் கொண்டு வந்து தருவார். டர்ன் தி டேபிள்... என்றால் விஷயத்தை மாற்றிப் போடு என்று பொருள்.பேச்சு வாக்கில் ராமச் சந்திரன் நண்பர்களிடம் அப்படிச் சொல்லி வைக்க, அது தனக்குச் சொன்னதாக எடுத்துக் கொண்டு, சடா ரென்று முன்னால் இருக்கும் டேபிளைக் கவிழ்த்துப் போட்டு விடுவார். சட்டுச் சட்டென்று எந்தத் தாமதமுமின்றி முதலாளி சொல்லும் வேலைகளைத் தான் சரியாகச் செய்வதாய் நினைத்துக் கொண்டு தப்புத் தப்பாகவே செய்து கொண்டிருப்பார். இந்தப் படம் முழுவதும் இவரது நகைச் சுவை ரசிக்கத்தக்கதாக இவருக்காகவே அமைக்கப்பட்ட காட்சிகளாய் இருக்கும். திரும்பத் திரும்பப் பார்க்கத் தூண்டும் விதமாய் அமைந்திருந்தது அது ஏ.வி.எம்.மின் மிகச் சிறந்த வெற்றிப் படமாக அமைந்து அந்த நிறுவனத்தை நிமிர்ந்து எழச் செய்தது.

ஒருமுறை சென்னையில் ஒரு நாடகத்தை காளி என் ரத்தினம் பார்த்தார். அப்பொழுது பம்மல் சம்பந்தம் அந்த நாடகத்தில் வேலைக்கார சபாபதியாக நடித்தார். பார்த்து பரவசமடைந்த ரத்னம் தன் நடிப்பாற்றலை செழுமைப்படுத்திக் கொள்ள அமைந்த சிறந்த வாய்ப்பாக அதைக் கருதினார். இதன் -, விளைவை 1941-ல் வந்த 'சபாபதி' திரைப்படத்தில் காளி என் ரத்தினம் நடிப்பில் நாம் இன்றும் கண்டு ரசிக்கிறோம். இப்பொழுதும் நகைச்சுவையை விரும்புபவர்கள் ஆதி முதலான நடிகர்களைத் தேர்வு செய்து பட்டியலிட்டுப் படங்களைப் பார்த்து ஆய்வு செய்யத் தொடங்கினால் அது காளி என்.ரத்னத்திலிருந்துதான் தொடங்கியாக வேண்டும். இன்றைய இளைய தலைமுறை அவரை அறிந்திருக்க வாய்ப்பில்லை என்பதற்காக அவரை அறவே ஒதுக்கிவிட்டுக் கடந்து போகுதல் என்பது நகைச்சுவை என்கிற கலை தர்மத்திற்கு செய்யும் துரோகமாக அமையும்.

காளி என்.ரத்னம் நடித்த எந்தப் படமும் நகைச் சுவையில் சோடை போனதேயில்லை. சி.டி.ராஜ காந்தத்துடன் ஜோடி போட்டு வெற்றிக் கொடி நாட்டி னார். தொடர்ந்து பல படங்களில் அவரது நகைச்சுவைக் காட்சிகள் கொடிகட்டிப் பறந்தன. கூடவே ஏழுமலை போன்ற வேறு சில நகைச்சுவை நடிகர்களும் அவரோடு சேர்ந்து பங்களிப்பு செய்திருந்தாலும் அவரது செயல் திறனே முன்னின்றது. மிகச் சிறந்த இயக்குநர்கள் இயக்கிய படங்களிலெல்லாம் அவர் நடித்துள்ளார் என்றால் அந்த இயக்குநர்களது தேர்வாக இவர் இருந்திருக்கிறார் என்பதுதான் முக்கியமாக இங்கே கவனிக்கத்தக்கதாகிறது.

வால்மீகி இயக்கிய சுந்தர்ராவ் நட்கர்னி, பொன்முடி திரைப்படத்தை இயக்கிய எல்லீஸ் ஆர்.டங்கன், தேவதாசி இயக்கிய எம்.எல்.டாண்டன், போஜன்,

ஆதித்தன் கதை படங்களை இயக்கிய மாடர்ன் தியேட்டர்ஸ் டி.ஆர்.சுந்தரம் மற்றும் எல்.எஸ்.ராமச்சந்திரன் ஆகியோர் அந்தக்கால திறமைமிகு இயக்குநர்களாகத் திகழ்ந்தவர்கள். ஜூபிடர் பிக்சர்ஸ் படமான ஸ்ரீமுருகன் திரைப்படத்திலும் ஆரவல்லி-சூரவல்லி சி.வி.ராமன் என்பவர் இயக்கிய படத்திலும் அர்த்தனாரி என்கிற பி.யு.சின்னப்பா, என்.எஸ்.கே.யுடன் டி.ஆர்.ரகுநாத் இயக்கிய படத்திலும் காளி என்.ரத்னத்தின் பங்கு முக்கியமானது. ஜூபிடர் பிக்சர்ஸ் படத்தில்தான் எம்.ஜி.ஆர். மற்றும் கொன்னப்ப பாகவதர் ஆகிய நடிகர்களுடன் சேர்ந்து நடித்தது.

மிகக் குறுகிய காலத்தில் நிறையப் படங்களில் நடித்து, தொடர்ச்சியாக தன் பங்களிப்பைச் செய்து, நகைச்சுவைக் காட்சிகளைத் தமிழ்த் திரையுலக ரசிகர்கள் மிகவும் விரும்பும் வண்ணம் இயங்கி வந்த காளி என்.ரத்னம் ஆகஸ்ட் 1950 ல் காலமானார் என்கிற செய்தியை நாம் அறியும்போது தொடர்ந்து இருந்து வந்திருந்தால் இன்னும் பல குணச்சித்திரக் கதாபாத்திரங்களையும் கூட அவர் ஏற்றுச் சிறப்புச் செய்திருக்க முடியும் என்று நமக்குத் தோன்றுகிறது. நகைச்சுவை நடிகர்கள் எந்த வேடத்தையும் ஏற்றுப் பொருந்தச் செய்யும் திறமை சாலிகளாய்த்தான் எப்போதும் வலம் வந்திருக்கிறார்கள். தனது 52-வது வயதில் மரணமடைந்த காளி என்.ரத்னம் கடைசியாக நடித்த படம் எல்லீஸ் ஆர்.டங்கன் இயக்கத்தில் வெளிவந்த பொன்முடி.

மூத்த தலைமுறையினரே அதிகம் கேள்விப்படாத படங்கள் இவர் நடித்தவை. நாடகங்களில் நடித்த காலங்களில், மேலாளராகப் பணியாற்றியபோது இவரது ஒருங்கிணைப்பில் அனுபவம் பெற்ற பழம் பெரும் நடிகர்களான கே.பி.கேசவன், எம்.ஜி.ராமச் சந்திரன், பி.யு.சின்னப்பா மற்றும் எம்.ஜி.சக்ரபாணி

போன்றவர்கள் பின்னாளில் ரொம்பவும் பிரபலங்களாக மாறி வெற்றிக்கொடி நாட்டினார்கள்.

நகைச்சுவை நடிகர்கள் மொத்தத் திரைப்படத்தில் சிறு பங்களிப்பைச் செய்பவர்கள்தானே என்று எண்ணி விட முடியாத பல்நோக்குத் திறமைசாலிகளாய், கதை நாயகனிலும் மேம்பட்ட அனுபவமுள்ளவர்களாய், நாயகர்களே அறிந்து கூட நடிக்க அஞ்சுபவர்களாய், போட்டியாளர்களாய் பலரும் வலம் வந்த களம் நம் தமிழ்த் திரையுலகம்...!!!

7

கே. சாரங்கபாணி

"கொஞ்சம் வெள்ளையப்பம் தள்ளுங்க..." - இந்த வசனம் யாருக்கேனும் நினைவிருக்கிறதா? பழைய தமிழ்த் திரைப்படங்களைத் தேடித் தேடிப் பார்த்து ரசிப்பவர்களுக்கு நிச்சயமாக நினைவிருக்கும். தொண்ணூறுகள் வரையில் தியேட்டர்களில் அவ்வப்போது பழைய திரைப்படங்கள் போடுவது என்கிற நடைமுறை இருந்து வந்தது. புத்தம் புதிய காப்பி என்றும் மெருகு குலையாத புத்தம் புதிய காப்பி என்றும் நகர்ப்புறங்களிலும், கிராமப் புறங்களிலும் படு உற்சாகமாய் விளம்பரம் செய்து திரையிடுவார்கள்.. வீதி வீதியாய் போஸ்டர் ஒட்டிய வண்டியைத் தள்ளிக் கொண்டு டமர டமர டம் என்ற கொட்டுச் சத்தத்தோடு வந்து நோட்டீஸ் விநியோகிப்பார்கள். ஒரு புதிய படம் ரிலீஸ் செய்து சில மாதங்கள் ஓட்டி அதன் பிறகு அடுத்த வரவை

எதிர்நோக்கி இருக்கும் இடைப்பட்ட காலங்களில் இம்மாதிரி பழைய கருப்பு-வெள்ளைப் படங்களைக் கொண்டு வருவது என்பது நகரங்களில் நடைமுறையி லிருந்தது. அதிக பட்சம் இந்தப் படங்கள் இரண்டு வாரங்களுக்குத் தாங்கும். எம்.ஜி.ஆர்., சிவாஜி நடித்த திரைப்படங்களுக்கு இந்த உத்தரவாதம் உண்டு எனில், ஸ்டார் வேல்யூ கருதாமல் திறமையான இயக்கத்தில் சிறந்த கதைகளைத் தேர்வு செய்து, திறம்படக் காட்சி களை அமைத்து, இனிமையான இசையையும் கொடுத்து, ஜனரஞ்சகமான வெற்றிப் படங்களாய் வலம் வந்த, முக்கிய பட நிறுவனங்களால் தயாரிக்கப் பட்ட வேறு பல பழைய திரைப்படங்களும் இந்த வரிசையில் சேரும். ரசிகர்கள் வேறுபாடு இன்றி, குடும்பம் குடும்பமாய்ப் போய் இந்தத் திரைப்படங்களை விரும்பிப் பார்த்ததால், இவையும் அவ்வப்போதைய மறு வருகையில் நல்ல வசூலைக் குவித்தன.

ஒரு கட்டத்தில் பழைய திரைப்படங்களைத் திரை யிடுவது என்கிற வழக்கம் அறவே அற்றுப் போனது. காலங்கள் பலவிதமாய்க் கடந்து போன நிலையில், இப்போது கைக்குள்ளேயே உலகம் வந்து விட்டது..! நினைக்கும் எதையும் அந்தக் கணத்திலேயே கையடக்க மாய் கைபேசியில் நிறுத்தி, யூ ட்யூப்பில் கொண்டு வந்து பார்த்து மகிழும் வசதி வாய்ப்புகள்.

ஆனால் அந்த, தியேட்டரில் பார்க்கும் பழைய திரைப்பட ரசனை இன்று அப்படியே இருக்கிறதா என்றால் அது கேள்விக்குறி. எவ்வளவோ மாற்றங்கள் ஏற்பட்டிருக்கலாம். எத்தனையோ தொழில் நுட்ப வசதிகள் வந்திருக்கலாம். எந்த வசதி வாய்ப்பும் இல்லாத அந்தக் கால கட்டத்தில் (அதாவது ஐம்பது, அறுபதுகளில்- ஏன் எழுபது, எண்பதுகளையும் கூட சேர்த்துக் கொள்ள லாம்) தயாரிக்கப்பட்ட தமிழ்த் திரைப்படங்களின் தரம் என்பது, முப்பதுகள் முதல் அறுபதுகள் வரையில் தமிழ்

இலக்கிய உலகில் எழுதப்பட்ட மதிப்பு மிக்க படைப் பாளிகளின் மணி மணியான சிறுகதைகள், நாவல்கள் இவைகளுக்கு ஒப்பான உயர் தரம் வாய்ந்தவை என்று சொன்னால் அது மிகையாகாது..

சென்னையில் விஜயா-வாஹினி (ஆரம்பத்தில் விஜயா ப்ரொடக் ஷன்ஸ்) என்றொரு ஸ்டுடியோ இருந்தது. நாகிரெட்டி என்ற மதிப்பு மிக்க பெரியவர் அதன் பட அதிபர். பின்னர் நாகிரெட்டி-சக்ரபாணி கூட்டுத் தயாரிப்பு. அந்த நிறுவனம் பல வெற்றித் திரைப்படங்களைத் தயாரித்தது. மாயா பஜார், மிஸ்ஸியம்மா, எங்க வீட்டுப் பிள்ளை என்று. இன்றும் அவ்வப்போது தொலைக்காட்சியில் இப்படங்கள் போடப்படும்போது வீட்டு வேலைகளை ஒதுக்கிவிட்டு ஆர்வமுடன் பார்க்க அமரும் மிகுந்த ரசனைக்குரியதாக இத்திரைப்படங்கள் விளங்குகின்றன. வெளி வந்து அறுபதாண்டு காலம் கடந்து விட்ட நிலையில், குழந்தை கள் முதல் பெரியவர்கள் வரை நேரம் போவதை மனதில் கொள்ளாது அமர்ந்து ஆழ்ந்து ரசிக்கும் சிறந்த கதை யமைப்பும், காட்சிகளும், என்றும் அலுக்காத பாடல்களும் கொண்டவையாக இத்திரைப்படங்கள் விளங்குகின்றன. அவற்றில் நடித்த நடிக நடிகையர்களும் படத்தோடு அத்தனை பொருந்திப்போய் அந்தந்தக் கதாபாத்திரங் களாகவே ரசனையோடு வாழ்ந்து படத்தின் வெற்றிக்கு முக்கிய காரணமாய் இருந்து காலத்தால் அழியாத காவியங்களாய் அவைகளை மாற்றி நிர்மாணித்தார்கள்.

அப்படிப்பட்ட ஒரு படம்தான் விஜயா புரொடக் ஷன்ஸ் தயாரிப்பில் வந்த மிஸ்ஸியம்மா. எல்.வி. பிரசாத்தின் இயக்கத்தில் வந்த வெற்றிப் படம் இது. நடிகை ஜமுனாவிற்குப் பெயர் பெற்றுத் தந்த படம். ஒரே நேரத்தில் தமிழிலும், தெலுங்கிலும் வெளியானது. தெலுங்கில் என்.டி.ராமராவும், தமிழில் ஜெமினி

கணேசனும் நாயகர்கள். எல்.வி.பிரசாத்தின் இயக்கத்தில் ஹிந்தியிலும் வெளிவந்தது.

இந்தத் திரைப்படத்தில்தான் கே.சாரங்கபாணி ஒரு சிறு கதாபாத்திரத்தில் நடித்திருந்தார். காரியம் ஆக வேண்டும் என்று நாடி வருபவர்களிடம் பணம் கறப்பது அவர் வேலை. பணம் கைக்கு வந்துவிட்டால் சொன்ன வேலையைச் செய்து கொடுத்து விடுவார். அதற்காக எடுத்த எடுப்பில் அவர் உபயோகிக்கும் வார்த்தைதான் இந்த "கொஞ்சம் வெள்ளையப்பத்தைத் தள்ளுங்க..." - வெள்ளையப்பம் என்பது பணம். அதை அவர் நெளிந்து குனிந்து, குரலைச் சற்றுத் தாழ்த்தி முகத்தைக் கோணிக்கொண்டு ரகசியமாகக் கேட்கும் விதமே அலாதி. நகைச்சுவை என்பது உடம்போடு ஒட்டியிருக்கும் அவருக்கு. அவரின் சுள்ளென்ற வாய் திறந்த குழிச் சிரிப்பு யாராலும் மறக்க முடியாதது.

திரையில் பார்த்தவுடனேயே சிரிப்பை வரவழைக்கும் நடிகர்கள் பலர். அதில் ஒருவர் கே.சாரங்கபாணி. போதாக்குறைக்கு குரல் வேறு அவருக்கு வெகுவாக ஒத்துழைக்கும். ஒரு அரை டவுசரைப் போட்டு சட்டையை இன் பண்ணிக் கொண்டு அறிமுகமாகும் காட்சியே தமாஷ்தான்.

காலில்லாத நொண்டி சாமி... தர்மம் பண்ணுங்க... என்று சொல்லிக் கொண்டே சாவித்திரியும், நம்பியாரும் ஒரு பூங்காவில் வைத்து சீரியசாகப் பேசிக் கொண்டிருக் கையில் இடையில் வந்து கை நீட்டுவார். யார்றா இது குறுக்கே வந்துட்டு... என்று சொல்லிக் கொண்டே அவர் கையில் காசைத் திணித்து, விரட்டுவார் நம்பியார். பிறகு ஜெமினியோடு நீங்களே சமரசம் பண்ணி வைங்க... ஒண்ணு என் பணத்தைத் திருப்பித் தரச் சொல்லுங்க... இல்லைன்னா என்னைக் கல்யாணம் பண்ணிக்கச் சொல்லுங்க... என்று சொல்லிக் கொண்டிருக்கையில்

காலத்தால் அழியாத கலைஞர்கள் | 97

அங்கேயும் குறுக்கே வந்து கையை நீட்டுவார்... அப் போதும் பணத்தைத் திணிப்பார் நம்பியார்.

முடியுமென்றால் முடியாது... படியுமென்றால் படி யாது... என்ற ஏ.எம்.ராஜாவின் இனிமையான பாட்டு இந்த இடத்தில். ஜெமினி பாடுகையில், கட்டியிருந்த வேட்டியை அவிழ்த்துவிட்டு, தலைத் தொப்பி, கையில் ஊன்றியிருந்த குச்சி ஆகிய பிச்சைக்கார வேஷத்தைக் கலைத்து விட்டு, வெறும் அரை டிராயரோடும், இன் பண்ணிய கட்டம் போட்ட சட்டையோடும் தோளில் தொங்க விட்ட ஆர்மேனியப் பெட்டியோடு இந்தப் பாடலின் இசைக்கேற்ப அவர் கச்சிதமாய், அளவெடுத்து ஆடிக் கொண்டே பிச்சையெடுக்கும் அந்த ஆரம்பக் காட்சியே பெரும் கலகலப்பு. அவரது இருப்பே அந்தப் பார்க்தான். ஒரு சிறு துணி மூட்டை. ஆர்மோனியப் பெட்டி. இதுதான் அவர் சொத்து. இழுத்துக் கட்டிய வேட்டி. தலைத் தொப்பி. யாரேனும் வருவதுபோலிருந் தால் சட்டென்று கண்களை மூடிக்கொண்டு, ரெண்டு கண்ணும் தெரியாத குருடன் தாயே... என்று நடித்து கைகளை நீட்டி விடுவார். ஜெமினி அவருக்கு வைத் திருக்கும் பெயர் "பொய் தாத்தா".

அதெல்லாம் சரி... வெள்ளையப்பம் என்று சொன் னீர்களே... அதுபற்றி... என்று கேட்கிறீர்கள்தானே... வருகிறேன்... காட்சிகள் மாற மாறத்தானே சொன்னது வரும்.

எம்.டி.பாலு, கேர் ஆஃப் போஸ்ட்மாஸ்டர்ங்கிற பேர்ல ஏதாவது லெட்டர் வந்திருக்குதா? என்று போஸ்டாபீசில் ஜெமினி கேட்டுக் கொண்டிருக்கும்போது அந்த சந்நியாசிக் கும்பல் பாடிக் கொண்டே தெருவில் நுழையும். நாலைந்து பேர் தாடியும் மீசையுமாய் சீதாராம்... ஜெய சீதாராம்... என்று கையில் திருவோட் டோடு பாடிக் கொண்டே வருவார்கள். தலையாயவர் நம் பொய் தாத்தா சாரங்கபாணி. படா சிரிப்புதான்

போங்கள். இந்தப் படமெல்லாம் இதுவரை யாரேனும் பார்க்காமல் இருந்தீர்களென்றால் தயவுசெய்து உடனே யூட்யூபில் போட்டுப் பார்த்து விடுங்கள். அந்தளவுக்கு ரசனை மிகுந்த கலகலப்பான திரைப்படங்கள் இவைகள்.

உள்ளே விகாரம், வெளியில பாரம், உலகமெலாம் வெறும் டம்பாச்சாரம்... தன்னமில்லாத தலைவ ரென்பாராம், தலையில மிளகாய் அரைச்சிடுவாராம்... காரியம் சாதிக்கக் காக்கா பிடிப்பாராம்... காரியம் முடிஞ்சா டேக்கா கொடுப்பாராம்... சீதாராம் ஜெய சீதாராம்... சீதாராம் ஜெய சீதாராம்... டிப்பு டாப்பு டம டுப்பு டமாரம், கலிகாலம் நம்ம கிரகச்சாரம்... சீதாராம் ஜெய சீதாராம்...

இந்தப் பாடலும் ஆட்டமும் நம்மை ரொம்பவும் ரசிக்க வைக்கும். இதைப் பாடியவரும் சாரங்கபாணிதான். சுவை மிகுந்த இந்தக் காட்சியில் பண்டார வேஷத்தில் இருப்பது இவர்தான் என்று ஜெமினிக்குத் தெரியாது.

கைநிறையக் காசு சேர்ந்ததும், பார்க்குக்கு வருவார். அங்கு ஜெமினியிருப்பார். உடனே அவரிடம் கண்ணை மூடிக் கொண்டு பிச்சை கேட்பார். ஆள் நல்லா திராணியா இருக்க... போய் வேலை செய்தா என்ன? என்பார் ஜெமினி. வேலை வேணாம் சார்... என்றவாறே தாடியைப் பிய்க்க... அடடே நீதானா..? எனக்கு வேலை கிடைச்சிடுச்சு. எங்கூட கொஞ்சம் வர்றியா? என்பார் ஜெமினி. வேண்டாம் சார்... இந்த வேலையே போதும்... என்பார் சாரங்கபாணி. கேவலமாத் தெரிலயா இது? என்று கேட்க... கேவலமாயிருக்கலாம்... ஆனா இதுல இருக்கிற குஷி வேறே எதுலயும் கிடையாதாக்கும்... என்று சொல்ல... இப்டியே இரு... அரசாங்கம் பிச்சை ஒழிப்பு செய்திட்டிருக்கு..இன்னும் கொஞ்ச நாள்ல உங்களையெல்லாம் பிடிச்சு... கொண்டு போயி பிச்சைக் கார விடுதில தள்ளிடுவாங்க... என்க... ஐயையோ...

அப்ப நான் உங்ககூட வர்றேன்... என்று கிளம்பி விடுவார். ரங்காராவ் நடத்தும பள்ளியில் சாவித்திரியும், ஜெமினியும் ஆசிரியராய்ச் சேருவார்கள். கணவன்-மனைவி என்று பொய் சொல்லி வேலையைப் பெற்று விடுவார்கள். அந்தப் பொய்க்குத் துணை சாரங்கபாணி. அந்தப் பொய்யை ஜாக்கிரதையாய்ப் பாதுகாக்கணும் என்று அவரை உடன் அழைத்துச் சென்றிருப்பார் ஜெமினி. அந்த இடத்திலிருந்து அவரது பெயர் லோகிதாசன்.

அந்தப் பள்ளியில் டணால் தங்கவேலு ஆசிரியர். அத்தோடு அவர் ஒரு துப்பறியும் சிங்கம். அதாவது துப்பறியம் ராஜூ. ஜெமினியையும், சாவித்திரியையும் கேள்விகளால் துளைத்தெடுத்து நோண்டிக் கொண்டே யிருப்பார். இந்தச் சந்தேகம் வர, சாரங்கபாணி காரண மாய் இருப்பார். உண்மையைச் சொல்லாவிட்டாலும், அவர்கள் தங்கியிருக்கும் அறைக்குள் சுதந்திரமாய்ச் சென்று, நின்று விசாரிக்க அனுமதிப்பது அவர்தான். அதுக்குத்தான் “கொஞ்சம் வெள்ளையப்பத்தைத் தள்ளுங்க... ” இது வேறையா... சரி... இந்த புடி... என்று பணத்தை எடுத்து கையில் திணிப்பார் தங்கவேலு. அவரது வேட்டை ஆரம்பிக்கும்...

கதாநாயகனாக ஓரிரு படங்களில் நடித்திருந்தாலும், அதிகம் ஏற்றது காமெடி வேஷங்கள்தான். அலிபாபாவும் 40 திருடர்களும் படத்தில் எம்.ஜி.ஆரோடு சேர்ந்து கழுதையை இழுத்துக் கொண்டு பயந்தவாறே அந்தக் காட்டுக் குகைக்குள் செல்வதும் அங்கே கொதிக்கும் நீர் அடங்கிய குளத்தை ஒரு மரப் பாலத்தின் மூலம் பயந்து செத்துக்கொண்டே கடப்பதும், நிறைந்து கிடக்கும் செல்வங்களைக் கண்டு வாயைப் பிளந்து பிரமித்து, அவற்றை திணிக்க முடியாமல் அள்ளி மூட்டை கட்டிக் கொண்டு வெளியேறுவதும் சுவை மிகுந்த காட்சிகள். பொதுவாக இம்மாதிரி காமெடி வேஷங்களில் நடித்தவர்கள் பிற கதாபாத்திரங்களைச்

சுலபமாய்ச் செய்து விடுவார்கள். சாரங்கபாணி தந்தை வேடமிட்டுப் பல படங்களில் நடித்திருக்கிறார். அறி வாளி, நவராத்திரி என்று. அநாயாசமான நடிப்பு அவைகள்.

அறிவாளி படம் ஒரு படித்த திமிர் பிடித்த பெண்ணை அடக்குவதான ஆரம்ப உள் அமைப்புக் கொண்ட கதை. அந்தப் பெண் பானுமதி. அவரது தந்தை சாரங்கபாணி. மாப்பிள்ளை என்று சொல்லிக் கொண்டு டி.ஆர்.ராமச்சந்திரன் மூலம் சாரங்கபாணிக்கு அறிமுகமாவார் நடிகர்திலகம். 1963ஆம் ஆண்டு வந்த இப்படத்தை ஏ.டி.கிருஷ்ணசாமி என்பவர் இயக்கி யிருப்பார். எஸ்.வி. வெங்கட்ராமன் இசையில் அத்தனை பாடல்களும் இனிமை... மிஸ்டர்... என் கோபம் பொல்லாது... ஜாக்கிரதை... இதுதானா பி.ஏ.டிகிரி யோக்யதை... மற்றும் ஆடுற மாட்டை ஆடிக் கறக்கணும்... பாடுற மாட்டைப் பாடிக் கறக்கணும்... அறிவும் திறமையும் வேணும்... எதுக்கும் அறிவும் திறமையும் வேணும்... என்ற இரண்டு இனிமையான பாடல்களோடு... அறிவுக்கு விருந்தாகும் திருக்குறளே... வள்ளுவன் ஆக்கி நமக்களித்த அரும்பொருளே... என்ற அற்புதமான காலத்தால் அழியாத பாடலும் இதில் உண்டு. டி.எம். எஸ்ஸின் கணீர்க் குரலில்... இப்பாடல்கள் நடிகர் திலகத்திற்கு கன கச்சிதமாய்ப் பொருந்தி... அவரது தெளிவான வாயசைப்பு உச்சரிப்பில் அவரே பாடுவது போன்றதான திருப்தியை நமக்கு வழங்கி... நம்மை மெய் மறக்கச் செய்யும். இதெல்லாம் போதாது என்று குயில் குரல் கொண்ட ஒரு பெண்மணி கதாநாயகியாய் இருக்கையில் அதைச் சொல்லாமல் விட முடியுமா? பானுமதிதான் அது. அதன் இனிமைபற்றிச் சொல்லியா தெரிய வேண்டும். ஏற்கனவே அம்பிகாபதியில் “கண்ணிலே இருப்பதென்ன கன்னியிளம் மானே... காவியமோ... ஓவியமோ கன்னியிளம் மானே... ” என்று ஒரு பாடல் நம் செவிகளில் காலத்துக்கும் அழியாமல்

ஓடிக் கொண்டிருக்கிறதுதானே...! அந்தத் தேனினும் இனிய குரலுக்குச் சொந்தமான அவர் இதில் "கூவாத இன்பக் குயில் கூவும்... என் வாழ்வெல்லாம்..." என்று ஒரு பாட்டுப் பாடியிருப்பார் பாருங்கள். தேடி உடனே கேட்டு விடுங்கள். அப்போதுதான் மோட்சம் கிட்டும். எத்தனை கோடி இன்பம் வைத்தாய் இறைவா...!

சாரங்கபாணியை மாமா என்று உரிமையோடு அழைத்துக் கொண்டு நடிகர்திலகம் நெருங்கும்போது... அன்போடு வரவழைத்து விசாரிக்க ஆரம்பிப்பார் சாரங்கபாணி. அதற்கு முன்னதாக ஒரு மாப்பிள்ளை விசாரிக்க வந்திருப்பார். ஒருவர் பெண் பார்க்க வந்திருப்பதாக என்னத்தே கன்னையா மாடியில் இருக்கும் பானுமதியிடம் சொல்லிவிட்டு, அவரது மிரட்டல் தாங்காமல் தப்பித்து, மாடிப்படிகளில் தலைதெறிக்க உருண்டு புரண்டு குலை நடுங்கி வந்து நிற்பார். மகளின் தோழி அழைத்து வந்த அந்த மாப்பிள்ளை மாடிக்குச் செல்லத் தயாராவார். சாரங்கபாணி ஆசிர்வதிப்பார்.

தோழி வந்து சாரங்கபாணியிடம், அது கீழே வரதாகத் தெரிலயே...

அந்தப் பழக்கந்தான் இல்லியே...

...அது வெட்கப்படுது போல...

வெட்கம்... வெட்கம்... இருக்கும்... இருக்கும்... தம்பி... மாடிக்குப் போயி...

ஓ... யெஸ்... நானே மீட் பண்ணிட்டு வந்திடறேன்...

ஒன்டர்ஃபுல் ஐடியா... விஷ் யு குட் லக்...

தேங்க்யூ... - என்று விட்டுக் கிளம்புவார் வந்திருக்கும் மாப்பிள்ளை.

தோழியிடம் சாரங்கபாணி... லல்லி... நீ செய்த உதவிக்கு... நீ செய்த ஹெல்ப்புக்கு... நீ செய்த அட்ஜஸ்ட்மென்ட்டுக்கு வெரி வெரி தாங்க்ஸ்... என்பார்..

102 | உஷாதீபன்

பானுமதியின் தோழி நோமென்ஷன் என்று சொல்லிக் கிளம்ப...

மாப்பிள்ளை போயிருக்காரு... என்னா மரியாதை நடக்கப் போகுதோ... என்று பெருமூச்சு விடுவார் சாரங்கபாணி. இந்தக் காட்சி நடிப்பில் அவர் சற்றே கவலையோடு வசனம் உச்சரிக்கும் விதம் அருமை... அருமை...

தலையில் பூச்செடி கவிழ்ந்து தொங்க... மாடிக்குப் போன மாப்பிள்ளை அலங்கோலமாய்க் கீழிறங்குவார்.

மிஸ்டர் பிள்ளை... (தம்பீ...!)

பொண்ணாய்யா இது... பேய்... சார் பேய்... இந்த மாதிரி வேலைய எந்தப் பொண்ணுதான் துணிஞ்சு செய்வா...

ஷட்டப்... வாயை மூடு... என் பொண்ணுக்கென்ன...? அது சகலகலாவல்லி... அதுக்குத் தகுந்தவனா நீ இல்ல... அதனால இந்த அலங்ங்க்க்க்காரம்... என்று கூறுகையில் அருகில் நிற்கும் என்னத்தே கன்னையா இடுப்பில் கை வைத்துக் கொண்டு முதலாளிக்கு ஆதரவாய் கம்பீரமாய் தனக்குள் சிரிப்பார். சாரங்கபாணி தீர்மானமான கௌரவ நடிப்பு வேறு எவருக்கும் வராது.

அடுத்தாற்போல் பெண் பார்க்க நடிகர் திலகம் வருவார். காட்சிகள் இப்படி நகரும். மேலே கூறப்பட்ட வசனத்தில் தந்தை ஸ்தானத்தில் நின்று சாரங்கபாணியின் உச்சரிப்பும், பாவங்களும், நம்மை அத்தனை உற்சாகப் படுத்தவும், சிரிக்கவும் வைக்கும்.

கை பிடித்து கடிமணம் புரிய ஒருவர் வந்திருக்கிறார்... என்று போய் நிற்பார் சிவாஜிகணேசன்.

யாரது?

அடக்கி ஆளவந்தார்... ஆண்டார் மகன்... அழகு சிங்கபுரம்...

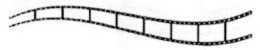

அவர் எங்கேயிருக்கிறார்? - என்று கேட்க...

தன்னையே உச்சி முதல் பாதம் வரை காண்பிப்பார் நடிகர் திலகம்.

அடடடடா... தம்பி நீங்களா... வாங்க... வாங்க... வாங்க... உட்காருங்க... உட்காருங்க... என்று டி.ஆர். ராமச்சந்திரன் சொல்லியிருந்த அடையாளங்களைப் புரிந்து கொண்டு அவரை வரவேற்று அமர்த்துவார் சாரங்கபாணி.

எத்தனை நாளாச்சு...?

எத்தன நாளாச்சா... எத்தன வருஷமாச்சுன்னு கேளுங்க மாமா... நானு இங்க ஒரு விவகாரம் விஷயமா... வந்தேன். வந்த இடத்துல... விவாகம் விஷயமா ஒரு விவரம் கிடைச்சது...

நம்ப டான்ஸ் மாஸ்டர்...

என் ஃபிரெண்டு...

அதான் நம்ப டான்ஸ் மாஸ்டர்...

என் ஃப்ரெண்டு... என்று மீண்டும் அழுத்த...

ச்சரி... என்று ஒத்துக் கொள்வார். மகளின் திருமணம் அத்தனை முக்கியம் என்பது அந்த ச்சரி... என்கிற அட்ஜஸ்டமென்டில் தெரியும்.

என் ஃப்ரெண்டு... ஏக் லவ்... எல்லாம் விவரமாச் சொன்னான்... எல்லாக் கண்டிஷன்களுக்கும் நான் தயார். ஆனா இந்த அன்பளிப்பு... காணிக்கை... இந்த விஷயம் மாத்திரம் கொஞ்சம் விபரமாச் சொல்லுங்க...

அறுபது வேலி நிலம்... என்று ஆரம்பிப்பார் சாரங்க பாணி. சாதாரண வசனங்களையே எப்படி உச்சரிக் கிறோம், அதன் மூலம் அதை எப்படி அர்த்தப்படுத்து கிறோம், அதன் மூலம் அவைகளுக்கு என்னவெல்லாம்

பொருள் கொள்ள முடிகிறது, அது எத்தனை ரசனைக் குள்ளாகிறது என்பதையெல்லாம் தங்கள் நடிப்பின் மூலம் ஸ்தாபித்தார்கள் பழம் பெரும் நடிகர்கள். அந்த நடிப்பின் சிகரத்திலே நின்று தங்களை நிலை நாட்டிக் கொண்டவர்கள் பலர். அவர்களின் முக்கியமானவர் திரு.கே. சாரங்கபாணி.

மாடியில் கதவை அடைத்துக் கொண்டு வெளியில் வராமல் அடைந்து கிடக்கும் மகளை மென்மையாக அழைத்து அழைத்துக் கேட்காமல் பிறகு அழுத்தமாக அதே சமயம் கோபமாகக் கூப்பிடும் முறையில் அந்தக் குரலிலேயே பலவித வித்தியாசங்களைக் காண்பிக்கும் அந்த அர்த்தம் பொதிந்த குரல் வளம் கொண்டவர் இவர். இதற்கான பயிற்சி அவர்களுக்கு நாடகங்களிலிருந்து கிடைத்தது. நான் சொல்லும் படம் நவராத்திரி. அதில் சாவித்திரிக்குத் தந்தை அவர்.

நளினா... நளினா... என்று முதலில் சத்தமாய் அழைத்து, கூப்பிடுவதற்கு ரெஸ்பான்ஸ் இல்லாமல் இப்படிக் கிடக்கிறாளே என்று நளி... னா... என்று அழுத்தமாய் மாடியைப் பார்த்து அவர் அழைக்கும் பாங்கு நம்மை சிலிர்க்கவும் சிந்திக்கவும் வைக்கும். தான் பார்த்திருக்கும் பையனும், மகள் காதலிக்கும் ஆனந்தும் இருவரும் ஒருவரே என்பதை அறிந்து சந்தோஷத்துடன் அச் செய்தியைச் சொல்ல மாடிக்கு ஓடுவார். அதற்கு முன் தன் கல்யாணம் குறித்து எந்த அவசர முடிவும் எடுத்து விட வேண்டாம் என்று தந்தையின் முயற்சிக்கு முட்டுக்கட்டை போட்டுவிட்டுச் செல்லும் காட்சியில் சாரங்கபாணியின் அதிர்ச்சி கலந்த நடிப்பு, ஒரு தந்தையின் ஸ்தானத்தில் நம்மை இருக்க வைத்து, தவிக்க வைக்கும். பாத்திரங்களுக்கு அப்படிப் பொருந்திப் போய் அது வெறும் நடிப்பல்ல... வாழ்க்கை என்கிற அளவுக்கு உணர வைத்தார்கள்

பழம் பெரும் நடிகர்கள். அவர்களில் குறிப்பிடத் தகுந்தவர்தான் நம் கே.சாரங்கபாணி. சதாரம், என் மனைவி ஸ்ரீதரின் சுமைதாங்கி ஆகிய படங்களில் இவரின் பங்கு குறிப்பிடத்தகுந்தது.

தில்லானா மோகனாம்பாளில் பாலையாவுக்கு சரி சமதையாக மேளகாரராக அவர் வருவார். வசனம் என்று அதிகமில்லையாயினும், மோகனாவின் நாட்டிய நிகழ்ச்சியின்போதும், சண்முகசுந்தரத்தின் கோயில் கச்சேரி வாசிப்பின்போதும் பாலையாவும், சாரங்க பாணியும் மேளத்தில் வெளுத்து வாங்கும் நடிப்பு மிகவும் பாராட்டத்தக்கதாயிருந்தது. அசல் மேளகாரர் தோற்றார் போங்கள். அதற்கு முன்பே கொஞ்சும் சலங்கை படத்தில் சாரங்கபாணி மேள வித்வானாய் நடித்திருந்த அனுபவமும் அவருக்கு உண்டு.

1904 ல் பிறந்த அவர் கும்பகோணத்தைச் சொந்த ஊராகக் கொண்டவர். 1984 ல் மறைந்தார் ஒரு சிறந்த நடிகரைத் தமிழ்த் திரையுலகம் வெகு சீக்கிரம் இழந்து நின்றது. சுமார் ஐம்பதுக்கும் மேற்பட்ட படங்களில் நடித்திருந்தார் என்கிற எண்ணிக்கை மிகவும் குறைவு தான். (ஒரு தகவல் இருநூற்றுக்கும் மேற்பட்ட படங்கள் என்று சொல்கிறது. நம்பத்தகுந்ததாக இல்லை) சாந்தா சக்குபாய் 1939 ல் வந்த இத்திரைப்படத்தில் நாயகனாக நடித்தார். 1935 முதல் 1975 வரை நடித்திருக்கிறார் என்று தெரிய வருகிறது. எந்தக் கதாபாத்திரமென்றாலும் ஏற்கும் திறமையும், கச்சிதமாய் நிறைவேற்றும் அனுபவ மும் நிறைந்த இம்மாதிரியான பழம் பெரும் நடிகர்கள் பலருக்கு, தொடர்ந்து சினிமா வாய்ப்பு என்பது இல்லாமலேயே இருந்தது என்பதுதான் பெரிய துர திருஷ்டம். அதற்காக அவர்கள் தங்கள் சுய மரியாதையை இழந்து பட வாய்ப்புக்களுக்காகப் போய் கையேந்தி நின்றார்கள் என்கிற சரித்திரமில்லை. திறமைசாலிகள் எப்போதுமே தங்கள் சுய மரியாதையை விட்டுக்

கொடுப்பதில்லை. எந்தச் சாதாரணமான அல்லது வறுமையான சூழலில் இருந்தாலும் அவர்களின் தன்மானம் என்பது மட்டும் அவர்களிடம் அழியாச் சொத்தாக நிலைத்திருந்தது. அதனால்தான் சின்னஞ்சிறு பாத்திரமென்றாலும், வந்து, கேட்டு, மதிப்போடு அழைத்துக் கொண்டு போனவர்களுக்கு திருப்தியாய் செய்து கொடுத்தார்கள். வருமானத்தைப் பற்றிக் கவலை கொள்ளாமல். தாங்களும் மனநிறைவு அடைந்தார்கள். அந்தக் காலத்தில் நடிப்புக்கான சம்பளம் என்பதும் குறைவாகத்தானே இருந்தது. ஆனால் கௌரவம்? சாரங்கபாணியின் கடன் வாங்கிக் கல்யாணம், கள்வனின் காதலி, குடும்ப கௌரவம், யார் பையன், சதாரம், சந்திரலேகா, நான் பெற்ற செல்வம் போன்ற பழைய திரைப்படங்கள் என்றும் நம் நினைவிலிருந்து அழியாதவை. கடைசியாக ஒன்று.

சபாபதி என்று 1941 ல் வந்த திரைப்படம் அது. அதில் தமிழ் வாத்தியாராக நடித்திருப்பார் சாரங்க பாணி. பஞ்சகட்சம் கட்டி, கோட்டுப் போட்டு, தலைப் பாகையிட்டு, ஒரு குடையையும் கட்கத்தில் இடுக்கிக் கொண்டு, மூக்குப் பொடியையும் ஏற்றிக்கொண்டு நடந்து வந்து, அவர் வகுப்பில் பாடம் எடுக்கும் அந்தக் காட்சி என்றுமே மறக்க முடியாதது. குறளுக்கு அர்த்தம் சொல்லிக் கொடுப்பதைப் பாருங்கள் -

எங்கே சொல்லுங்க பார்ப்போம்... அகர முதல... அகர முதல... - இது மாணவர்களாகிய குழந்தைகள் எழுத்தெல்லாம்... எழுத்தெல்லாம் ஆதி பகவன்... ஆதி பகவன்... முதற்றே உலகு... முதற்றே உலகு...!

புரிஞ்சிதா...? புரிஞ்சிது சார்...! பொதிந்துள்ள நகைச்சுவையை... நீங்களே புரிந்து கொள்ளுங்கள்...!!!

8

"குலதெய்வம்" ராஜகோபால்

குடும்பச் சூழலிலும், சமுதாய நடப்பிலும் பரவிக் கிடக்கும் மூட நம்பிக்கைகளை- கடுமையாகச் சாடாமல், மற்றவர் மனம் புண் படும்படி சுள்ளென்று எடுத்துச் சொல்லும் வழி வகையைத் தவிர்த்து, எளிமையாக, பாமரனுக்கும் புரியும் விதமாய் நகைச்சுவை ததும்ப, நாசூக்காக திரைப்படங்களில் சொல்லி விளக்கியவர் கலைவாணர் திரு.என்.எஸ்.கிருஷ்ணன். குடும்ப அமைப்பிலான ஒழுக்க நடைமுறைகளை படத்துக்குப் படம் கதைக்கு ஏற்றாற்போல் அங்கங்கே தொட்டுத் தொட்டு நகைச்சுவையாய்ச் சொல்லி மனிதர்களின் நெறி பிறழ்தல்களைச் சுட்டிக் காட்டி உணர வைத்தவர்.

இவரது நாடகக் குழுவில் இருந்து தொடர்ந்து இவரோடு பயணித்து அவரது கருத்துக்களை அடியொட்டி அங்கீகரிக்கும் சிஷ்யனாய், பணியாளனாய்

பின் தொடர்ந்ததால் பின்னாளில் சின்னக் கலைவாணர் என்று அழைக்கப்பட்டார் நடிகர் குலதெய்வம் ராஜகோபால்.

ஏற்கனவே ஒரு சின்னக் கலைவாணர் இருக்கிறார் என்பதை மறந்துவிட்டு, அல்லது ஒரே பட்டம் ரெண்டுபேருக்கு இருக்கக் கூடாதா அல்லது கொடுக்கக் கூடாதா என்ன என்று, நடிகர் விவேக்கிற்கும் சின்னக் கலைவாணர் என்ற பட்டத்தைச் சில வருடங்களுக்குப் முன் வழங்கி கௌரவித்தார்கள். ஒரே பட்டம் ரெண்டு பேருக்கு வழங்கப்பட்டது சரியா தவறா என்பதைவிட, அந்தப் பட்டம் எந்தளவுக்கு முக்கியத்துவம் வாய்ந்ததாய் இருக்கிறது என்பதும், அது கலைவாணர் பெயர் சார்ந்ததாகையால் அந்த மதிப்புப் பெறுகிறது என்பதும் இங்கே உணர வேண்டியதாகிறது. கலைவாணர் சொன்ன கருத்துக்களை, இன்றைய சூழலுக்கு, நடை முறைகளுக்கு ஏற்றாற்போல் காட்சிகளை அமைத்து, அவற்றில் படிந்துள்ள மூட நம்பிக்கைகளை அறிவுறுத்திச் சுட்டிக்காட்டி மக்களின் விருப்பத்தைப் பெற்றதால், அவர்களை ரசிக்க வைத்ததால் அந்தப் பட்டம் நடிகர் விவேக்கிற்கும் பெரிதும் பொருந்திப் போனது எனலாம்.

இராமநாதபுரம் மாவட்டம், கண்டரமாணிக்கம் ஊரைச் சேர்ந்த வி.ஆர்.ராஜகோபால் என்ற குலதெய்வம் ராஜகோபால் 1956ஆம் ஆண்டு வெளிவந்த ஏ.வி.எம். மின் “குலதெய்வம்” என்ற படத்தில் நான்கு கதா நாயகர்களில் ஒருவராய் வந்து, சிறப்பாய்த் தன்னுடைய நடிப்பை வெளிப்படுத்திய காரணத்தினால் பெருமை பெற்று, அது முதல் “குலதெய்வம் ராஜகோபால்” என்றே அழைக்கப்பட்டார்.

அரிய வாய்ப்பு என்பது எல்லோருக்கும் ஏதோவோர் சந்தர்ப்பத்தில் அவர்களே எதிர்பாராத தருணத்தில் வந்து நிற்கும். அதை அந்தக் கணத்தில் உணர்ந்து, உண்மையோடும், நேர்மையான உழைப்போடும் சீரிய

முறையில் எதிர் கொண்டால் அதற்கான பலன் கிடைக்கும். அப்படிக் கிடைத்த அந்த நல்ல சந்தர்ப்பத்தை, திறமையாகப் பயன்படுத்திக் கொண்டவர்தான் குலதெய்வம் ராஜகோபால்.

இந்தக் குலதெய்வம் படத்திற்கு வசனம் முரசொலி மாறன். கூட்டுக் குடும்பத்தின் சிறப்பையும், விதவா மறுமணத்தையும் மையமிட்டு கிருஷ்ணன் பஞ்சு இயக்கத்தில் வெளிவந்த திரைப்படம் இது. இப்படத்தின் சீரியஸான கதாபாத்திரத்தில் குலதெய்வம் ராஜகோபால் நடித்திருந்தாலும், பின்னாளில் நகைச்சுவைப் பாத்திரங்களே இவருக்கு வெகுவாய் வந்து அமைந்தன. எதை மக்கள் ரசிக்கிறார்கள் என்பதை நாசூக்காய் உணர்ந்து அதிலேயே தன்னை ஒரு கலைஞன் நிலை நிறுத்திக் கொள்ளப் பாடுபட வேண்டும் என்கிற நியதியின்பாற் பட்டு இவரும் தொடர்ந்து தனக்குக் கிடைக்கும் நகைச்சுவைப் பாத்திரங்களையே ஏற்று திறம்படத் தன் திறமையை நிரூபித்தார்.

1954லே வெளிவந்த "நல்ல காலம்" திரைப்படம்தான் இவரது முதல் படம்.. நல்ல காலம் பிறந்தது என்று அடுத்தடுத்த வாய்ப்புகள். எம்.கே.டி.யின் "புது வாழ்வு". இவரது வாழ்க்கையில் ஒரு புது அத்தியாயத்தைத் தொடங்கி வைக்கிறது.

இத்தனைக்கும் ஆதாரமாய் இவருக்கு அமைந்தது நாடக அனுபவமே. தெருக்கூத்து, நாடகம், பாய்ஸ் நாடகக் கம்பெனி, மதுரை கலைமணி நாடகக் குழு மற்றும் என்.எஸ்.கிருஷ்ணன் நாடகக் குழு என்று தொடங்கி படிப்படியாய் தன் நடிப்புத் திறனை வளர்த்துக் கொண்டவர். தவறுகள் செய்தால் கடுமையான தண்டனைக்கு உட்படுத்தி திருத்தும் கட்டுப்பாடு மிக்க நாடகக் குழுக்கள் நடிகர்களை செதுக்கி, நல் வடிவத்திற்குக் கொண்டு வந்தன. அவற்றில் கிடைத்த செழுமையான அனுபவங்களோடு திரைப்படத்திற்குள்

காலடி வைத்த குலதெய்வம் ராஜகோபால் தொடர்ந்து பட வாய்ப்புக்களில் திளைக்க அவரது அனுபவம் வாய்ந்த நடிப்பே துணையாய் நிற்கிறது.

1962 ல் மதுரை நிகழ்வொன்றில்தான் அவருக்கு "சின்னக் கலைவாணர்" என்ற பட்டம் கிடைக்கிறது. இதனைத் தொடர்ந்து நூற்றுக்கும் மேற்பட்ட படங்களில் நடித்த இவர் பலரையும் போல் சொந்தப்படம் எடுக்கும் ஆசையில் சிக்கிக் கொண்டு, ஒரு படமுமெடுத்து பெருத்த நஷ்டத்துக்குள்ளாகிறார். அந்தத் திரைப்படம் எது என்பதற்கான குறிப்புகள் கிடைக்கவில்லை. அத்தோடு திரைப்படங்களில் நடிப்பதிலிருந்து சிறிது காலம் விலகியிருக்கிறார். பிறகுதான் பாக்யராஜ் இவரை அழைத்து வரிசையாக சில படங்கள் கொடுக்கிறார். எங்க சின்ன ராசா, ஆராரோ ஆரிரரோ மற்றும் பவுனு பவுனுதான் ஆகிய படங்கள் முக்கியமானவை. ஆராரோ ஆரிரரோ படத்தில் புத்தி பேதலித்தவராக, கையில் துப்பாக்கியோடு அலையும் பைத்தியமாக இவரின் நடிப்பு அத்தனை இயற்கையாய் இருந்தது.

என்றாலும் இவர் குலதெய்வம் படத்திலும் வீர பாண்டியக் கட்டபொம்மன் படத்திலும், ஏற்ற பாத்திரங்கள் இவருக்குப் பெயர் தேடித் தந்தவை. குல தெய்வம் படத்தில் அண்ணி கொடுத்த ஊறுகாய் ஜாடியை எடுத்துக் கொண்டு தங்கை வீட்டிற்குள் நுழையும் காட்சி. ஒரு நகைச்சுவை நடிகராய் நாம் பார்த்த குலதெய்வம் ராஜகோபால் ஒரு குணச்சித்திரப் பாத்திரத்தில் எப்படி மிளிர்கிறார் என்பதும், வசனங்களை எத்தனை அழுத்தம் திருத்தமாய் வெளிப்படுத்துகிறார் என்பதும், ஏற்றுக் கொண்ட கதா பாத்திரத்திற்கு எந்தளவுக்கு நியாயம் செய்கிறார் என்பதும், இவர் நகைச்சுவைப் பாத்திரங்களில் அதன் பின் தொடர்ந்தது இவரது துரதிருஷ்டமோ என்று நினைக்கும்படியும் இருக்கும். எதுவும் துரதிருஷ்டம் என்று கிடையாதுதான்.

நாம் எந்தளவு நம்மை ஈடுபடுத்திக் கொள்கிறோம் என்பதைப் பொறுத்தே நம் மன நிறைவும், வெற்றி தோல்வியும்.

குலதெய்வம் படத்தில் ஒரு பொறுப்பு மிக்க காட்சி. குடும்பக் கதைகள் அந்தக் காலத்தில் எத்தனை பாங் காக அமைந்திருந்தன என்பதற்கு இந்தத் திரைப்படம் ஒரு சிறந்த உதாரணம். மனிதனை மேம்படுத்தும் சிந்தனை கொண்டவையாய், வாழ்க்கைக்கு வழிகாட்டி யாய், வாழ்வியல் நெறிமுறைகளை முன்வைக்கும் விதமாய்க் காட்சிகள் அமைக்கப்பட்டு, அழிக்க முடி யாத, அழிக்கக் கூடாத சிறந்த ஆவணங்களாய் விளங்கின. வேலை கிடைத்து அதை ஏற்றுக்கொள்ள வேண்டி பம்பாய் கிளம்பும் ராஜகோபால்... அண்ணன் சகஸ்ரநாமத்திடம் வந்து சொல்லிக் கொண்டு விடை பெறும் நேரம் : -

பெட்டியுடன் வந்து நின்று தயங்கித் தயங்கி... அண்ணா...நான் புறப்படட்டுமா?

வேலைக்காக நீ பம்பாய்க்குத்தான் போகணுமா? இங்கயே ஏதாவது பார்க்கக் கூடாதா தம்பி?

என்னண்ணா செய்றது...? நானும் தேடித்தான் பார்த்தேன்...வேலை கிடைக்கலியே...!

அவ்வளவு தூரம் உன்னை அனுப்பிச்சிட்டு நாங்க எப்படிடா இருக்கப் போறோம்...கிடைக்கிற கூழோ கஞ்சியோ... எல்லாருமா குடிச்சிட்டு, இங்கியே இருக்கலாம்பா... -

நீங்க வேறே... ஏன் அத்தை...நல்ல வேலை நம்மத் தேடி வர்றபோது... அதை ஏன் மிஸ் பண்ணனும்? அண்ணா...டிரெயினுக்கு டயமாச்சு...! - தயக்கத்தோடும், மரியாதையோடும். என்ன ஒரு பணிவு, குழைவு? அண்ணன் முன் சத்தம்போட்டுப் பேசுவது கூட

மரியாதைக் குறைவு என்று தணிந்த குரலில் விடை பெறும் இந்தக் காட்சியின் அருமையை உணர்வதுதானே திரைப்படம் பார்ப்பதின் சிறந்த நோக்கமாய் இருக்கும்?

ஒரு திரைப்படம் வெற்றியடைகிறதென்றால் அதில் சிறப்பம்சங்கள் இல்லாமல் அந்த வெற்றி கிட்டி விடுமா? சிறந்த கதையமைப்பும், காட்சியமைப்பும், வசனங்களும், பாடல்களும் இவை எல்லாவற்றையும் கச்சிதமாய் நிறைவேற்றும் பண்பட்ட நடிகர்களும் இருந்தால்தானே வெற்றி சாத்தியம்? அத்தனை சகல லட்சணங்களும் கொண்ட திரைப்படமாய் "குலதெய்வம்" அப்போது வெளி வந்ததும் வெற்றி பெற்றதும் நம் மக்கள் எப்போதுமே நல்லவைகளுக்கு ஆதரவாய் இருப்பார்கள் என்பதற்கு சரியான சாட்சி அல்லவா?

எனக்கு என்ன சொல்றதுன்னே தெரில... தம்பி... உங்களையெல்லாம் நல்லா படிக்க வச்சு... பெரிய மனுஷன் ஆக்குவேன்னு அப்பாகிட்ட வாக்குக் கொடுத் திருந்தேன்... ஆனா அது உன் விஷயத்துல மட்டும் நிறைவேற்ற முடியாமப் போச்சு...

பரவாயில்லண்ணா..எனக்கு ஒரு ஆசை இருக்கு... அடுத்த ஜென்மம்னு ஒண்ணு இருந்தா... அதுல மூட்டைப் பூச்சியாவாவது பிறந்து, அந்த ஜீவா உடம்பைக் கடிச்சிக்கிட்டே இருக்கணும்...

அண்ணி பண்டரிபாய் வருகிறார். புறப்டாச்சா தம்பி...

ஆமா அண்ணி...

நீ பட்டணம் போய்த் தானே பம்பாய்க்கு ரயிலேறணும்...? அப்டியே இந்தப் பாலாடையையும்> ஊறுகா ஜாடியையும்...தாராகிட்டே கொடுத்துர்றியா...?

ஹூம்... நான் மாட்டேன்... அவுங்க முகத்துல முழிக்க எனக்கு இஷ்டமே இல்ல...

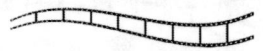

காலத்தால் அழியாத கலைஞர்கள் | 113

அப்டியெல்லாம் சொல்லாதப்பா... அவுங்க தப்பு செய்தாலும்...நாமும் தவறா நடக்கக் கூடாது. தாராவுக்கு மாங்கா ஊறுகான்னா உயிரு... நீயும் போயிட்டா... அப்புறம் நான் இதை யார்கிட்டே கொடுத்தனுப்புவேன்... ம்...இந்தா... - வாங்கிக் கொள்கிறார். அண்ணியின் வார்த்தைகளை அதற்குமேல் மீறுவதற்கில்லை என்கிற நன்னெறியைப் புகட்டும் காட்சி இது.

அண்ணி...உங்களப்பார்த்தா எனக்குப் பரிதாபமா இருக்கு...ஆனா... அந்தப் பாவிங்களுக்கு உங்க அருமை தெரிலயே...

அப்டியே தாராகிட்டே பிரசவ சமாச்சாரத்தைத் தெரிவிக்கச் சொல்லு... உங்க அண்ணனும் நானும் வர்றோம்னு சொல்லிடு...

சரி... ஆகட்டும்...

ரயில்ல தூங்காமப் போய்ச் சேரடா... ஜன்னல் பக்கமா உட்காராதப்பா... - இது அத்தை

எல்லோரையும் பார்க்கிறார்... அண்ணா...வர்றேன்... -சொல்லி விட்டு விடைபெற்றுக் கொள்கிறார்.

பட்டணத்தில் சின்ன அண்ணியின் வீட்டிற்குச் செல்கிறார். திறந்து கிடக்கும் பெரிய வீட்டிற்குள் யாரையும் காணவில்லையே என்று உள்ளே நுழைந்தவாறே... அண்ணி... அண்ணி.. என்று கூவுகிறார்.

என்னடாது...பதிலையே காணோம்... அண்ணீ...! ம்... புயலடிச்ச பகுதி மாதிரில்ல இருக்கு இந்த வீடு... ம்ம்ம்... நானும் இந்த வீட்டை மிதிக்கும்படியா ஆயிடுச்சே... அடக் கடவுளே...!

கள்ளபார்ட் நடராஜன் வருகிறார். கடவுளை வீட்டுல தேடும் பக்தன் யாரப்பா அது...?

ஓ...! நீங்களா...வாங்க... அண்ணி இருக்காங்களா...? இல்ல... அண்ணா... இல்ல...

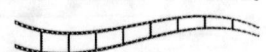

எங்க போயிருக்காங்களோ... யாருக்குத் தெரியும்...? சரி...சரி... வந்த விஷயத்தைச் சொல்லு...

ஒண்ணுமில்ல... இந்த ரெண்டையும் எங்க பெரிய அண்ணி கொடுத்தாங்கன்னு சொல்லி... உங்க தங்கச்சி கிட்டக் கொடுத்துர்றீங்களா...?

ஹ...ஹ... ஹா... தம்பிகள் தலையில் தங்கமழை பொழிவதையே லட்சியமாகக் கொண்ட லட்சாதிபதிகள் குடும்பம்... பிச்சைக்காரத்தனமாக இந்தப் பரிசுகளை அனுப்பியிருக்காங்களா...? வெட்கம்...

...ஹூம்... நீங்க பால் குடிக்க அல்ல...உங்க . தங்கையின் குழந்தைக்கு...தெரியுதுங்களா...?

ஏய்... தர்வான்...(செக்யூரிட்டி)

ஆய்ய்...நிறுத்தப்பா... எதுக்கு அவனக் கூப்பிடுற...? சின்னப்பயலா இருக்கானேன்னு நினைச்சிக்கிட்டியா? இப்பத்தான் மீசை வளர்றதுக்கு நெய் தடவிக்கிட்டிருக் கேன்... வளரட்டும்... அதுக்கப்புறம் உன்னைப் பேசிக்கிறேன்...

ஏய்... சின்னையா... எனக்குக் கோபம் வந்தா காண்டாமிருகமா மாறிடுவேன்... ஜாக்கிரதை...

ஹூம்... இப்ப மட்டும் என்ன...? சரி...சரி... அனா வசியப் பேச்சு வேண்டாம்... இந்த ரெண்டையும் பெரிய அண்ணி கொடுக்கச் சொன்னதாக தாரா அண்ணிகிட்டக் கொடுத்திரு... அதோட வேலை விஷயமா பம்பாய்க்குப் போறேன்... அதையும் சொல்லிடு... பெரிய அண்ணா... அண்ணி... அவுங்களோட பெருந்தன்மையை எண்ணி... உன் தங்கச்சியும், அந்த வக்கீல் தொரையும் ஒழுங்கா வீட்டுக்கு வந்தா வரட்டும்...இல்லே...கெட்டுக் குட்டிச் சுவராப் போகட்டும்...

இவ்வளவுதானா...இன்னும் ஏதாவது இருக்கா...?

கொஞ்சம் இருக்கு... சொல்லு... குழந்தை பொறந்த வுடனே ஒரு கார்டு எழுதிப் போடுங்க... அண்ணாவும் அண்ணியும் வந்து பார்ப்பாங்க... இந்தாங்க...கார்டு வாங்க ஓரணா... - கையை நீட்டி காசை அளிக்கிறார்.

என்ன...கேலியா செய்றே...? ஓ...! மறந்திட்டேன்... நீங்க கோடீஸ்வரனுங்க...தந்தியிலேயே பேசிக்குவீங்க... நா வரட்டுமா?வர வேண்டாம் போ... வணக்கம்...! - கையில் பெட்டியைத் தூக்கிக்கொண்டு பெரிய கும்பிடாகப் போட்டுவிட்டுக் கிளம்புகிறார். - இந்தக் காட்சியில் சின்ன வயதுள்ள ராஜகோபாலின் நடிப்பு பார்க்கவே இனிக்கும் நமக்கு. அதுவும் குடும்பத்திற்கு அடங்கின பிள்ளையாய் ஏற்றுக் கொண்ட கதா பாத்திரம்... அளவெடுத்ததுபோல் நறுக் நறுக்கென்று பேசுவது... காட்சியைத் தூக்கி நிறுத்தி ரசிக்க வைக்கும். கள்ளபார்ட் நடராஜனும் கையில் புகையும் சிகரெட் குழலோடு கம்பீரமாய் வந்து நின்று தன் கர்வத்தை, பணத் திமிரை, முறைப்பாய் வெளிப்படுத்துவார். முர சொலி மாறனின் வசனம் இப்படத்தில் குறிப்பிடத்தக்க பங்கை நிறைவேற்றியிருக்கும்.

குலதெய்வம் ராஜகோபாலின் நடிப்புத் திறன் குடும்பப் பாங்கான காட்சிகளில் சிறப்பாக வெளிப் பட்டாலும் நமக்கென்னவோ அவர் நகைச்சுவைக் காட்சிகளில்தான் சோபித்தார் என்றே தோன்றும். காரணம் நெளிவு சுளிவாகப் பேசும் வசனங்களிலேயே அந்தக் நகைச்சுவையைத் தெறிக்கச் செய்யும் திறன் அவரிடம் இருந்தது என்பதே. அத்தோடு பேசும் வசனங்களின் பொருள் உணர்ந்து, அதற்கேற்றாற்போல் நளினம் செய்யும் அவரது உடல் உறுப்புக்கள் பார்வை யாளர்களை உற்சாகம் கொள்ளச் செய்யும். அங்கங்கே ஒன்றிரண்டு காட்சிகளில் வந்து போனாலும், அந்தக் காட்சி வராதா என்று எதிர்பார்க்கும் வண்ணம் தங்கள் திறம்பட்ட நடிப்பைச் சிந்தி விட்டுப் போய் விடுவார்கள்

பழம்பெரும் நகைச்சுவை நடிகர்கள். அவர்களின் முக்கியமானவர் குலதெய்வம் ராஜகோபால்.

வீரபாண்டியக் கட்டபொம்மனில் ஒரு முக்கியமான காட்சி. வெள்ளைக்காரனுக்கு சேவை செய்யும் அடிவருடியாக, வேவு பார்த்துச் சொல்லும் பணியாளாக ஒரு கதாபாத்திரத்தை ஏற்றிருப்பார் ராஜகோபால். ஊர்ப் பொதுச் சத்திரத்தில் வந்து தங்கிக் கொண்டு, அங்கே அகப்படும் ஒருவரிடம் தனக்கு கட்டபொம்மனின் படைபலம் குறித்து இன்னின்ன விபரங்கள் வேண்டும் என்று சொல்லி வெள்ளிப்பணத்தைக் காட்டி ஆசை மூட்டி, விபரங்கள் அறிய முனைவார். தான் ஆசை மூட்டும் நபர், கட்டபொம்மு துரையைச் சார்ந்தவர் என்பதை அறியாது கேட்டுக் கொண்டிருப்பார். அந்த எதிராளும் நீங்க கேட்டபடியே எல்லாவிபரத்தையும் நாளைக்கு உங்களுக்குச் சொல்லிப்புடறேன்... காலைல வாங்க என்று போக்குக் காட்டி அனுப்ப முனைவார். அதற்குள்தான் அந்த விபரீதம் நடந்து விடும். நாட்டை ஆளும் மன்னன் கடைப்பிடிக்கும் நெறிமுறைகள் அந்த நாட்டு மக்கள் மற்றும் அரசன் என்று எல்லோருக்கும் பொதுவானதே என்பதற்கடையாளமானதாய் அமைந்த இந்தக் காட்சி பார்க்கும் நம்மையெல்லாம் மெய் சிலிர்க்க வைத்து விடும்... இதோ உங்கள் கண் முன் அந்த அற்புதக் காட்சிகள்...

முத்துக்கருப்பா... டேய்... -ஊமைத்துரை தன் சேவகனை அழைக்கிறார். அவர் கோட்டையின் மேற்புறத்திலிருந்து இறங்கி வருகிறார்.

கும்புடுறன் சாமி... உங்களுக்காகத்தான் காத்துக் கிட்டிருக்கேன்... என்ன..ஏதாவது அவசரமா...?ஆமா... சத்துரத்துல நாலஞ்சு பேரு தங்கியிருக்கிறாங்க... அவுங்களப் பார்த்தா வெளியூரு மாதிரியிருக்குது..நடை உடை பாவனையெல்லாம் சந்தேகப்படுற அளவுக்கு... இருக்கு சாமி...

அப்படியா...? சரி...நீ அவர்களுக்கொப்ப நடித்து, ஏதாவது உளவு கிடைக்கிறதா என்று பார்... ஊம்?

சரிங்க...

ஊம்... - அடுத்து சத்திரத்திலான காட்சி...

குலதெய்வம் ராஜகோபால் இடது பக்கக் கை விளங்காத ஆளாய்...ஊனமுற்றவராய் நடித்து, ஏதாவது தகவல் கிடைக்கிறதா என்று முயற்சி செய்வார்.

கையெடுங்க...கையெடுங்க... - இது ஊமைத்துரை உளவாளி.உங்க படையில எவ்வளவு வீரர்கள் இருக் காங்க... கோட்டையில எந்தெந்த எடத்துல ரகசியச் சுரங்க வழி இருக்கு... இவ்வளவுதான்... இது தெரிஞ்சாப் போதும்... ஆங்ங்... இன்னொரு சின்ன விசயம்...

என்னா...?உங்க ராசா... எந்த எடத்துல தனிய்ய்யா... வருவாரு...? இவ்வளவுதான்யா... இவ்வளவுதான...? நாளைக்கு இதே நேரத்துல, புள்ளி விவரமா, உங்ககிட்ட... எழுதியே கொடுத்துப்புடறேன்... ஆங்.ங்ங்...!... பலே... பலே...பலே... இந்தா...இதுலே எரநூறு வெள்ளிப் பணம் இருக்கு... -குலுக்கிக் காண்பிக்கிறார்...

எரநூறு வெள்ளிப் பணமா...? நீங்க நல்லா இருக் கணும்... - வாங்கிக் கண்ணில் ஒற்றிக் கொள்கிறார்.

ஆமா... நீங்க யாருன்னு சொல்லலியே இவ்வளவு நேரம்...?-கேள்வியை வீசுகிறார்.

காதுக்கருகில் வந்து... மெதுவாய்... சத்திரம்... உங்கள நம்பலாமுல்ல...?என்னங்க... இது...தலவாசப்படிலயே சொன்னனே...நம்பலாமுன்னு...?நாங்க... எட்டயாபுரம்... ஓகோ... கூலிப்பட்டாளமா... - கேட்டவாறே கைகளைச் சொறிந்து கொள்கிறார் கேலியாக.ஆமா... எப்டியிருந்தா என்னய்யா... வெள்ளக்கார தொரை... வெள்ளிப் பணமா அள்ளி வீசுறான்யா... நம்ம ராசா எவன் குடுப்பான்? வெரல மடக்கு? கையே மடங்கித்தான

போயிருக்கு...! ஏன்...வாதமா? ஆம்மா... ஹி...ஹி... ஒரு விசயமா... ஒருத்தர்ட்ட வாதம் பண்ணினேன்... அது லேர்ந்து இந்தக் கோளாறு... அதிருக்கட்டும்...நா கேட்ட விசயத்த... ஒண்ணு விடாம நாளைக்கு வந்து எங்கிட்ட சொல்லிப்புட்டேன்னா... உனக்கு இன்னும் நெறைய்ய பணம் வாங்கித் தர்றேன்...நாமெல்லாம் இப்டித்தான்யா பொளைக்கணும்... வேற எவன் குடுப்பான் நாலு காசு சொல்லு...

நல்லாச் சொன்னீங்க...நல்லாச் சொன்னீங்க...நூத்துல ஒருபேச்சு... அதுவும் எங்க ராசா இருக்காரே...மஹா கருமிப் பய...

ம்ம்ம்... வெள்ளக்காரப் பய... ம்...?ஏய்...தொரைன்னு சொல்லு... தொர... தொர... ம்ம்... எவ்வளவோ மெரட்டுனா... அவனுக்கே கொடுக்க மாட்டேங்கிறப்ப...

துரோகிப்பய...துரோகி... அவனுக்கே குடுக்காதப்ப... நமக்கா கொடுக்கப் போறாரு...? - இதைச் சொன்ன அடுத்த கணம்... மாறுவேடத்தில் நகர் வலம் வந்திருக்கும் கட்டபொம்மன் உள்ளே பாய்ந்து அவர்களை சவுக்கால் அடிக்க ஆரம்பிப்பார். உளவு அறிய அமர்த்தப்பட்ட ஊமைத்துரை ஆளையும் சேர்த்து அடித்து விரட்ட... என்னையா அடிக்கிற... எங்க எசமான் ஊமத்துரை ஸ்வாமியிடம் சொல்லி உன்னை என்ன செய்றேன் பாரு... என்று சொல்ல... தவறு நடந்துவிட்டதை உணர்ந்து அதிர்ந்து போவார் கட்டபொம்மன். இந்த உளவு பார்க்கும், உளவு அறியும் காட்சியில் குலதெய்வம் ராஜகோபாலோடு சேர்ந்து நடித்திருக்கும் நடிகர் பெயர் கரிக்கோல் ராஜ். எத்தனையோ படங்களில் பல்வேறு விதமான வேடங்களில் நடித்து, தன்னை தமிழ் சினிமா ரசிகர்களுக்கு நினைவில் வைத்திருக்கச் செய்தவர் இவர். ராஜா ராணி படக் காலங்களிலிருந்தே இவர் நடித்து வருகிறார் என்பது குறிப்பிடத்தக்கது. ஆனாலும் வாதம் வந்த கையோடு இடது கையை மடித்துக்

கோணிக்கொண்டு நொண்டி நடந்துகொண்டே, கரிக் கோல் ராஜிடம் வந்து ரகசியமாய்ப் பேசி, வெள்ளிப் பணப் பையையும் கொடுத்து ரகசியங்களை அறிய முயலும் இந்த நெடிய காட்சியில் வெள்ளைக்காரனுக்கு சாதகமாய் சொந்த நாட்டுக்கு துரோகம் செய்யும் கூலியாய் குலதெய்வம் ராஜகோபால் ஏற்றிருக்கும் இந்தப் பாத்திரம் அவருக்கு மிகுந்த பெயரை வாங்கிக் கொடுத்தது. ஒரு கதையில் நேர் - முரண் என்கிற இரண்டு பகுதிகளில் நேர் பகுதியை விட முரணான பகுதிகளுக்கான பாத்திரங்களை ஏற்றுச் செய்திருக்கும் நடிகர்கள் எப்போதுமே அதிகக் கவனம் பெற்றிருப் பார்கள் என்பது நம் தமிழ்த் திரையுலகின் ரசனை மட்டத்திற்கு ஒரு முக்கியமான சான்று. கப்பலோட்டிய தமிழனில் எஸ்.வி.ரங்காராவ் ஏற்ற விஞ்ச் துரை, அதே படத்தில் எஸ்.ஏ. அசோகன் ஏற்றுக்கொண்ட கலெக்டர் ஆஷ், கட்டபொம்மனில் ஜாவர் சீத்தாராமன் ஏற்றுக் கொண்ட பானெர்மென்... வெள்ளைக்காரனுக்கு அடிமையாய் இருந்து காட்டிக் கொடுத்த எட்டப்பன் பாத்திரம் ஏற்றுக் கொண்ட வி.கே.ராமசாமி இவர் களெல்லாம் நம் ரசிகர்களின் அதிகக் கவனத்தைப் பெற்றவர்கள் என்பதுதான் உண்மை. அதே போன்று குலதெய்வம் ராஜகோபால் இந்தப் படத்தில் ஏற்றுச் சிறப்புச் செய்திருக்கும் வெள்ளைக்காரக் கூலி என்ற இந்தக் கதாபாத்திரம் அவரை என்றும் நினைவில் வைத்திருக்கச் செய்யும்.

இயக்குநர் கே.எஸ்.கோபாலகிருஷ்ணனின் “சித்தி” படத்தில் இவர் ஏற்றிருக்கும் காலிப்பயல் (அப்படித்தான் சொல்லியாக வேண்டும்) ... கதா பாத்திரம்... அசலாக அமைந்திருக்கும் இவருக்கு. பெரும் பணக்காரரின் பிள்ளையாக விட்டேற்றியான விடலைக் கதாபாத்தி ரத்தை அத்தனை அநாயாசமாய் அழகுறச் செய்திருப் பார் ராஜகோபால். சைக்கிளில் ஏறிக்கொண்டு விஜயநி ர்மலாவைப் பாட்டுப் பாடிக்கொண்டே தொடருவார்.

சைக்கிள் வண்டி மேல் ஏறி... ஒரு தங்க நிற பொம்மை போல் ஏறி... நீ தனியாய்ச் செல்லலாமா... நான் துணை யாய் வரலாமா...? என்று சீர்காழியின் குழைந்த, குஷியான துள்ளும் குரலுக்கு இவரின் நடிப்பு தூள் கிளப்பும். இன்னின்ன கதாபாத்திரங்களுக்கு இவர்கள் கச்சிதமாய்ப் பொருந்துவார்கள் என்பதைவிட, எந்தக் கதா பாத்திரத்தையும் இவரால் செய்து விட முடியும் என்கிற வரிசையில்தான் குலதெய்வம் ராஜகோபால் வைக்கப்பட்டிருந்தார் என்பதே இவருக்கான பெருமை. இயக்குநர்களால் விரும்பி வரவேற்கப்பட்டவர்.

ஆரம்ப காலப் படமான சபாஷ் மீனாவில் இவரும் நடிகர்திலகமும் சேர்ந்து அடிக்கும் கூத்து...தமிழ் ரசிகர் களால் என்றும் மறக்கவே முடியாதது. தெருவிற்குள் நுழைந்து கல்லை விட்டெறிந்து பெரிய பெரிய வீடு களின் மாடிப் பகுதி ஜன்னல் கண்ணாடிகளை உடைப்பது குல.ராஜகோபாலின் வேலை. அதே வீட்டிற்கு கண்ணாடி மாட்டித் தருகிறேன் என்று ரிப்பேருக்குப் போய் நிற்பது நடிகர்திலகத்தின் வேலை. ஒரு வீட்டிற்குள் இருவருமே சென்று ஜன்னல்களுக்கு கண்ணாடி மாட்டனுங்களா என்று போய் நிற்க... அப்டி ஒண்ணுமில்லியே... என்று வீட்டுக்காரரர் சொல்ல... இல்லியே... இப்போ இங்கே கண்ணாடி உடைஞ்சிருக்கணுமே... என்று தன்னை மறந்து குல. ராஜகோபால் உதட்டில் விரலை வைத்து சந்தேகத்தில் வியந்து உளர... என்னது...கண்ணாடி உடைஞ்சிருக் கணுமா... அது எப்படி உங்களுக்குத் தெரியும்? என்று பலமாய் வீட்டுக்காரரர் சந்தேகித்துக் கோபப்பட...தப்பித் தோம் பிழைத்தோம் என்று மாட்டிக் கொள்ளாமல் இருவரும் தலை தெறிக்க வெளியே ஓடி வருவார்கள்.

கர்ணன் படத்தில் சகுனியின் பிள்ளையாக வந்து எதற்கும் உதவாதவராய் அவருக்குத் தொல்லையாய் கூடவே இருந்து கழுத்தறுப்பார். பாக்யராஜின் ஆராரோ

ஆரிரரோவில் பைத்தியக்கார ஆஸ்பத்திரியில், மிலிட்டரி கேப்டனாக இருந்து மனநிலை பிறழ்ந்தவராக அமர்க்களப்படுத்துவார். துப்பாக்கியைக் கையில் வைத்துக் கொண்டு ஆஸ்பத்திரியின் பாதிரியார் முதற்கொண்டு அத்தனை பேரையும் மிரட்டி நடுங்க வைப்பார். பிறகு பாக்யராஜூக்குத் தகவல் சென்று, அவர் வந்து ஒரு ஆலோசனை சொல்வார். கேப்டன்... முதல்ல தேசிய கீதம்... அப்புறம்தான் மற்றது...ஓ, கே... என்று சொல்ல... யூ மீன் நேஷனல் ஆந்தெம்... என்று சொல்லி ஒப்புக் கொள்ள, எல்லோரும் தேசிய கீதம் பாட சல்யூட் வைத்து நிற்கும்போது, அவரது கோட் பையிலிருந்து துப்பாக்கியை நைஸாக எடுத்து, பாதிரியிடம் ஒப்படைத்து எல்லோரையும் காப்பாற்று வார் பாக்யராஜ். சல்யூட் அடித்து, தேசிய கீதத்திற்கு அவர் நிமிர்ந்து கூர்மையான பக்தியோடு நிற்கும் அந்தக் காட்சி மறக்கவே முடியாது. இதில் சூட்சுமம் என்னவென்றால் இந்தக் கதாபாத்திரத்திற்கு யார் பொருந்தி வருவார், இயல்பாய், அச்சு அசலாய் யாரால் இந்தப் பைத்தியக் கதாபாத்திரத்தை செய்ய முடியும் என்று யோசித்து குலதெய்வம் ராஜகோபாலைத் தேர்வு செய்திருக்கும் இயக்குநர் பாக்யராஜ் அவர்களை நாம் பாராட்டியே தீர வேண்டும். அது அவரது திறமைக்கு மரியாதை.

காலங்கள் கடந்திருந்தாலும் அவரின் நடிப்புத் திறமை அவரை விட்டு அழியவேயில்லை என்பதற்கு இந்தத் திரைப்படம் முழுமுதற்காரணமாய் அமைந்தது. மன்னாதி மன்னன், எல்லைக்கோடு, நத்தையில் முத்து, மகாலட்சுமி, இல்லறமே நல்லறம், கல்யாணிக்குக் கல்யாணம், விசு, பார்த்திபன் படங்கள் என்று அவர் தன் நடிப்பில் முத்திரை பதித்த படங்கள் அநேகம். திரைப்படங்கள் பின்னாளில் குறைந்து போனாலும் வில்லுப்பாட்டுக் கச்சேரியெல்லாம் நடத்தி வந்தார் குலதெய்வம் ராஜகோபால். சிறந்த வில்லுப்பாட்டுக்

கலைஞர் அவர். ஐயப்பன் சரித்திரம், முருகன் பெருமை போன்ற ஆன்மீக நிகழ்ச்சிகளையும் என்.எஸ்.கிருஷ்ணன் வாழ்க்கையை விவரித்தும் தொடர்ந்து ஆயிரக்கணக்கில் வில்லுப் பாட்டு நிகழ்ச்சிகளைப் பல மேடைகளில் நிகழ்த்தியிருக்கிறார் இவர். இவரை நாம் இங்கே நினைவு கூருவது தமிழ் சினிமா உலகிற்கான பெருமை என்றே கொள்ளலாம்.

9. டி.ஆர்.ராமச்சந்திரன்

இவர் திரையில் தோன்றும்போதே குதூகலித்துக் கை தட்டி ரசிக்கப் பழகிக் கொண்டார்கள். இவரின் முட்டைக்கண் பார்வையையும், அது பண்ணும் சேட்டைகளையும் ரசித்தார்கள். அந்தக் கண்ணோடு சேர்ந்த முகத்தையும், அதில் தோன்றும் அசட்டுச் சிரிப்பையும், அந்தச் சிரிப்போடு கலந்த பாவங்களையும், அப்போது தோன்றும் உடல் மொழிகளையும் அவை அனைத்தும் கதையோட்டத்தோடு மிகப் பொருத்தமாய் நடைபோடும் அழகையும் வியந்து ரசித்து மகிழ்ந்தார்கள்.

அவரின் அப்பாவித்தனமான தோற்றமே அவருக்கு ப்ளஸ் பாய்ன்ட். இப்படி மைனஸ்ஸாக இருந்ததைப் ப்ளஸ்ஸாக மாற்றியவர்கள் பலர். அதில் திரு.டி.ஆர். ராமச்சந்திரன் மிக முக்கியமானவர். காரணம் இயல்பி லேயே, உடம்போடு ஒட்டியிருந்த அந்த அப்பாவித்தனம்.

படத்தில் இவர் இருக்கிறாரா என்று அறிந்து சந்தோஷப்பட்டார்கள். வரும் படங்களிலெல்லாம் நகைச்சுவைப் பாத்திரம்தான் என்றாலும், ஒவ்வொன்றும் அந்தந்தப் படத்தின் கதைக்கேற்றாற்போல் வெடிச் சிரிப்பாய் அமைந்து, பார்வையாளர்களைக் குலுங்கச் சிரிக்க வைத்ததை மீண்டும் மீண்டும் அலுக்காமல் பார்த்து அந்த இயல்பு நடிப்பில் தங்களை இழந்தார்கள்.

கதை ஓட்டமும், நாயகன் நாயகியின் முக்கியத்துவமும் விஞ்சி நின்றாலும், அவ்வப்போதைய திடீர்த் திருப்பங் களுக்கும், விலகாத குழப்பங்களுக்கும் காரணமாய் இருக்கும் கதாபாத்திரத்தில் இவர் இருந்ததால், அவரின் வருகையைத் திரையில் எதிர்பார்த்தே காத்துக் கிடந்து ரசித்தார்கள்.

1940 முதல் 1960 காலம்வரை தன்னைத் தமிழ்த் திரை யில் முழுமையாக ஈடுபடுத்திக்கொண்டு தொடர்ந்து அடுத்தடுத்த படங்களில் ரசிகர்களுக்கு அலுக்காமல், தோன்றி அவர்களின் மனதில் முக்கிய இடம் பிடித்த வர்தான் நகைச்சுவை நடிகர் திரு.டி.ஆர்.ராமச்சந்திரன்.

வெறும் நகைச்சுவை நடிகர் என்று மட்டும் கூறி விடுவது நன்றன்று. ஆரம்ப காலங்களில் நாயகனாய்ச் சில படங்களில் வைஜயந்திமாலா போன்ற முக்கிய நடிகைகளுடன் ஜோடி சேர்ந்து நடித்துப் புகழ் பெற்றவர். இளம் பிராயம் முதல் நடிக்க வந்துவிட்ட இவர் அறுபது கள் வரை தொடர்ந்து திரையில் தோன்றிக்கொண்டே இருந்தவர்தான். பின்னர்தான் ஒரு இடைவெளி விழுந்தது. எண்பதுகள் வரை தமிழ்த் திரையுலகில் விட்டு விட்டு வலம்வந்தார். ஒரு கட்டத்தில் போதும்... இனி தொடருவதற்கில்லை என்று முடிவெடுத்து குடும்பத் தோடு அமெரிக்கா சென்று செட்டில் ஆகிவிட்டார்.

திருக்காம்புலியூர் ரங்க ராமச்சந்திரன் என்பதுதான் இவரது முழுப் பெயர். 1917ல் பிறந்த இவர் 1990 ல்

மறைந்தார். லாஸ்ஏஞ்சல்ஸ் நகரில் தனது 73 வது வயதில் காலமானார்.

ஒரு நடிகனுக்கு அவனது உடல் மொழியும், கண்களும், முக பாவங்களும் நடிப்பிற்கான ஆதாரங்கள். டி.ஆர்.ராமச்சந்திரனுக்கு அவரது கண்களைத்தான் முக்கியப்படுத்திச் சொல்ல வேண்டும். அதுவே மக்களை அத்தனை சிரிப்புக்குள்ளாக்கியது. Saucer eyes என்று இவரது விழிகளின் சேஷ்டை மக்களிடையே அத்தனை பிரபலமாய் விளங்கியது. கண்கள் காதலுக்கு மட்டும்தான் பேசுமா? எல்லாவித உணர்ச்சிகளையும் காட்டும் வல்லமை பெற்றது அது. எண்ணம், மனது, பேசும் வார்த்தைகள் இவற்றோடு சேர்ந்து பயணிப்பது. அதனை எத்தனை திறமையாகப் பயன்படுத்துகிறோம் என்பதே ஒரு நடிகனுக்கான பயன்பாடு. நவரசங்களை வெளிப்படுத்த விழிகளின் பங்கு அதி முக்கியம். நாட்டியப் பேரொளி பத்மினியை ஒரு கணம் நினைத்துக் கொள்ளுங்கள். நடிகர்திலகத்தின் திறமையை நினைத்துப் பாருங்கள்.

ஒரு நடிகன் முதலில் தனக்குத்தானே ஒரு பெரும் ரசிகனாய் இருக்க வேண்டும். கற்பனை கலந்தவனாய், அதை அணு அணுவாக உணருபவனாய், நல்ல ரசனை உள்ளவனாய் இருத்தல் அவசியம். அப்பொழுதுதான் ஏற்றுக் கொள்ளும் கதாபாத்திரத்தை உணர்ந்து அதற்குள் தன்னை இணைத்துக் கொள்ள முடியும். உள்ளே புகுந்து பயணிக்க முடியும். ஒரு படம் முடியும் வரை அந்தப் பாத்திரமாகவே வலம் வர முடியும். வலம் வர வேண்டும். அதுதான் அவன் கடமை. அதுவே தொழில் சுத்தம். அப்பொழுதுதான் மற்றவர்களை அந்தப் பாத்திரமாகவே உணர வைக்க முடியும். இது இயற்கையாகவே பலருக்கும் பொருந்தி வந்தது. ஒரே முகம்தான். ஆனாலும் நடிக்கும் படத்திற்கேற்றாற்போல உடனடியாக அந்தக் கதைக்கு ஏற்ற நடிகனாய் தன்னை

இருத்திக் கொள்ள முடிந்தது. அதில் ஒருவர்தான் டி. ஆர்.ஆர். தொழில் பக்தி மிகுந்த காலம் அது. பக்தி சிரத்தையோடு, பயந்து பயந்து நடித்தார்கள். தங்கள் பெயரை நிலைநாட்டிக் கொண்டார்கள்.

பிரபலமான நடிகர்கள் அத்தனை பேரோடையும் நடித்துப் புகழ் பெற்றவர் இவர். கூட நடிக்கும் அந்தக் கதாநாயக நடிகரை விட தன் மீது அதிகக் கவனம் விழும்படி இருக்கும் இவர் பங்கேற்றிருக்கும் காட்சிகள். எம்.ஜி.ஆர்., சிவாஜி, ஜெமினி என்று அந்தக் காலத்தில் மிகவும் பிஸியாக இருந்த நடிகர்களின் படங்களில் இவரும் கட்டாயமாய் இருந்தார். இவரும் இருக்கிறார் என்று மகிழ்ந்தே இவரது நகைச்சுவைக்காக அந்தப் படங்களைத் திரும்பத் திரும்பப் பார்த்து ரசித்தார்கள் நம் தமிழ் மக்கள். நாயகனோடு சேர்ந்து ஏற்றுக் கொண்டார்கள்.

1938 ல் வெளிவந்த நந்தகுமார்தான் இவரது முதல்படம். அது வெற்றியில்லை என்கிற நிலையில் 1941 ல் வெளிவந்த சபாபதி- AVM தயாரிப்பிலான திரைப்படம் இவரை உயரத்துக்குக் கொண்டு போனது. பிறகு வரிசையாக கண்ணகி, நாம் இருவர், ஞான சௌந்தரி, வைஜயந்திமாலாவுடன் ஜோடி சேர்ந்த வாழ்க்கை என்று படங்கள் வர ஆரம்பித்தன.

கல்யாணம் பண்ணியும் பிரம்மச்சாரி படத்தில் நடிகர்திலகத்துடன் சேர்ந்து அடிக்கும் கொட்டம் சொல்லி மாளாது. அந்தப் படம் இன்றும் புதிய தலைமுறை இளைஞர்கள் பார்த்து ரசிக்கும் வண்ணம் அமைந்திருக்கும் சிறந்த நகைச்சுவைத் திரைப்படம். பி.ஆர்.பந்துலுவின் பத்மினி பிக்சர்ஸ் தயாரிப்பில் வந்தது. ப.நீலகண்டன் அதன் இயக்குநர்.

ஒரு நடிகனுக்குக் குரல் என்பது மிக முக்கியம். அது கட்டைக் குரலாக இருந்தாலும் சரி, வெண்கலப்

பாத்திரத்தில் அடித்த கணீர்க் குரலாக இருந்தாலும் சரி, அல்லது மென்மையான இனிமைக் குரலாக இருந்தாலும் சரி... உச்சரிப்பு என்பது எடுத்து வைத்தது போல் பிசிறின்றி இருத்தல் வேண்டும். வசனங்களை உச்சரிக்கும்போது அது, என்ன சொன்னார்...? என்கிற சந்தேகத்தை எழுப்பாமல், திரும்ப ஒரு தரம்...சொல்லுங்க... என்று கேளாமல், பளிச்சென்று புரிவதுபோல், அந்த வரிகளுக்கான பாவங்களை உள்ளடக்கியும், பொருத்தமான நடிப்போடு கலந்தும் மிளிர வேண்டும். அந்தத் தெளிவு இவரின் நடிப்பில் இருந்தது.

முகமும், கண்களும், கன்னக் கதுப்புகளும், தாடையும் வாயும், ஏன் மூக்கும் காதுகளும் கூடச் சேர்ந்து நடிக்க வேண்டும். அத்தோடு கைகளும், கால்களும் இவற்றோடு ஒன்றிக் கொண்டாக வேண்டும். இதெல்லாம் அந்தக் கால நகைச்சுவை நடிகர்களின் பிறவியோடு ஒட்டியதாக இருந்தது என்பதுதான் உண்மை.காரணம் நாடக அனுபவம் அவர்களைப் புடம் போட்டிருந்தது. டி.ஆர்.ஆர்.க்கு நாடக அனுபவம் இருந்ததாகத் தகவல் இல்லை.. ஏ.கருணாநிதி, டி.எஸ்.துரைராஜ், டணால் தங்கவேலு, நாகேஷ் போன்றவர்களை நான் சொல்லும் இந்த லட்சணங்களோடு சேர்த்து நினைத்துப் பாருங்கள்... அப்போது புரியும் தாத்பர்யமும், நடிப்பின் இலக்கணமும்.

டி.ஆர்.ராமச்சந்திரனைப் பார்த்தாலே சிரிப்பு வந்து விடும். காரணம் அவரின் அப்பாவித்தனமான முகமும், மேடுதட்டிய அசடு வழியும் சிரிப்பும், முட்டைக் கண்களும், காதில் விழும் வார்த்தைக்கெல்லாம் உடம்போடு ஒரு உதறு உதறிக்கொண்டு பதறியது போலும், நிறையப் புரிந்தது போலும் அவர் பேசும் பேச்சும், நமக்கு விடாத சிரிப்பை வரவழைக்கும் என்றாலும், இந்த அப்பாவி எங்கே போய் ஏமாறப் போகிறானோ, யார் இவனை ஏமாற்றப் போகிறார்களோ என்று அவர் மீது கரிசனம்

கொண்டு பயந்தவாறே படம் பார்க்கும் அந்தக் கால ரசிகர்கள்... அவருக்காகப் பரிதாபப் படவும் செய்து, கடைசியில் அது சினிமாதானே என்று உணர்ந்து தங்களைத் தேற்றிக் கொண்டார்கள். தொள தொளா பேன்ட் போட்டுக் கொண்டு நிற்பதும், கால்கள் நடுங்கும்போது பேன்ட்டோடு சேர்ந்து வெளிப்படும் அந்த நடுக்கம் நமக்கு அத்தனை சிரிப்பை வரவழைக்கும். நடிகனுக்கு காஸ்ட்யூம்ஸ் மிக முக்கியமல்லவா? பாத் திரத்தின் தன்மையை வெளிப்படுத்த அதுதானே முக்கியப் பங்கு வகிக்கிறது!

தன் காதலியிடமே, தான் மிகவும் புத்திசாலி என்று சொல்லாமல் சொல்லி, விவரமாகப் பேசுவதுபோல் பேசி, கடைசியில் ஏமாந்து வேறு வழியில்லாமல் போயும் போயும் வீட்டு வேலை செய்யும் ஒரு வேலைக் காரப் பெண்ணையா தான் காதலித்துக் கல்யாணம் செய்து ஏமாந்தோம் என்று அவர் நொந்து போய், தன் வீட்டிற்கு வந்து தாறுமாறாய் நடந்து கொண்டு வீட்டை விட்டு வெளியேறும் காட்சி ரொம்பவும் நகைச்சுவை யானதும், படத்திற்கே அதி முக்கியமானதும் ஆகும்.

படிக்காத மேதை படம். அது வெறும் படமல்ல, பாடம் என்று மூத்த தமிழ் சினிமா ரசிகர்கள் அறிவார்கள். டி.ஆர்.ராமச்சந்திரன் அந்தப் படத்தில் ராவ்பகதூர் எஸ்.வி.ரங்காராவின் மகனாவார். பெயர் ரகு. ரிடையர்டு மிலிட்டரி ஆபீசர் ஒருவரின் வீட்டில் வேலை செய்து விட்டுத் திரும்பும் நடிகை சகுந்தலா (சி..ஐ.டி. சகுந்தலா-பின்னாளில்) வைப் பார்த்து அவள் அந்த மிலிட்ரி ஆபீசரின் மகள் என்று நினைத்துக் கொண்டு காதலிக்க ஆரம்பித்து விடுவார். எங்கப்பா யார்னு உங்களுக்குத் தெரியுமா? என சகுந்தலா வாயைத் திறக்கும்போதெல்லாம் அவர் வாயை அடைத்து, இத்தனை நாளா உன்னோட பழகறேன்... இது கூடவா தெரியாது... அதுதான் உங்க வீட்டு

வாசல்லயே பெரிய பெரிய எழுத்துல போட்டு போர்டு வச்சிருக்கே... ரிடையர்டு மிலிட்டரி ஆபீசர் தாமோ தரன்னு... அதக் கூடவா படிக்காம இருந்திருப்பேன்... என்ன நீ இப்டி கேட்கிறே என்னப் பார்த்து... என்பார்...

விவரமாய் இருப்பதாய் நினைத்துக் கொண்டு தானே வலிய ஏமாந்து வலையில் போய் மாட்டும் இந்தக் காட்சிகளும், பின்னணியும் மிகவும் நகைச்சுவையானதும், சீரியஸ் ஆனதும் ஆகும்.

பக்கத்துலே கன்னிப் பெண் இருக்கு... கண் பார்வை போடுதே சுருக்கு... - என்ற ஏ.எல்.ராகவனின் குரல் (நடிகை எம்.என்.ராஜத்தின் கணவர்) ராமச்சந்திரனுக்கு அத்தனை பொருத்தமாய் இருக்கும்... ஓஹ்.ஹோ... (ஓகோ...!) .என்று அவர் அப்பாவியாய் வெட்கப்பட்டுக் கொள்வதைக் கூடப் பாட்டிற்கிடையில் ராமச்சந்திர னாகவே பாடிக் காண்பித்திருப்பார் ஏ.எல்.ராகவன்.

இந்த பாரு... நான் அந்தஸ்து தெரியாம அடியெடுத்து வைக்கமாட்டேன்... நல்லா கேட்டுக்கோ... நானோ ராவ்பகதூர் சன்...

(இடைமறித்து) நான் வந்து...

ரிடையர்ட் மிலிட்ரி ஆபீசர் டாட்டர் தாரணி... ஒண்ணுக்கொண்ணு மேட்சிங் கரெக்டா இருக்கே... ஏன் பயப்படுறே... வா போவோம்... என்பார்.

சரி... சரி... எங்கப்பாகிட்டே நானே சொல்லி அனுமதி வாங்கறேன்... அதுவரை நீங்க பொறுமையா இருங்க... என்று சகுந்தலா சொல்ல...

ம்... ம்... ம்... இன்னுமா பொறுமையா இருக்கச் சொல்றே... சரி..உனக்காக இருக்கேன்..... ஆனா ஒண்ணு... கன்ட்ரோல் அவுட்டாச்சு... அப்புறம் எம்மேல வருத்தப்படக் கூடாது... என்ன...?

130 | உஷாதீபன்

கல்யாணம் நடந்து விடும். கொட்டாப்புளி ஜெய ராமன்தான் ரிடையர்ட் மிலிட்ரி ஆபீசர்... அவர் தலைமையில் திருமணம் நடக்க... அவரே இவளின் அப்பா என்று நினைக்க, காரில் ஏறப் போகும்போது... அங்க எங்க போறே... ஏறு இந்த மாட்டு வண்டில... என்பார் துரைராஜ். அவர்தான் தாரணியின் தகப்பன் என்று தெரிய பதறுவார் ராமச்சந்திரன். ஐயையோ... நான் ராவ்பகதூர் மகனாச்சே... என் அந்தஸ்து என்னாறது? என்பார்.

இதையெல்லாம் காதலிக்கிறதுக்கு முன்னாடி யோசிச்சிருக்கணும்... காதலிச்சிட்டு கைவிட்டுட்டுப் போகலாம்னு நினைச்சியா...? என்று உருண்டு உருண்டு வந்து நின்று கேட்பார் துரைராஜின் மனைவியான டி.. பி.முத்துலட்சுமி. ஆளும் உருண்டை... விழிகளும், முகமும், குரலும் பேசும் பேச்சும்... ரசிகர்களை அப்படி ஈர்க்கும். முத்துலெட்சுமி தங்கவேலுவோடு சேர்ந்து செய்த ‘அறிவாளி’ பட நகைச்சுவை யாராலும் மறக்க முடியாதது. அதான் எனக்குத் தெரியுமே... என்று சொன்னாலே புரிந்து கொண்டு சிரிப்பார்கள்.

அம்மா கண்ணாம்பாவிடம் சென்று தன் காதலைப் பற்றிச் சொல்ல நிற்க, கண்ணாம்பா சௌகாரை மனதில் நினைத்துப் பேச... ஓல்டன் ம்மி ஓல்டன்... மம்மி... நீங்க எந்தப் பெண்ணைப் பத்திப் பேசறீங்க...? என்று விளித்து, கிரேட் ப்ளென்டர் மம்மி... கிரேட் ப்ளென்டர்... நான் சொல்றது... ரிடையர்டு மிலிட்டரி ஆபீசர் டாட்டர் தாரணியைப் பத்தி என்று சொல்லி கண்ணாம்பாவைப் பதற வைப்பார். தாரணியாவது... ஊரணியாவது... அவன் கெடக்கான் அத்தை... குண்டுக்கட்டா தூக்கி மணவறைல உட்காத்தி ... தாலியக் கட்டுறான்னா கட்டிட்டுப் போறான்... என்பார் ரங்கன். சிவாஜி.

அந்தத் தாலியை எடுத்திட்டுப் போயி என் காதலி தாரணி கழுத்துல கட்டுவேன்... தண்டால் எடுக்கிற

உனக்கு..என் தாரணியைப்பத்தி என்னடா தெரியும்... என்று எதிர்த்துப்பேசி அந்த இடம் விட்டு அகலுவார்.

ராவ்பகதூர் குடும்பத்தில் இப்படி ஒரு கோமாளியா? என்று படம் பார்ப்போரை சங்கடப்படுத்தும் அந்தக் கதாபாத்திரத்தில் டி.ஆர்.ராமச்சந்திரனைப் பொறுக்கிப் போட்டதும், அதைத் தன் அப்பாவித்தனமான நடிப்பாற்றலால் (நடிப்பாற்றல் என்று சொல்வதை விட அதுதான் அவரது இயல்போ என்கிற அளவுக்குப் பொருந்திப் போனவர்) சிறப்புச் செய்த டி.ஆர்.ஆரும் ஆகிய எல்லாமும் இயக்குநர் திரு ஏ.பீம்சிங் அவர்களின் திறமை என்றுதான் சொல்வேன். எந்தக் கதாபாத்திரத் திற்கு யார் பொருந்துவார்கள் என்கிற டைரக்டரின் கணிப்பு கவனிக்கத்தக்கது.. படிக்காத மேதை படத்தின் வெற்றிக்கு டி.ஆர்..ராமச்சந்திரனின் கதாபாத்திரம் மிக முக்கியமான ஒரு அங்கம் என்று கூடச் சொல்லலாம்.

டி.ஆர்.ராமச்சந்திரன் நடித்த எத்தனையோ படங்கள் நம் நினைவில் நிற்கக் கூடியவை. அறிவாளி, இருவர் உள்ளம் போன்றவை குறிப்பிடத்தக்கவை. தில்லானா மோகனாம்பாள் திரைப்படத்தில் கூட வரதன் என்கிற பாத்திரம் ஏற்றிருப்பார். மோகனா சொல்வதைத் தட்டாமல் கேட்பது அவர் வேலை. பத்மினி சொன்னதுபோல் நாகப்பட்டிணம் சென்று அங்கு மனோரமா நடத்தும் நாடக நிகழ்ச்சிக் கொட்டகைக்கு நாதஸ்வர வித்வான் சண்முகசுந்தரத்தைப் பார்க்கச் செல்வார். வெளியே நிற்கும் காவல்காரரர் அவரை உள்ளே விடமாட்டார். தடுத்து நிறுத்துவார். சாயங் காலம்தான் ஆட்டம். அப்போ டிக்கெட் வாங்கிட்டு வாங்க... உள்ளே விடுவாங்க... என்பார்.

நாதஸ்வரம் வாசிப்பார்ல, அவர் இங்க இருக்கிறதா சிக்கல்ல சொன்னாங்க... அவரைப் பார்க்கணும் என்று சொல்ல, காவல்காரரர், அவருக்கு நீங்க என்ன வேணும்? என்று கேட்பார். இவரோ அந்தக் கேள்வியில்

எரிச்சலடைந்து, "ம்ம்ம்... மச்சான் வேணும்... என்று அவர் மூஞ்சிக்கு முன்னாடி கையை நீட்டித் திட்டுவது போல் சொல்லி வைக்க, ஓ... மச்சானா... சரி... சரி... போங்க உள்ளே... என்று விட்டு விடுவார். ஒரு வசனத்தை எந்த இடத்தில் எப்படிச் சொன்னால் எடு படும் என்கிற பாவம் கனகச்சிதமாய் இருக்கும் அவரிடத்தில். மனோரமா தன்னை மலேயாவுக்கு கான்ட்ராக்ட் போட்டு நிகழ்ச்சிக்கு அழைத்திருப்பதாய் சண்முகசுந்தரத்திடம் சொல்ல... நானும் வரேன் என்று மனோரமாவின் கையைப் பிடித்துக் கொண்டு சிவாஜி உருகுவார். இந்தக் காட்சியைத் தவறாகப் புரிந்து கொண்டு, அவர் மேல் கோபம் கொண்டு, விலக்கிய திரையை விசுக்கென்று மூடுவார் டி.ஆர்.ஆர். வெளியே வந்து இடுப்புத் துண்டை கோபத்தில் படக்கென்று கக்கத்தில் இடுக்கிக்கொண்டு கோபமாய் கொட்டகைப் பக்கம் ஒரு முறை திரும்பிப் பார்த்துவிட்டு நடையைக் கட்டுவார். பத்மினியிடம்போய், அந்த நாடகக்காரி கையைப் பிடிச்சிக்கிட்டுத் தன்னை மறந்து பேசிட்டிருக் கிறதை என் ரெண்டு கண்ணால பார்த்தேன்... என்று சொல்லி விடுவார். பிறகுதான் பத்மினி, தானே நேரில் சென்று சண்முகசுந்தரம் மலேயா செல்வதைத் தடுத்தாக வேண்டும் என்று புறப்படுவார். சிறு பாத்திரமானாலும் அவரின் நடிப்பு நினைவில் நிற்கும். ரசிக்கும்படியும் இருக்கும்.

திரைப்படங்களின் காட்சிகளைப் படம் பிடிக்கும் போது கைகளைத் தொங்கவிட்டு நிற்கக் கூடாது என்று ஒரு மரபு உண்டு. நான்கு பேர் நின்று பேசும்போதோ அல்லது ரெண்டு பேரோ பேசும்போது என்றே வைத்துக் கொள்ளுங்களேன்... பேசுபவர் உரிய பாவங் களோடு, கைகளைத் தக்க அர்த்தங்கள் புலப்படுமாறு அசைத்து ஆட்டிப் பேச வேண்டும். அதுபோல் எதிராளி தன் கைகளை முழங் கையோடு மடக்கி விரல்களைக் கோர்த்துப் பிடித்துக் கொண்டு அல்லது

கையை ஒன்றின் மேல் ஒன்று வைத்துக் கொண்டு மற்றவர் பேச்சைக் கவனித்து ரீயாக்ட் செய்ய வேண்டும். இதையெல்லாம் கவனித்து கவனித்தே கற்றுக் கொள்பவர்கள் உண்டு. நாடக அனுபவத்தில் புரிந்து பக்குவப்பட்டவர்கள் உண்டு. நடிப்புக் கற்றுக் கொடுத்துத் தெரிந்து கொள்பவர்களும் உண்டு. டி.ஆர். ராமச்சந்திரன் அவர்கள் ஏற்றுக் கொள்ளும் காரக்டர்கள் பெரும்பாலும் காமெடி டிராக் என்பதால் இந்தக் கைகளின் விளையாட்டு என்பது சற்று மாறி மாறி இருக்கும். கீழே தொங்கிய நிலையிலும், ரொம்ப முக்கியமான கட்டங்களில் கோர்த்துக்கொண்டும் நடுங்கும். அவரின் கைகளும், கால்களும் நடுங்கும் நடிப்பைப் பார்த்தால்... என்னா பயம் ... என்று நமக்குச் சிரிப்பை வரவழைக்கும். வெகு இயல்பாய் அமைந் திருக்கும் அவரது நடிப்பு, சொல்லிக்கொடுத்துச் செய்வதுபோலவோ, காட்சிக்கென்று அமைந்தது போலவோ இருக்கவே இருக்காது. இயல்பாகவே அவரது உடல் மொழிகள் அப்படி ஆகியிருக்கிறதோ என்றும், அது நடிக்கும் படத்திற்கு அத்தனை பொருத்த மாய் அமைந்து சிறப்புச் செய்கிறதோ என்றும் நம்மை எண்ண வைக்கும்.

அறிவாளி படத்தில் "ஏக் லவ்" என்ற பெயரில் நடிகர்திலகத்திற்கு நண்பனாய் வருவார். முரட்டு பானு மதியை அடக்கிக் கல்யாணம் பண்ண சிபாரிசு செய்து, அவரது தங்கையான சரோஜாவைத் தான் திருமணம் செய்து கொள்ள ஐடியா பண்ணுவார். தன் விவசாயத் தொழிலுக்கும், கைத்தறி விசை உற்பத்திக்கும் உதவிகர மாய் இருக்கும் அளவுக்குப் பணம் கிடைக்குமா என்று மட்டுமே பார்க்கும் சிவாஜி, பானுமதியின் கொட்டத்தை அடக்கித் திருமணம் செய்து கொள்ளத் தயார் என்று முன் வருவார். அவர் கல்யாணம் நடந்தால்தான் தன் காதலும் நிறைவேறும் என்று சாரங்கபாணியின் இரண்

டாவது மகளான சரோஜாவை இவர் காதலிப்பார். கவலைப்படாம இரு... உன் கல்யாணத்துக்கு நான் பொறுப்பு... என்று சிவாஜி தைரியம் கொடுக்க... ஓ... இன்டியா... என்று காதலியின் புகைப்படத்தை நெஞ்சில் அணைத்துக்கொண்டு சந்தோஷப்படுவார்.

இதுபோல்தான் இதற்கு முன்பே வந்த கல்யாணம் பண்ணியும் பிரம்மச்சாரி படத்திலும் ரெண்டு பேரும் அடிக்கும் கூத்து சொல்லி மாளாது. அதில் அமெரிக்கா ரிடர்ன் பெண்ணைக் கல்யாணம் செய்ய வேண்டும் என்று ஃபாரின் மோகத்தில் இருக்கும் டி.ஆர்.ஆருக்கு, பத்மினியின் தங்கை (படத்திலும்) ராகினிக்கு ஃபாரின் ரிடர்ன் பொய்யைச் சொல்லி, நாகரீக உடையை அணிவித்து, பேசச் செய்து மயங்க வைத்து என்று கதை நீண்டு கொண்டே போகும். ராகினியைக் கண்டு இவர் இளிக்கும் இளிப்பும், படும் வெட்கமும், கூச்சமும்... அவர் மீது கொள்ளும் தீராக் காதலும் அள்ளிக்கொண்டு போகும் நகைச்சுவையை.

பத்மினி காரோட்டி வரும்போது டி.ஆர்.ஆரின் அப்பா மேல் இடித்துவிட குய்யோ முறையோ என்று அவரை வீட்டில் கொண்டு வந்து போட, இனிமே பெண்கள்லாம் காரோட்டக் கூடாதுன்னு இந்தியாவுல ஒரு சட்டம் கொண்டு வரணும்... என்பார். இம்மாதிரி பல இடங்களில் தொட்டதெற்கெல்லாம் இந்தியாவுல ஒரு சட்டம் கொண்டு வரணும், சட்டம் கொண்டு வரணும் என்று அவர் பேசும் வசனம்... படு சிரிப்பாய் இருக்கும். படம் பார்ப்பவர்களே அவரை முந்திக் கொண்டு இதைச் சொல்லிவிட்டுச் சிரிப்பார்கள்.

சார்... நான் அஞ்சு வருஷமா கார் ஓட்டறேன்... ஒரு ஆக்ஸிடென்ட் கூட நடந்ததில்லே... என்று பத்மினி சொல்ல... எங்கப்பாவும் அம்பது வருஷமா ரோட்டுல நடந்து போய்ட்டு வந்திட்டுத்தான் இருக்காரு...

அவருக்கும் ஒரு விபத்துக் கூட நடந்ததில்லே... என்பார் இவர். பட்டுப் பட்டென்று அவர் பேசும் வசனமும், துடிப்பும்... நம்மை அப்படி ரசிக்க வைக்கும்.

சொல்வதானால் டி.ஆர்.ராமச்சந்திரன் அவர்களைப் பற்றி நிறையச் சொல்லிக்கொண்டே போகலாம். ஒரு தனிப் புத்தகமே எழுதும் அளவுக்கு அவர் நகைச்சுவை நடிப்பின் காட்சிகள் ஏராளமாய் உள்ளன.

இருவர் உள்ளம் திரைப்படம் நாம் அனைவரும் அறிந்து, ஒரு முறைக்குப் பலமுறை பார்த்து ரசித்ததே. எல்.வி.பிரசாத் இயக்கத்தில், கலைஞர் வசனத்தில், கே.வி.மகாதேவன் இசையில் வெளிவந்த வெற்றிப்படம் அது. எழுத்தாளர் லட்சுமியின் பெண் மனம் என்ற நாவலைத் தழுவி எடுக்கப்பட்டது.

சிவாஜி வேலை விஷயமாக டெல்லி செல்வார். அவரின் வருகைக்காக சரோஜாதேவி காத்திருப்பார். டி..ஆர்.ஆர்.ரும் வெளியூர் செல்வார். மனைவி வசந்தியைப் பத்திரமாக இருக்கச் சொல்லிவிட்டு. மனைவியாக நடிப்பவர் பத்மினி ப்ரியதர்சினி. மைனர் மாணிக்கம் பாலாஜி உன் புருஷன் எப்போ வெளியூர் போவாருன்னுதான் காத்திட்டிருக்கேன் என்று சொல்ல, அது அறிந்த டி.ஆர்.ஆர். வெளியூர் செல்லாமல் உள்ளூரிலேயே வெளியிடத்தில் தங்கி கவனிப்பார். பாலாஜியின் வீட்டில் சிவாஜியோடு இருக்கும் புகைப் படத்தைப் பார்த்துவிட்டு, அங்கிருந்து சிவாஜிக்கு ஃபோன் செய்து வேலைக்காரி போல் பேசி, பாலாஜி ஆபத்தான நிலையில் இருப்பதாகப் பொய் சொல்லி சிவாஜியை வரவழைப்பார் பிரியதர்சினி. நண்பனைக் காப்பாற்ற வேண்டி அங்கு சென்று மாட்டிக் கொள் வார். வசந்தி சிவாஜியை வரவழைக்க, தன் மனைவியின் தவறான நடத்தையைக் கண்டு அவளை மறைந்திருந்து கொலை செய்துவிட்டுத் தப்பி விடுவார் டி.ஆர். ராமச்சந்திரன். வசந்தியின் தவறான அழைப்பு அறிந்த

சிவாஜி அங்கிருந்து வெளியேறுவார். மேலே மாடியில் ஆ.....! வென்று சத்தம் கேட்கும். வேலைக்காரி வெளியேறும் சிவாஜியைக் கீழே பார்த்து விடுவார். கொலைப்பழி சிவாஜி மேல் விழுந்து விடும்.

இதன்பின் நடக்கும் கோர்ட் விசாரணையும் அதில் இன்ஷ்யூரன்ஸ் ஏஜென்ட் பரமாத்மாவாக நடிக்கும் டி.ஆர்.ராமச்சந்திரன் மீதான விசாரணையில் அவரின் தடுமாற்றமான பதில்களும், அதன்பின் குடித்துவிட்டு லாட்ஜில் கிடக்க அங்கு சரோஜாதேவி போய் மறைந்து நின்று பார்க்க, யார் உள்ளே என்று எழுந்து வந்து, சரோஜாதேவியைக் கண்டு மிரள, நீங்கதானே வசந்தியைக் கொலைசெய்தது... உண்மையை ஒப்புத்துக் கிட்டு என் கணவரைக் காப்பாற்றுங்க என்று மன்றாட, குடிபோதையில் அவரையும் துப்பாக்கி காட்டி மிரட்டி வசந்தியைக் கொலை செய்ததுபோல் இன்னொரு கொலை செய்ய என்னைத் தூண்டாதே... என்று உளற, இருவருக்கும் நடக்கும் போராட்டத்தில் வெளி வந்த உண்மையை வைத்து போலீசார் அவரைக் கைது செய்வார்கள். இந்தக் கடைசிக் கிளைமாக்ஸ் காட்சியில் டி.ஆர்.ராமச்சந்திரனின் அபாரமான நடிப்பு பார்ப்பவர்களை ஆச்சரியப்பட வைக்கும். ஒரு அசடு, ஒரு கொலையையும் பண்ணிட்டு என்ன பாடு படுத்துது எல்லோரையும் என்று வியந்த காலம் அது.

தனக்கு அமைந்த உடலமைப்பு, குரல் வளம், உருவ அமைப்பு, இவற்றையே மூலதனமாக்கிக்கொண்டு ஏற்றுக்கொண்ட எல்லாப் படங்களிலும் சிறப்புறத் தன் திறமையைக் காட்டிய அற்புதமான நடிகர் டி.ஆர். ராமச்சந்திரன்.

தமிழ்த் திரையுலகம் திறமையானவர்கள் பலரைத் தவற விட்டிருக்கிறது. காலப் போக்கில் காணாமலே அடித்திருக்கிறது. அப்படி அறுபதுகளுக்குப் பிறகு காணாமல் போனவர் இவர். எப்பொழுதாவது ஒரு

படம் என்று திருமால் பெருமை, தில்லானா மோகனாம் பாள் என்று தலை காட்டியவர் பிறகு போதும் என்று மனம் வெறுத்ததுபோல் அமெரிக்காவின் லாஸ்ஏஞ்சல்ஸ் நகரத்தில் சென்று செட்டிலாகிவிட்டார்.

அவர் நடித்த சாது மிரண்டால், அன்பே வா, ஆலயமணி, புனர்ஜென்மம், அடுத்த வீட்டுப் பெண், வண்ணக்கிளி, யார் பையன், மணமகன் தேவை, பாக்தாத் திருடன், கோமதியின் காதலன், கள்வனின் காதலி என்று சொல்வதற்கு இன்னும் பல படங்கள் உள்ளன. அதிலும் குறிப்பாக அடுத்த வீட்டுப் பெண் படத்தில் தங்கவேலு கோஷ்டியோடு சேர்ந்து அஞ்சலி தேவியைக் காதலிக்க அவர் அடிக்கும் கூத்து சொல்லி மாளாது. அந்தக் காலத்திலேயே வந்த மிகச் சிறந்த நகைச்சுவைத் திரைப்படம் அடுத்த வீட்டுப் பெண் இந்தக் கால இளைஞர்கள் அறிந்திருப்பதற்கில்லை.

டி.ஆர்.ராமச்சந்திரன் என்ற அருமையான நடிகரின் வயதான தோற்றத்தை நீங்கள் யாரேனும் கண்டிருக் கிறீர்களா? இத்தோடு இணைக்கப்பட்டுள்ள படத்தைப் பாருங்கள். அந்த கண்ணியமான பெரிய மனிதரின் அந்தத் தோற்றம் அவரின் மீது நமக்கு மிகுந்த மதிப்பை யும் மரியாதையையும் ஏற்படுத்தும். அது அவரின் அதுகாலம்வரையிலான நடிப்புத் திறமைக்கு சான்றாக அமையும். தமிழ்த் திரையுலகம் என்றென்றும் நினைவில் கொள்ள வேண்டிய அழியா நட்சத்திரம் திரு.டி.ஆர். ராமச்சந்திரன் என்றால் அது மிகையாகாது.

10

கள்ளபார்ட் நடராஜன்

திரும்பத் திரும்ப இதையேதான் சொல்லியாக வேண்டியிருக்கிறது. திறமைசாலிகளை, அர்ப்பணிப்பு உணர்வோடு பணியாற்றியவர்களை, செய்யும் தொழிலை தெய்வமாய் மதித்தவர்களை, என்னுடைய திறமைதான் எனக்கு சொத்து என்று தான் நடிக்கும் படங்களில் தன் முத்திரையை அழுத்தமாய்ப் பதித்தவர்களை, பயபக்தியோடு ஒழுக்கமும், மரியாதையுமாய் தொழில் செய்தவர்களை போதிய அளவு பயன்படுத்திக் கொள்ளாது தமிழ்த் திரையுலகம் விலக்கித்தான் வைத்திருந் திருக்கிறது. வேண்டுமென்றேவா அப்படி நடந்தது? நமக்குத் தெரியாது. ஆனால் நடந்தது பலருக்கும். படமெடுத்த படாதிபதிகளின் விருப்பமோ அல்லது இயக்குநர்களின் விருப்பமோ அல்லது கதைக்கேற்ற பாத்திரங்களில் இவர் பொருந்த மாட்டார் என்கிற

முரணான எண்ணமோ அல்லது கதாநாயகர்களின் சிபாரிசு இல்லாமல் போனதோ இவற்றில் எதுவோ ஒன்று அவர்களிடையே தோன்றி முக்கியமான நடிகர்களை கால நிர்ணயம் கருதாது ஒதுக்கியே வைத்திருக்கிறது தமிழ்த் திரையுலகம். கௌரவம் கருதி அவர்களும் வாய்ப்பு வரும்போது வரட்டும் என்று காத்திருந்திருக்கிறார்கள். தன் திறமை மீது கௌரவம் கொண்டவர்கள் வலியச் சென்று வாய்ப்புக்கு நிற்பதில்லை என்பதை வழக்கமாய்க் கொண்டிருக்கிறார்கள். ஆனால் தேடி வரும் வேஷம் எத்தனை முக்கியமானதாய் இருந்தாலும் சரி அல்லது எத்தனை சாதாரணமாய் இருந்தாலும் சரி, மிகுந்த மரியாதையோடும், பொறுப்புணர்ச்சியோடும் ஏற்றுக் கொண்டு கடமையுணர்வோடு, விரும்பிச் செய்து நிறைவு கண்டிருக்கிறார்கள். இதனை அந்தத் தொழிலில் இருந்தவர்கள் உணர்ந்ததைவிட, தமிழ் நாட்டின் சினிமா ரசிகர்கள், அதுவும் அந்தக்கால மூத்த தலைமுறைப் பெரியவர்கள் மிகுதியாக உணர்ந்திருந்தார்கள் என்பதுதான் உண்மை. சினிமாவைப் பற்றிக் கூட்டம் கூட்டமாய் நின்று, வீட்டுத் திண்ணைகளிலும், குழாயடிகளிலும், ஆற்றுப் படுகைகளிலும், தெரு முக்குகளிலும், பொதுக்கூட்டங்கள் நடக்கும் மைதானப் பெருவழிகளிலும் பேசிப் பேசிப் பொழுது கழித்த காலங்களில் அம்மாதிரி நடிகர்களை விடாது நினைவு கூர்ந்து அவர்களைத் தொடர்ந்து தமிழ்ப் படங்களில் காணமுடியவில்லையே என்று வேதனைப்பட்டவர்கள், ஆதங்கப்பட்டவர்கள் அவர்கள். அன்று அவர்களுக்கு சந்தோஷமான பொழுது போக்கு என்று இருந்தது சினிமா, நாடகம் போன்றவைதான். நாடகங்கள் எல்லா ஊர்களிலும் நடைபெற்றதில்லை. தொலை தூரத்தில் நடக்கும் நாடகங்களுக்குச் சென்று பார்க்கும் பழக்கம் மக்களிடத்தில் இல்லை. ஏன், உள்ளூரிலேயே என்றேனும் அபூர்வமாய் நடந்துவிடும் நாடகங்களுக்குக் கூட காசு கொடுத்துப் போய்ப் பார்க்கும் வழக்கம் நம் மக்களிடம்

அதீதமாய் என்றுமே இருந்ததில்லை. அவர்களை ஈர்த்தது சினிமாதான். அதுவும் குறைந்த செலவில் நிறைந்த திருப்தியாய். வெறும் நாலணாக் காசு அவர் களுக்கு ஏக சந்தோஷத்தைக் கொடுக்கக் கூடிய மதிப்பு மிகுந்த துட்டு.. அதனால் திரைப்படங்களைத் தொடர்ந்து விடாது பார்க்கும் பழக்கம் நம் மக்க ளிடையே இருந்து வந்தது என்பதுதான் உண்மை. வீட்டில் ஒரு விசேடம் என்றால் அந்த விசேடத்தைச் சிறப்புச் செய்யும் நிகழ்வாக எல்லோரும் சேர்ந்து ஒரு சினிமாவுக்குச் செல்வது என்பதுவே மிகுந்த சந்தோ ஷத்தையும், உறவு ஒற்றுமையையும் ஓங்கச் செய்யும் முக்கிய நிகழ்வாய் இருந்தது. அதனால் திரையுலகில் இருந்தவர்களுக்குக் தெரிந்திருந்ததைவிட, ரசிகர்களாய் இருந்த தமிழ் நாட்டு மக்களுக்கு தமிழ்த் திரை நடிகர் களைப் பற்றிய அபிப்பிராயங்கள் அத்துபடி. மதிப் போடும், மரியாதையோடும், ஆசையோடும் அவர்களை நினைவு கூர்வதில் அந்த ரசிகர்களின் அன்பும், பாசமும், அரவணைப்பும் துல்லியமாய் வெளிப்படும். இந்தப் படத்தில் இவருக்கு பதிலாக இவரைப் போட்டிருக்கலாமே, இன்னும் சிறப்பாகச் செய்திருப் பாரே, இந்த இடத்தில் ஒரு நடனக் காட்சி அமைத் திருக்கலாமே, இந்த நடனத்திற்கு அவரை ஆட விட்டிருக்கலாமே, பிரமாதப்படுத்தியிருப்பாரே என்று பொருத்தமான நடிகர்களை மனதில் வைத்து அவரின் தொடர்ந்த வரவிற்காக, அவரின் படங்களுக்காக ஆசை ஆசையாய்க் காத்திருந்து தங்கள் ஆதரவினைத் தெரி வித்தவர்கள் தமிழ் சினிமா மூத்த தலைமுறை ரசிகர்கள். அவர்களின் தவிர்க்க முடியாத பார்வையில் பட்டு, கவனத்தில் நின்று போன பல முக்கிய நடிகர்கள் பட்டியலில் கள்ளபார்ட் நடராஜனுக்குக் கட்டாயம் இடம் உண்டு. கிடைக்கும் பாத்திரத்தை உற்சாகமாய்ச் செய்கிறார், ஊக்கமுடன் நடிக்கிறார், தன்னை ஞாபகப் படுத்துவது போல் நிலை நிறுத்திக் கொள்கிறார்

என்றால் அந்தப் பாராட்டுக் குரியவராய் என்றும் விளங்கியவர் இவர். முதல் காட்சியில் தோன்றும்போதே அவரை நினைவு வைத்துக் கொள்வதுபோல் உற்சாகமாய்த் தன்னை வெளிப்படுத்தி, ரசிகர்கள் மனதில் இடம் பிடித்தவர். குறிப்பாக இன்றைய மூத்த தலைமுறை சினிமா ரசிகர்கள் அவரை நன்கு அறிவார்கள்.

கதாநாயகக் கனவுகளோடுதான் திரையுலகில் பலரும் நுழைகிறார்கள். கிடைத்த பாத்திரத்தை ஏற்று நம் திறமையை நிரூபிப்போம், என்றேனும் ஒரு நாள் அது நம் கைக்கு வந்தே சேரும் என்கிற நம்பிக்கையோடு முன்னேறுகிறார்கள். காலத்தின் கோலம் அவர்களை அவர்கள் ஏற்றுக் கொண்ட சின்னச் சின்னப் பாத்திரங்களிலேயே நிலை நிறுத்தி விடுகிறது. அடுத்தடுத்து அந்த மாதிரி வேஷங்களே கிடைக்கும் போது எப்படியாவது நடிப்புலகில் இருந்து கொண்டிருந்தால் சரி, மக்களின் மனங்களில் பவனி வந்து கொண்டிருந்தால் சரி என்று சமாதானப்படுத்திக் கொண்டு தொடர வேண்டிய நிலைக்கு ஆளாகி விடுகிறார்கள். போலீஸ் வேஷம் தரித்தால் பிறகு அடுத்தடுத்த படங்களில் போலீஸ்தான். இன்ஸ்பெக்டர் ஆவதற்கே வருடங்கள் பிடிக்கும். ப்ரமோஷனில்தானே அந்தப் பதவியும் வந்து சேரும். அதுபோலத்தான். அபாரமான திறமையிருந்தும், எந்தப் பாத்திரத்திற்கும் பொருந்தும் முகவெட்டும், களையும், நடிப்புத் திறனும் இருந்தும் அந்தத் திறமைக்குத் தீனி போடுகிறார்போல வேஷங்கள் கிடைக்காமல், வரும் வேஷங்களைச் சலிக்காது திருப்தியோடு செய்து செய்து நடிப்புலகில் விடாது தன்னை நிலை நிறுத்திக் கொண்ட அற்புதமான நடிகர் திரு. கள்ளபார்ட் நடராஜன். இவரை நினைக்கும்போது முதலில் நமக்கு ஞாபகம் வருவது இவரது நடனம்தான். டப்பாங்குத்து நடனம் என்பது கோஷ்டி டான்சாக இருக்கையில் அதில் கவனிக்கத்தக்க பங்காக இவரது நடனம் அமைந்திருக்கும். டப்பாங்குத்து என்பதை கேலிப்பேச்சாகப் பயன்

படுத்துவது உண்டு. ஆனாலும் அப்படி ஒரு பாடல் போட, துள்ளலோடு இசையமைக்க, அந்தந்தப் படங்களின் இசையமைபபாளர்கள் நிறைய மெனக் கெட்டார்கள். கதையின் சோகத்தைக் கலைக்கவும், இறுக்கத்தைத் தளர்த்தவும் என்று பொருத்தமான இடத்தில் பார்வையாளர்கள், ரசிகர்கள் கொஞ்சம் ரிலாக்ஸ் ஆகிக் கொள்ளட்டும் என்று சேர்த்தார்கள். ஆனால் சில முக்கியமான இயக்குநர்கள் அந்தப் பாடல் காட்சியையும் கதைக்கு, அதன் நீட்சிக்கு உதவட்டும் என்று கதையின் முக்கியத் திருப்பமாய் ஏதோவொன்றை அதில் இடைச் செருகல் செய்து சுவை கூட்டினார்கள். டப்பாங்குத்துப் பாடல் முடிந்ததும் அடுத்து வரும் காட்சிக்கு அந்தப் பாடல் காட்சியின் நாயகன்-நாயகி வருகை, இருப்பு, காதல் அல்லது வில்லனின் சதிச் செயல் ஆகிய சின்னச் சின்னச் சேர்க்கை ரொம்பவும் பொருந்திப் போனதும், படம் பார்ப்பவர்களுக்கு அதுமேலும் எதிர்பார்ப்பை ஏற்படுத்தும் விதமாயும் அமைந்து போனது இயக்குநர்களின் திறமையைப் பறைசாற்றுவதாய் இருந்தது.

உதாரணமாய் பாவ மன்னிப்புப் படத்தின் ஒரு கோஷ்டி டான்ஸ் பாடல் காட்சியை இங்கே எடுத் துரைப்பது பொருத்தமாய் இருக்கும். குப்பத்தில் நடக்கும் முதியோர் கல்வி மூன்றாவது ஆண்டு விழா. அங்கு ஆடலும் பாடலும். சாயவேட்டி தலையில கட்டி..என்ற பாடலுடன் கோஷ்டி டான்ஸ். அந்தக் காட்சியை ரசிப்பது போல் வந்து நிற்கும் ரஹீம் (நடிகர்திலகம்) அப்போது அதைப் பார்க்க வரும் மேரி (தேவிகா) இஷ்டமாய் ரஹீம் அருகில் வந்து நெருங்கி நின்று மெல்லக் கைத்தாளம் போட்டு பாடலையும், நடனத்தையும் ரசிக்கும் காட்சி. இதுதான் இடைச் செருகல் என்பது. அடுத்து மலரும் அவர்களின் காதலுக் கான உணர்வுபூர்வமான அந்தக் காட்சிக்கான ஐ ரஞ்சகமான அடித்தளம் இது. இப்படியான கா

யமைப்பதிலும், கதை நகர்த்தலையும் பொருத்தமாய் செய்வதில் வல்லவர் டைரக்டர் ஏ.பீம்சிங். அப்படித்தான் பழைய கறுப்பு வெள்ளைத் திரைப்படங்களில் கோஷ்டி நடனக் காட்சிகள் அமைந்தன. அந்த மூன்று நிமிடப் பாடலிலும் கதைக்கு முக்கியத்துவம் கொடுத்து அமைத்திருப்பார்கள். கள்ளபார்ட் நடராஜனின் கோஷ்டி நடன டப்பாங்குத்துக் காட்சிகள் அப்படித்தான் அமைந்திருந்தன. வண்ணக்கிளி படத்தில் "சித்தாடை கட்டிக்கிட்டு" என்ற நையாண்டி மேளம்-நாதஸ்வரத் தோடு கூடிய பாட்டிற்கு இவரது டான்சை ரசிக்காத வர்கள் கிடையாது. அந்தப் படத்திலேயே எந்தக் காட்சியையும் தவற விட்டாலும் விடுவார்கள், இந்தப் பாடலை யாரும் தவற விடமாட்டார்கள். அந்த அளவுக்கு துள்ளலும், துடிப்புமான பாடல் படத்தின் வெற்றிக்கு ஒரு காரணமாய் அமைந்தது என்பதுதான் உண்மை. அதுபோல் குமுதம் படத்தில் மாமா...மாமா... மாமா... ஏம்மா...ஏம்மா...ஏம்மா... என்ற பாடலும் மிகவும் பிரபலம். இந்தப் பாடலில் எம்.ஆர்.ராதாவும் ஆடுவார். இந்த இரண்டு பாடல்களுமே இம்மாதிரி ஆட்டத்துக்கு கள்ளபார்ட் நடராஜன்தான் என்று அவரை நிலை நிறுத்தியிருந்தது.

தெய்வப்பிறவி படத்தில் லட்சுமி ராஜம் என்ற நடிகையோடு சேர்ந்து "இவர் கானா... அவர் பானா... இவர் எல்லாந்தெரிஞ்ச சோனா... என்ற பாடலுக்கு ஸ்டெப் போட்டு அழகாக ஆடியிருப்பார். பரத நாட்டியம் ஆடி நடன முத்திரை பதிப்பது ஒரு வகை. இவர் தனது டப்பாங்குத்து ஆட்டத்தினால் தனது முத்திரையை ரசிகர்கள் மனதில் பதித்தவர். தஞ்சாவூரைச் சொந்த ஊராகக் கொண்ட குடும்பம். இவரது தந்தை ராமலிங்கம்பிள்ளை நாடகங்களில்தான் நடித்து வந்தார். அதில் கள்ளபார்ட் வேஷத்தை அவர் தொடர்ந்து நடித்து வந்ததால், கள்ளபார்ட் ராமலிங்கம் என்ற பெயர் அவருக்கு வந்தது. அத்தோடு மட்டுமல்லாது

சதாரம் படத்தில் திருடனாக வேறு நடித்து விட்டதால் அந்தப் பெயர் நிலைத்து விட்டது. கள்ளபார்ட் ராமலிங்கத்தின் பையன் திரையுலகில் தனது சிறந்த நடிப்பாலும், நடனத் திறமையாலும், குரல் வளத்தாலும் பெயர் பெற்றதால் டி.ஆர்.நடராஜன் அப்படியே கள்ளபார்ட் நடராஜன் ஆனார். புகழ்பெற்ற வெற்றித் திரைப்படமான வண்ணக்கிளியில் இவரது பெயர் "கழுகு". இவரது தாயார் செங்கமலத்தம்மாளும் நடிகை தான். கள்ளபார்ட் நடராஜனின் முக அழகிற்கு, ஒப்பனை செய்தால் கச்சிதமாய் கதாநாயக அந்தஸ்துப் பெறும் அவரின் பொருத்தமான நடிப்புத் திறமைக்கு ஏற்ற வேடங்கள் கிடைக்கவில்லை என்றுதான் சொல்லியாக வேண்டும். பெரிய கோயில் என்கிற படத்தில் கதாநாயகனாய் நின்றார். அத்தோடு மட்டு மல்லாமல் நாகமலை அழகியில் இரட்டை வேடங் களையும் செய்தார். இவரது திறமை மீது நம்பிக்கை வைத்ததன் அடையாளம்தானே அது? அப்படத்தில் இவருக்கு வில்லனாய் நடித்தவர் நடிகவேள் எம்.ஆர். ராதா என்ற சீனியர் நடிகர். திறமையிருந்தால் ஊக்கு விப்பவர் நடிகவேள்.

இங்கே நாம் கவனிக்க வேண்டியது ஒன்றுதான். திரைப்படங்களில் தொடர்ந்து வலம் வருவதற்குத் திறமை மட்டும் இருந்தால் போதாது... அதிர்ஷ்டமும் கூடவே ஒத்துழைத்து கைகோர்த்து வந்தால்தான் அழகாக இந்தக் கனவு உலகில் பவனி வர முடியும் என்பதற்கு இவரைப் போல் எத்தனையோ நடிகர்கள் முன்னுதாரணமாய் இருந்திருக்கிறார்கள். ஆனாலும் கள்ளபார்ட் நடராஜன் நடித்த திரைப்படங்கள் அத்தனை பாத்திரங்களுக்கு மத்தியிலும் அவரை ஞாபகப்படுத்துவதுபோல்தான் இருந்தன என்பதைச் சொல்லித்தான் ஆக வேண்டும். தெய்வப்பிறவியில் நடிகர்திலகத்திற்குத் தம்பியாய் வருவார். கெட்ட பழக்கங்கள் கொண்ட பையனாய் பெரியவனான

பின்பும் அந்த வீம்பும், வீராப்பும், தெறித்துப் பேசுதலும், தறுதலையாய்த் திரிதலும்-கோபம் கொள்ளுதலும் அசாத்தியமாய் மிளிரும் அவரது நடிப்பில். எஸ்.எஸ். ஆர் இவரது அண்ணியின் (பத்மினி) தம்பி., எம்.என். ராஜத்தைக் காதலிக்க, அவள் தனக்கே உரியவள், அவளிடம் பேசுவதற்கு உனக்கு என்ன உரிமை என்று கேட்டு பட்டென்று அவரைக் கன்னத்தில் அறைந்து விடும் அந்தக் காட்சி மிகவும் உணர்ச்சிகரமான ஒரு கட்டம். இந்த சம்பவத்தை இத்தோடு விட்டு விட வேண்டியதுதான், அத்தானுக்கும், அக்காவுக்கும் தெரிந்தால் எங்கள் குடும்பமே பிரிந்து விடும் அபாயம் உண்டு என்று கூறி எம்.என்.ராஜத்திடம் யாருக்கும் தெரிய வேண்டாம் என்கிற உறுதிமொழியைப் பெற்றுக் கொண்டு கிளம்புவார் எஸ்.எஸ்.ஆர்.

ஆனால் அந்தப் படத்தின் கிளைமேக்ஸ் காட்சியில் கள்ளபார்ட்டுக்குத்தான் முக்கியத்துவம். இல்லாததையும் பொல்லாததையும் சொல்லி குடும்பத்தில் குழப்பத்தை ஏற்படுத்தி, மனைவி மேல் சந்தேகம் கொள்ள வைத்து, தண்டச் சோறாய் இருந்து, நன்றி கெட்டவர்களாய் வஞ்சித்து, சொத்துக்களையும் கொஞ்சம் கொஞ்சமாய் அபேஸ் செய்யத் திட்டமிட்டு செயல்பட்ட, அநாதை யாய் அந்தக் குடும்பத்தில் நுழைந்த சுந்தரிபாய் மற்றும் தாம்பரம் லலிதாவை அடித்து விரட்டி, தற்கொலை செய்து கொள்ளப்போன பத்மினியையும், எஸ்.எஸ். ஆரையும் காப்பாற்றி மீண்டும் குடும்பத்தில் மகிழ்ச்சி நிலவச் செய்வார். கே.எஸ்.கோபாலகிருஷ்ணனின் முத்து முத்தான வசனத்தில் அமைந்த அந்தப் படத்தின் மலையுச்சியில் அமைந்த இந்தக் காட்சியில் அண்ணி... அண்ணி..என்னை மன்னிச்சிடுங்க அண்ணி, தற்கொலை வேண்டாம் அண்ணி... என்று அவர் பத்மினியை நோக்கிக் கத்திக் கொண்டே பாசத்தோடு அணுகுகையில், அது நேரம்வரை தன் கணவனின் தவறுகளை உணர்ந்து உளமார்ந்த மன்னிப்புக்குக் கூட இரங்காத பத்மினி,

கள்ளபார்ட் நடராஜன் மீது (மனோகர்) தன் தம்பியை விட அதிக அன்பு வைத்திருந்த பத்மினி, அந்தக் குரலுக்குக் கட்டுப்பட்டு, தற்கொலை எண்ணத்தைத் தவிர்த்து, அவரை நோக்கிக் கையை நீட்டிக் கொண்டு ஓடி வரும் காட்சி காண்போர் உள்ளங்களையெல்லாம் நெகிழ்த்தி விடும். தெளிவான வசன உச்சரிப்பும், அதற்கேற்ற உணர்ச்சி பாவ வெளிப்பாடும் அந்தக் கால நடிகர்களுக்குப் பெரும் சொத்தாக இருந்தது என்பது மிக மிக உண்மை. கள்ளபார்ட்டுக்கு அதுதான் அவரை ஞாபகப்படுத்தும் அடையாளமாக இருந்தது. கர்ணன் திரைப்படத்தில் என்.டி.ஆருக்குக் கணீரென்று குரல் கொடுத்தவர் திரு ஸ்ரீநிவாசன் என்ற பழம்பெரும் நடிகர். இவரின் தமிழ் உச்சரிப்பும், குரல் வளமும் யாராலும் மறக்க முடியாதது. நடிகர் திலகத்தின் அன்னையின் ஆணை திரைப்படத்தில் சாம்ராட் அசோகன் நாடகக் காட்சியில் புத்த பிட்சுவாக வந்து அன்பும், கனிவும் பொங்கும் அருமையான வசனங்களைப் பேசி நம் மனதில் அதை ஒரு மந்திர உச்சாடனமாகப் பதிக்கச் செய்தவர் இவர். அன்புதான் இன்ப ஊற்று, அன்புதான் உலக ஜோதி, அன்புதான் உலக மகா சக்தி... புத்தம்... சரணம்... கச்சாமி... சங்கம்... சரணம்... கச்சாமி... தர்மம்... சரணம் கச்சாமி... என்று சொல்லிக் கொண்டு இவர் போர் நடந்து முடிந்த அந்தப் போர்க் களக் காட்சியில் சாம்ராட் அசோகனை நெருங்கும் கட்டம். இன்றும் யாராலும் மறக்க முடியாதது. பூஜ்யரே... போதும் நிறுத்தும், தெளிந்த நீர்போல் இருந்த என் உள்ளத்தில் அறிவுக் கல்லெறிந்து குழப்பி விட்டீர்... என்று அசோகர் கர்ஜிப்பார். இதை ஏன் இந்த இடத்தில் சொல்ல வேண்டியிருக்கிறது என்றால் கர்ணன் படத்தில் அத்தனை கச்சிதமாய் என்.டி. ராமாராவுக்கு அமைந்த அந்தக் குரல் தவிர்த்து, என். டி.ஆரின் ஆரம்ப காலப் படங்களிலும், தெலுங்கு டப்பிங் படங்களிலும் அவருக்குக் குரல் கொடுத்தவர்

நமது கள்ளபார்ட் நடராஜன்தான் என்பதை அறிய வேண்டும் என்பதற்காகவே. குரல் வளம் ஒரு நடிகரைத் தக்க இடத்தில் தக்க வைக்கும். பேசும் போது தெளிவாக இருக்கும் குரல், ஒலிபெருக்கியில், மைக்கில் வசன உச்சரிப்பின்போது கனத்து, கணீரென்று இருக்கிறதா என்பதைச் சோதனை செய்துதான் ஏற்பார்கள். அந்த வலிமை கள்ளபார்ட்டின் குரலுக்கு இருந்தது அவருக் கான சிறப்புப் பெருமை. நாடகங்களில் சிறப்பாக வெளிப்படுத்தும் கூத்துக் காட்சிகளை சிறந்த நளின அசைவுகளோடு, குதூகலிக்கும் டப்பாங்குத்துக் கேளிக்கை நடனத்தோடு செய்யும் திறமை பெற்றவர் என்பதால்தான் நடிகர்திலகம் ஒன்பது வேடம் ஏற்ற நவராத்திரி படத்தின் தெருக்கூத்துக் காட்சியை முழுக்க அமைக்க கள்ளபார்ட்டைத் தேடினார்கள். ராஜ... ராஜமஹ...ராஜ வீரப் ப்ரதாபன்... என்று தொடங்கும் அந்தக் கூத்துக் காட்சியை இன்றும் நம்மால் மறக்க முடியாது என்பது உண்மைதானே? அந்தக் காட்சிக்கான பெருமை நடிகையர் திலகம் மற்றும் நடிகர்திலகத்தின் நடிப்போடு மட்டுமின்றி, அந்தக் கூத்திற்கான முழு வசனமும் சார்ந்ததுதானே...! அதைப் பேசிய முறைதானே? எம்.எஸ். விஸ்வநாதன், எம்.எஸ்.சுப்பு லட்சுமி, எம்.எஸ்.சுவாமிநாதன் என்பதுபோல், எஸ். வி.சுப்பையா, எஸ்.வி.ரங்காராவ், எஸ்.வி.சகஸ்ரநாமம் என்பதுபோல் இவர்களெல்லாம் ஒரே குடும்பமா, உறவினர்களா என்று எப்படிக் கேட்கக் கூடாதோ... அதே போல் திரையுலகில் அவர்தானா இவர், இந்த நடிகர்தானா அதில் வந்தது, அவரா இதில் இப்படி நடிக்கிறார், இதில் எந்த நடராஜன்? என்றெல்லாம் சந்தேகக் கேள்விகளையும் கேட்கக் கூடாதுதான் ஆனால் அப்படி வலிமையான சந்தேகக் கேள்விகளை வீசுகிறாற்போல் நம் தமிழ்த் திரையுலகில் மூன்று நடராஜன்கள் அந்தக் காலத்தில் ஒரே சமயத்தில் இருந்திருக்கிறார்கள். மந்திரிகுமாரி படத்தில் “வாராய்...

நீ வாராய்... ...” என்று பாடி நடித்த எஸ்.ஏ.நடராஜன் பிரபலமான அந்தக் கால வில்லன். மனோகராவில் இவரது நடிப்பு பார்க்க ரொம்பவும் கொடுமையாக இருக்கும். வில்லனாய் நடித்துப் புகழ்பெற்று, நம்பி யாருக்குச் சரியான போட்டியாய், ஏன் நம்பியாரையே மிஞ்சியவராய்ப் பேசப் பட்டவர். எமக்குத் தொழில் “கற்பனை உலகில் நாட்டுக்கு உழைத்தல்” என்கிற அடை யாளத்தோடு சொந்தப் படம் தயாரித்தவர் இவர்.

அதுபோல் டி.எஸ்.நடராஜன் என்றொரு நடிகரும் இருந்தார். நடிகர், வசனகர்த்தா, பாடலாசிரியர் என்று பல திறமை படைத்தவர் இவர். எம்.ஜி.ஆர் நடித்த என் தங்கை படத்திற்கான மூலக் கதை இவர்தான். அது முதல் “என் தங்கை நடராஜன்” என்றே இவர் அழைக்கப்பட்டார். மேலும் புரட்சி நடிகரின் விக்ரமாதித்தன் படத்தின் வசனங்களை எழுதியவர் இவர்தான். அத்தோடு சுமங்கலி என்ற படத்தின் பாடல்கள் முழுவதையும் எழுதிய பெருமை இந்த டி.எஸ்.நடராஜனுக்கு உண்டு. இந்த மூன்று நடராஜன்களிலும் அதிகப்படங்களில் நடித்தவர் கள்ளபார்ட் நடராஜன்தான். தில்லானா மோகனாம் பாள் படத்தில் கோயில் பேஷ்காராக அவர் வரும் ஒரே ஒரு காட்சி ரொம்பவும் ரசிக்கத்தக்கது. கோயிலில் வைத்து போட்டி நடத்துவது கூடாது அதற்கு இது இடமில்லை என்று நாகேஷ் போங்காணும்... சொல்லுங் காணும்... என்று இவரைத் தூண்டிவிட்டு, இழுத்து வந்து நிறுத்தி சொல்ல வைக்கும்போது இவர் பேசும் அழுத்தமான வசனம் நம்மால் மறக்க முடியாதது. ஆனால் அந்தக் காட்சியில் இவர்தான் கள்ளபார்ட் நடராஜன் என்பதை எத்தனைபேர் உணர்ந்தார்கள் என்கிற சந்தேகம் இன்றும் நமக்கு இருந்து கொண்டுதான் இருக்கிறது. பழைய கருப்பு வெள்ளைப் படங்களிலிருந்து அவரை அறிந்தவர்களால் மட்டுமே சட்டென அவர் தான் என்பதை உணர்ந்து கொள்ள முடியும். மற்றவர் களுக்கு சொன்னால்தான் புரியும்.

ரேவதியின் அப்பாவாக கமலின் தேவர் மகன் படத்தில் இவர் நடித்ததை யாராலும் மறக்க முடியாது தான். ஒரு பாடல் காட்சியிலும் முழுக்க வருவார். அங் கங்கே சின்னச் சின்ன வேடங்களாய்த்தான் இவருக்குத் தொடர்ந்து கிடைத்தது என்பதுதான் வருத்தத்திற்குரிய விஷயம். ரசிகர்களின் விருப்பத்திற்குரிய நடிகராக இருக்கும் ஒருவர் அம்மாதிரி சிறிய வேடங்களில் வருவதை அந்தக் கால சினிமா ரசிகர்கள் மன வருத்தத் தோடேயே எதிர்கொண்டார்கள் என்பதுதான் உண்மை. அது அந்த நடிகர்கள் மேல் அவர்கள் வைத்திருந்த மதிப்பின், அன்பின் அடையாளம்.மதுரை வீரன், சபாஷ் மீனா, ஒளி விளக்கு, குலதெய்வம், அஜித் நடித்த அமராவதி, விஜயகாந்தின் பெரிய மருது, தமிழச்சி, கைதி கண்ணாயிரம், குமுதம், வண்ணக்கிளி என்று வெற்றிப் படங்களிலெல்லாம் இருந்திருக்கிறார் கள்ளபார்ட் நடராஜன். தொடர்ந்து நடித்துத்தான் வந்திருக்கிறார் என்றாலும் ஒரு கட்டத்தில் நின்று போனதுதான் துயரம். 1990 ல் கலைமாமணி பட்டம் தமிழக அரசால் வழங்கப்பட்டிருக்கிறது. பிறகு 1991 ல் தென்னிந்திய நடிகர் சங்கத்தால் கலைச்செல்வம் என்ற பட்டம் வழங்கிக் கௌரவப்படுத்தப்பட்டிருக்கிறார். செங்கமலத் தீவு என்ற படத்தில் நாயகனாய் நடித்த இவருக்கு இன்றும் காதில் தேனாய் ஒலிக்கும் ஒரு பாடல் உண்டு. மலரைப் பறித்தாய்... தலையில் வைத்தாய்... மனதைப் பறித்தாய் எங்கே வைத்தாய்... என்ற வரிகளை நினைத்துப் பாருங்கள்...உடனேயே ப்பி.பி.ஸ்ரீநிவாஸின் குரல் நம் ஞாபகத்திற்கு வந்து விடும். வில்லனாகவும் சிற்சில படங்களில் வலம் வந்தார் இவர் அது மதராஸ் டூ பாண்டிச்சேரி மற்றும் ஏ.பி.நாகராஜனின் கண்காட்சி... ஒளிவிளக்கு படத்தில் சௌகாரை கற்பழிக்கும் காட்சி கூட உண்டு இவருக்கு. நடிப்பு என்று வந்து விட்டால் எல்லாம் செய்துதானே ஆக வேண்டும்? அதுவும் நடிப்புத்தானே! உயிர்மூச்சு இருக்கும்வரை நடித்துக் கொண்டேயிருக்க வேண்டும்

என்கிற வேட்கை இல்லாத நடிகர் என்று ஒருவரையேனும் சொல்ல முடியுமா? வலியச் சென்று வாய்ப்புக் கேட்கும் பழக்கமில்லாதவராக வேண்டுமானால் இருக்கலாம். நடிப்பு என்கிற திறமையைத் தன்னம்பிக்கையோடு தன்னகத்தே கொண்டிருக்கும் எந்த நடிகரும், வாய்ப்புக் காகத் தேடி அலைந்ததாகச் சரித்திரமில்லை. அதுதான் அவர்களின் கௌரவம்.

அதே சமயம் ஒரு குறிப்பிட்ட கால இடைவெளிக்குப் பிறகு வரும் வாய்ப்புக்களையும் அவர்கள் கௌரவம் பார்த்துத் தவிர்த்ததில்லை. காரணம் நடிப்பு என்கிற அவர்களின் தொழில் வெறும் பணத்துக்காகச் செய்யும் தொழிலாக இருந்ததில்லை என்பதுதான் சத்தியமான உண்மை. அதை ஆத்மார்த்தமான ஒன்றாக அவர்கள் மதித்தார்கள். உடல், பொருள், ஆவி என்று தங்கள் உயிர் மூச்சோடு கலந்து வைத்துக் கொண்டு வாழ்ந்தார்கள். அப்படியில்லையென்றால் திரு.கள்ளபார்ட் நடராஜன் அவர்களுக்கு அம்மாதிரியான ஒரு தருணத்தில் சாவு வருமா? நீங்கள் அவர் நடித்த படங்களின் எந்த ஸ்டில்களை வேண்டுமானாலும் எடுத்துப் பார்த்துக் கொள்ளுங்கள்... அவருக்கு நடிப்பின்மீது இருந்த ஆசையையும், துடிப்பையும், அக்கறையையும், அர்ப் பணிப்பையும் அது உணர்த்திக் கொண்டேயிருக்கும். செய்த தொழிலே தெய்வம், அதில் திறமைதான் அவரின் செல்வம்..! அப்படித்தான் 1996 மே 27-ல், ஒரு தொலைக் காட்சிப் பேட்டியின்போது, தனது திரையுலக அனு பவங்களை அவர் விளக்கிக்கொண்டிருந்தபோது அவருக்கு மரணம் சம்பவித்தது. அப்போது அவருக்கு வயது 70. அவர் ஆத்மார்த்தமாக, உயிர் மூச்சாக நடிப்பை நேசித்து கடைசி வரை அப்படியே வாழ்ந்து வந்தார் என்பதற்கு அதைவிட வேறு என்ன சாட்சி வேண்டும்? எல்லோருக்குமா அந்த பாக்கியம் கிடைக்கிறது?

11

டி.எஸ்.துரைராஜ்

இத்தனை சினிமாப் பார்க்கிறியே...? அது பெரிசில்லே. பொதுவா சினிமான்னா கதாநாயகன், கதாநாயகி நடிகர்ளுக்காகத்தான், சினிமாவுக்குப் போவாங்க... அவங்கள வச்சுத்தான் படம் ஓடுதுன்னு வை. ஆனாலும் அவங்களையெல்லாம் விட அனுபவமான நடிகர்கள் படத்துக்குள்ள இருப்பாங்க... ஆனா சின்னச் சின்ன காரெக்டர்கள்லதான் வருவாங்க... படம் பார்க்கிறவங்க, கதாநாயகன் மேலேயே கவனமா இருப்பாங்க... அவன வச்சு கதை எப்படி நகருதுன்னு மட்டுமே பார்ப்பாங்க... இந்த கவனத்துல சின்னச் சின்ன வேஷத்துல வர்றவங்க கவனிக்கப்படாமப் போயிடுவாங்க... அதுதான் அவங்க துரதிருஷ்டம்... அவங்களைக் குறிப்பா கவனிக்கணும்... சிறு வேஷம்னாலும் மனசோட, எத்தனை ஈடுபாட்டோட செய்றாங்கன்னு பார்க்கணும்... அவங்களை ரசிக்கப்

பழகிக்கணும்... இது ஒரு தடவைல சாத்தியமில்லை... ரெண்டு மூணு தரம் படம் பார்த்தாத்தான் அப்படி ரசிக்க முடியும்...

அந்த மாதிரி நான் பார்த்ததில்லையேப்பா... பொதுவா ரசிப்பேன்... அவ்வளவுதான்...!

இப்படியான மனநிலையில்தான் பலரும் இருந்தார்கள் அப்போது. சிவாஜி, எம்.ஜி.ஆர், ஜெமினி, எஸ்.எஸ்.ஆர் என்று கொடி கட்டிப் பறந்த காலம். திரும்பத் திரும்ப இவர்கள் படங்களாய்த்தான் வந்து கொண்டிருக்கும். அதிசயமாய் ஏதேனும் ஒன்று இவர்கள் யாரையும் தொடாததாய் ஒரு படம் வரும். அப்படி வந்திருக்கிறது. அதை ரொம்பவும் நினைவைக் கசக்கிப் பிழிந்து வெளியே கொண்டு வர வேண்டும். இந்தக் கட்டுரையில் சொல்ல வருவது வேறு. அதைப் பார்ப்போம்.

துரைராஜ்னு ஒரு நடிகர் இருக்கார் தெரியுமா? குண்டா, தளுக்கு புளுக்குன்னு இருப்பார், கவனிச்சிருக்கியா? அவர் நடிப்பைக் கவனிச்சிப்பாரு... அங்க சேஷ்டையும், கண்ணை உருட்டிட்டே பார்க்கிற பார்வையும், நெளிஞ்சு வளைஞ்ச கோணச் சிரிப்புமா அவரை மட்டும் குறிப்பா கவனிச்சிட்டு வந்து சொல்லு... உடம்பிலுள்ள ஒவ்வொரு அங்கமும் நடிக்கும்டா அவருக்கெல்லாம்...! நம்ம சந்திரா டாக்கீஸ்ல கப்பலோட்டிய தமிழன் போட்டிருந்தானே... எடுத்துட்டானா? தெரிலப்பா... இன்றே கடைசின்னு எங்கோ ஒட்டியிருக்கிறதைப் பார்த்தேனே... இந்தா நாலணா... (இருபத்தைந்து பைசாவை நாலணா என்று சொல்லும் பழக்கம் போகாத காலம்) போய்ட்டுவா...

அப்பாவுக்குத் தெரியாமல் ஏற்கனவே ரெண்டு தடவை நான் அதைப் பார்த்தாயிற்று. பஸ்-ஸ்டான்டு சீட்டுப் பிடிக்கும் சாமிக்கண்ணுவிடம் அஞ்சு அஞ்சு பைசாவாகக் கொடுத்து, அட்டையை நிரப்பி வைத்திருந்தேன். வீட்டில் சாமான் வாங்கச் சொல்லும்போது

கமிஷன் அடித்த காசு...! அதில் கிடைக்கும் பைசாக்கள் சினிமாவுக்குத்தான்... வெளியே சொல்ல முடியுமா? அதுல பாரதியார், சிதம்பரம் பிள்ளை, சிவா, ன்னு பெரிய நடிகர்களெல்லாம் செய்திருக்கிறது பெரிசில்லே... அவங்களுக்கு இணையானவங்கதான் நாங்களும்னு ஒரு முடி வெட்டுறவர் வேஷத்தை டி.எஸ்.துரைராஜ் செய் திருப்பார்... அவரை மட்டும் கவனமா பாரு... உனக்கு எவ்வளவு ரசனையிருக்குன்னு அப்புறம் நான் சொல்றேன்...

அந்தக்காலத்தில் பலருக்கும் டி.எஸ்.துரைராஜ், நகைச்சுவை நடிகரை மிகவும் பிடிக்கும். காரணம் அவரது உருண்டு, திரண்ட உருவமும், அதற்கேற்றாற்போல் நடந்து வரும் நடையும், பரந்த முகமும், பெரிய கண்களும், அவரது உருவத்திற்கேற்றாற்போல் அது வாகவே அமைந்துபோன இயற்கையான, இயல்பான நடிப்பும் பலரது கவனத்தையும் கவர்ந்திருந்தன. இவர் நடித்துள்ள எத்தனையோ படங்களில் குறிப்பாகச் சொல்வதானால் கப்பலோட்டிய தமிழன், நிச்சய தாம் பூலம், இரும்புத் திரை, படிக்காத மேதை, மலைக்கள்ளன் ஆகிய படங்கள் நமக்கு அவரை ஞாபகப்படுத்திக் கொண்டே இருப்பதாய் அமைந்தவை.

கப்பலோட்டிய தமிழனில் முடி திருத்தும் தொழிலாளி சங்காவாக வருவார். வெள்ளைக்காரத் துரையிடம் பணிபுரியும் அய்யர் வீட்டுக்கு சவரம் செய்வதற்குச் செல்வார். அய்யரும் அவர் மனைவியும் பேசிக் கொண் டிருப்பார்கள். இடுப்பில் கட்டிய வேட்டியோடு ஆடு சதைக் கெண்டைக்கால்கள் தெரிய சவரப் பெட்டியை இடது அக்குளில் இடுக்கிக் கொண்டு அவர் உருண்டு, நெளிந்து போய் நிற்கும் அழகே தனி.

அடாடாடா...! பார்பர அழைச்சிண்டு வரப் போன கடன்காரன இன்னும் காணலையே...! - அய்யர் புலம்புவார்.

154 | உஷாதீபன்

நாளும் கிழமையுமா இன்னிக்கு என்ன சவரக் கல்யாணம் வேண்டியிருக்கு?-மாமியின் கேள்வி. லண்டன்லேர்ந்து பெரிய துரையும், துரைசானியும் இன்னிக்கு வரா... அவா நேக்கு பேட்டி கொடுத்திருக் காடீ... பேட்டி கொடுத்திருக்கா... இதோ பாருங்கோ நீங்க செய்றது வர வரக் கொஞ்சம் கூட நல்லால்லே... ஊரோட ஒட்டி வாழணும்னு பெரியவா சொல்லுவா... நீங்க என்னடான்னா ஊரையே பகைச்சிண்டு, வேண்டாதவாளோட சகவாசம் பண்ணிண்டு அசட்டுப் பிசட்டுன்னு என்னென்னவோ உளறி வைக்கிறேள்... அது தீங்காதான் வந்து முடியப் போறது... அடியே... கலெக்டரே எனக்கு திக்கஸ்ட் ஃப்ரெண்டுடீ... என்னை எதுத்து எவன் என்னடி செய்ய முடியும்...?இதோ பாருங்கோ... தெய்வ பக்திக்கு அடுத்தபடியா மனுஷா ளுக்கு தேச பக்தி கொஞ்சமாவது வேணும்... ஏண்டீ, அப்டீன்னா நேக்கு தேச பக்தியே இல்லேன்னு சொல் றியா...? நான் இல்லே... ஊரே சொல்றது... அதை நீயும் நம்புறியா... மண்டூ... மண்டு... அடியே... நம்ம தேசம் நன்னாயிருக்கணும்னா, வெள்ளைக்காரன் நல்லாயிருக் கணும்டீ... இல்லாட்டா நம்ம ஆளுக்குள்ள ஆயிரம் கட்சியை வளர்த்துண்டு, அடிச்சிண்டு, அழிஞ்சி போயிடுவாடீ... அழிஞ்சி போயிடுவா... இப்போது முடி திருத்தும் தொழிலாளி துரைராஜ் பாடிக் கொண்டே நுழைவார். ஆயிரம் உண்டிங்கு ஜாதி... இதில் அந்நியர் வந்து புகல் என்ன நீதி... ஆயிரம் உண்டிங்கு ஜா... தீ...!!! பேஷ்... பேஷ்... பேஷ்... ரொம்பப் பிரமாதமாப் பாடறியே... ஏண்டா சங்கா... என்னடா பாட்டு இது...? வந்தே மாதரஞ் சாமீ...! எது?வந்தே மாதரம்... இனிமே கும்பிடறதுக்குப் பதிலா வந்தே மாதரம்னு சொல்ல ணும்னு எங்க சங்கத்துல தீர்மானம் பண்ணிப்புட்டோஞ் சாமீ...

ம்ம்ம்ம்...? தீர்மானமே செஞ்சுட்டேளா தீர்மானம்...? ஏஞ்சாமி... உங்க சங்கத்துலயும் ஒரு தீர்மானம்... டே....

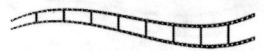

நிறுத்துறா... அதிகப்பிரசங்கி... அந்த பாரதி பேச்சைக் கேட்டு சிவா கெட்டார்... சிவா பேச்சைக் கேட்டு சிதம்பரம் கெட்டார்... சிதம்பரம் பேச்சால ஊரே கெடறது... சாமீாாாாா...!டேய்... காரியத்தப் பார்றா...! சர்தான், உட்காருங்க சாமீ...! - சொல்லிக் கொண்டே கத்தியை எடுத்துப் பட்டையில் தீட்ட ஆரம்பிப்பார். வந்தே மாதரம்..... அட பைத்தியாரப் பயலே... விளையாட்டாப் பேசி வினையைத் தேடிக்காதடா... வந்தே மாதரம்னு சொல்றவாளெல்லாம் புரட்சிக் காரான்னு கலெக்டர் சொல்றார்ரா... அப்புடிச் சொல்றது தவறுன்னு, அந்த துரைக்கு நீங்க எடுத்துச் சொல்லுங்க சாமீ... வந்தே மாதரம்... உன்னைச் சொல்லிக் குத்தமில்லடா... அந்தச் சிதம்பரம் பிள்ளை இப்படிப் பாமர ஜனங்களையெல்லாம் தூண்டி விட்டு வேடிக்கை பார்க்கிறார்... சுதேசி இயக்கம், கப்பல் கம்பெனி, மில் ஸ்டிரைக் இதெல்லாம் ஊருக்கே உலை வைக்கிற வேலைடா... இது உள்ளூர் போலீசோட போகாது... நாளைக்குப் பட்டாளம் வரப்போறது... புர்ர்ர்...!!!.-கேலி... இதைப்பத்திக் கலெக்டர்ட்ட நானே சொல்லியிருக்கேன்... நீங்களே சொல்லியிருக்கீகளா...! என்ன சாமீ சொல்லியிருக்கீக...? ஊர்ல கலகம் வரும். அதனால ஜனங்களையம், சமாதானத்தையும் காப்பாத்த, பட்டாளம் வந்தாத்தான் முடியும்னு சொன்னேன்... ஓஹோ, அப்படியா...? நாளைக்கே பாளையங்கோட்டே லேர்ந்து மிலிட்டரி வரப்போறது... ஏஞ்சாமீ... இது உங்களுக்கே நல்லாயிருக்கா...? இல்ல நல்லாயிருக்கான்னு கேட்குறேன்... அவனே மிலிட்டரியைக் கொண்டாரேன்னு சொன்னாலும், நீங்க வேண்டாம்னுல்ல சாமீ சொல்லணும்... டேய் முட்டாள் ... எனக்கே புத்தி சொல் றியா நீ...? வேலையைப் பார்றா... சர்தான் ஆடாதீங்க சாமீ... வந்தே மாதரம்... டேய்... இப்படிச் சொன்னா ஜெயில்ல பிடிச்சுப் போட்ருவாண்டா... அப்புறம் என்ன செய்வாங்க சாமீ...? சுட்டுத் தள்ளுவான்... ஓஹோ...

வந்தே மாதரம்... வந்தே மாதரம்... வந்தே மாதரம்... டேய் சங்கா... எனக்கு எரிச்சலை உண்டாக்குற நீ...? எரியாதுங்களே சாமீ... கத்தி நல்லா தீட்டியிருக்கனே... கத்தியில்லடா... உன் புத்தி... அது என்னவோ சாமீ... வந்தே மாதரம்னு சொன்னாத்தான் எனக்கும் வேலை ஓடுது... கத்தியும் கூராகுது... வந்தே மாதரம்... வந்தே மாத... நிறுத்துறா... ஏஞ்சாமீ...? நிறுத்துற... நிறுத்துறா...! கால் வேலைல நிறுத்துனா பாவஞ்சாமீ... வந்தே மாதரம்... வந்தே மாதரம்... என்ன தைரியம் உனக்கு, என் வீட்டுல, என் எதிர்க்க, எத்தனை தடவைடா வந்தே மாதரம் சொல்வே...? .இன்னொரு தடவை வந்தே மாதரம்னு சொன்னே, நானே உன் மேலே கம்ப்ளெயின்ட் பண்ணி அரெஸ்ட் பண்ணச் சொல்லு வேன்... பீ கேர்ஃபுல்... ம்ஹூம் ... எங்க பண்ணச் சொல்லுங்க பார்ப்போம்... வந்தே மாதரம்... வந்தே மாதரம்... டேய்... அயோக்கியப் பயலே... போடா வெளியே... சாமீ... பெரிய பெரிய தொரையெல்லாம் என்னைப் போடான்னு சொன்னதில்லே... நீங்க சொல்லிட்டீங்க... நான் வர்றேன்... சொல்லிவிட்டு பாதிச் சவரத்தோடு பொட்டியைத் தூக்கிக் கொண்டு கிளம்பி விடுவார்... வாசலில் போய் நின்று திரும்பிப் பார்த்து, சாமியோவ்... வந்தே மாதரம், வந்தே மாதரம்... அய்யர் ஆக்ரோஷப்பட்டு, கோபத்தில் தன்னையறி யாமல்... வந்தே மாதரம்... வந்தே மாதரம்... சரிதான்... இன்னம் ரெண்டு தரம் சொல்லுங்க... -என்று விட்டு வெளியேறி விடுவார். இந்தக் காட்சியில் தியேட்டரே விழுந்து விழுந்து சிரிக்கும். துரைராஜின் உருட்டு விழியும், திருட்டு முழியும், பாமரத்தனமாய் நெளிந்து வளைந்து அவர் குண்டு உடம்புக்கேற்ப உருண்டு உருண்டு பேசுவதும், பயங்கரக் காமெடியாய் இருக்கும். இந்தக் காட்சிக்கு ஈடாய் அழுத்தம் திருத்தமாய் வேறொரு காட்சி இன்றுவரை வந்ததில்லை எனலாம். அதைவிட இன்னொன்று. சொல்ல வந்த கதைக்கேற்ப

இருவேறு மாறுபட்ட நிலைகளில் உள்ள இரு கதாபாத்தி ரங்கள் தவிர்க்க முடியாமல் சந்தித்துக் கொள்ளும் அவசியம் ஏற்படும்பொழுது, அவர்களுக்கிடையிலான சம்பாஷணை எப்படியிருக்கும் என்பதற்கு அழுத்தம் திருத்தமாக எழுதப்பட்டுள்ள இந்தக் காட்சிக்கான மிகப் பொறுத்தமான வசனங்களை மீண்டும் மீண்டும் அசை போட்டுப் பாருங்கள். கதை வசனம் எழுதுவதற்கு எந்தமாதிரியான ஒரு அனுபவமும் திறமையும் வேண்டும் என்பதற்கும், அதற்கு உயிர் கொடுப்பதற்கு எப்படியான அர்ப்பணிப்பு உணர்வுள்ள நடிகர்கள் இருந்தார்கள் என்பதற்கும் இந்தக் காட்சி அப்பட்டமான சாட்சியல்லவா...! வசனம் எஸ்.டி. சுந்தரம்.

அந்தக் காலத்திய கருப்பு வெள்ளைப் படங்களில் ஏதாவது ஒரு கதாபாத்திரம் ஒரு குறிப்பிட்ட வார்த் தையை அல்லது வாக்கியத்தை அவ்வப்போது சொல்லிக் கொண்டே படம் முழுக்க வலம் வருதல் என்பது சில படங்களில் நடைமுறையாயிருந்தது. அது பலத்த நகைச்சுவையை உண்டு பண்ணியது. அந்த நடிகர் வரும்போதெல்லாம் ரசிகர்களே அந்த வசனத்தை சத்தமாய் உச்சரித்து அவரை வரவேற்கும் அளவுக்கு வரவேற்புப் பெற்றிருந்தது. உதாரணத்திற்கு “என்னத்த சொல்லி... என்னத்த செஞ்சு... ”. என்று “என்னத்தே கன்னையா... ” பேசுவாரே ஒரு படத்தில்... பிறகு அதுவே அவரை நினைவு கூரத்தக்க பெயராகிவிடவில்லையா...? ஆனால் ஒன்று அப்படிப் பேசப்படும் வசனம், கதையோடு பொருந்தி வர வேண்டும். காட்சியும் கச்சித மாய்ப் விரிந்து நிற்க வேண்டும். அப்படியானால்தான் எடுபடும். அப்படித்தான் நிச்சய தாம்பூலம் படத்தில் துரைராஜ் ஒரு குறிப்பிட்ட வசனத்தைப் பேசிக் கொண்டே இருப்பார்.

அதுதான் பரம்பரைக் குணம்னேன்..... என்று சொல்லிக்கொண்டே வருவதல்ல. ஒரு காட்சிக்கான

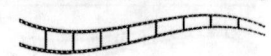

வசனத்தைப் பேசி முடிக்கையிலே கடைசியாக இதைச் சொல்லி முடிப்பார். அப்படியான பொருத்தமாய் அவரது கதாபாத்திரத்திற்கான வசனங்கள் எழுதப் பட்டிருக்கும். கீழ்க்கண்ட காட்சியில் துரைராஜூம் (பிச்சை முத்து) ராஜஸ்ரீயும்... (சரளா).என்ன பொண்ணும்மா நீ... பக்கத்துத் தெருவுல இருக்கிறான், பார்க்கலேங்கிறியே... இந்த பாரு, அவனத்தான் உனக்குக் கட்டி வைக்கப்போறேன்... ஹாங்...?ஒண்ணும் யோசிக்கா தம்மா... பெரிய எடம்... வா... இடம் பெரிசா இருக் கலாம்ப்பா... ஆனா... தெரியுமே... படிச்ச பொண்ணுகிட்டச் சொன்னா, சந்தேகம் வரும்னு நல்லாத் தெரியுமே... யம்மா... நீ கமிஷனர் வீட்டுக்குப் போம்மா... போங்கப்பா... எனக்கு வெக்கமா இருக்கு... அதான் பரம்பரைக் குணமாச்சே...! !! யம்மா, யம்மா... நீ காமாட்சியம்மாவப் பார்க்கப் போற மா... திரிப் போ... அங்க ரகு இருப்பான்... பாரு... பிடிச்சாச் சொல்லு... உடனே பேசி விஷயத்த முடிச்சு, டும் டும் டும் தட்டிடறேன்... நா மாட்டேன்... என் கண்ணுல்ல... நல்லா தல கில சீவிச் சிங்காரிச்சிட்டுப் போம்மா... போ... இதற்குள் நம்பியார் வருவார்... எங்கடா ஊர் சுத்திட்டு வர்றே? ஃப்ரென்ட்ஸ்களோட அப்டியே டவுனுக்குள்ளே... ஏண்டா ஊரோட நீள அகலத்த அளக்குறதுக்கா உன்னைப் படிக்க வச்சேன்... கார்ப்பரேஷன் குப்ப லாரி மாதிரி...

அவர் போனவுடனே மகள் ராஜஸ்ரீ அலங்காரம் முடித்துக்கொண்டு வருவார்... அப்பா...! வாம்மா... வா...!!. - மகளின் அழகைப் பார்த்து அவர் பெருமைப் படும் விதமே தனி அழகு... அந்த வாம்மா என்ற சொல்லில் அத்தனை கொஞ்சல் குழையும். என்ன அழகா இருக்கே...? இப்ப அந்தக் கமிஷனர் வீட்டுப் பிள்ளை ரகு பார்த்தான்னா... அப்டியே சுண்டு சுருளாகி, டிங்கு டிமாஞ்சு போயிடுவான்... போங்கப்பா... - அவர் வெட்கப்படுவதைப் பார்த்து... இதுதான் பரம்பரைக் குணம்னேன்... இந்தபாரு, அந்த ராகுகாலம்

(நம்பியார்) இப்பத்தான் வெளில போயிருக்கு... அவன் எமகண்டமாத் திரும்பி வர்றதுக்குள்ளேயும், நீ போயிடம்மா... போயிடு... சரிப்பா... - வெளியேறுவார் ராஜஸ்ரீ. சிறு காட்சிதான் எனினும், அந்தக் காட்சிக்கு அழகு சேர்க்கும் விதமே தனி. அதற்குத்தான் அனுபவப் பட்ட நல்ல நடிகர்கள் வேண்டும். அந்த நடிகர்களை அடையாளம் கண்டு, பொறுக்கிப் போட வேண்டும். இயக்குநர் தன் மனதில் எந்த அளவு கற்பனை கொண் டிருக்கிறாரோ, அதற்கும் மேலே அந்தக் காட்சியைப் பிரமாதப்படுத்த வேண்டும். அப்படியாப்பட்ட நடிகர்களில் டி.கே.துரைராஜ் தவிர்க்க முடியாதவராய் இருந்தார்.

இதே நிச்சய தாம்பூலத்தில் குறுக்கெழுத்துப் போட்டிக்கு அடிக்கடி எழுதிப்போட்டு பரிசுக்காக ஆவலோடு காத்திருப்பார். ஆசை ஆசையாய், தீராத நம்பிக்கையோடும், ஆவலோடும் அவர் மகளிடம் சந்தேகம் தீர்த்துக் கொண்டு செல்வத்தைக் கொடுக்கும் லட்சுமிக் கடவுள் படத்தின் முன்னால் அமர்ந்து குறுக்கெழுத்துக் கட்டங்களை நிரப்பும் ஒரு காட்சி.

சரளா, தள்ளாத வயதிலே மனிதனுக்கு உதவி செய்வது மனைவியா? மகனா? மகன்தாம்ப்பா... கரெக்ட்... அதே விடையைத்தான் நானும் நினைச்சேன்... இந்தாம்மா... இதைக் கவருக்குள்ள வச்சு அட்ரஸ் எழுதிப் போட்டுடு... இதுல பிரைஸ் அடிக்கலே எம்பேரு பிச்சைமுத்து இல்லே... போட்டின்னு இனிமே நான் பேனாவத் தொடப்போறதும் இல்ல... அவ்வளவுதான்...

கவரை ஒட்டி எடுத்துக்கொண்டு வருவார் ராஜஸ்ரீ. அவர் தன் காதலனுக்கு ஒரு கடிதம் எழுதி ஒட்டிய கவரும் வைத்திருப்பார். இரண்டும் ஒன்றுபோல் இருக்கும். அப்பாவிடம் வந்து... அப்பா... இதுல போட்டிக் கவர் எது? என்னம்மா இது...? கவருக்குள்ள நீயே வச்சிட்டு, எங்கிட்ட கண்ணாமூச்சி காண்பிக்கிறே?

ஹூம்... இதாம்ப்பா... எனக்கு நல்லாத் தெரியும்... ம்ஹூம்... அப்ப அது? ம்ம்... ஒண்ணுமில்லேப்பா... பின்னே என்னம்மா?

அவருக்குத்தாம்ப்பா...

ஓஹோ... விஷயம் அவ்வளவு ஸ்பீடாப் போகுதா... யம்மா... நீ போற வேகத்துல கவரை மாத்திப்புடாதே...

போங்கப்பா... எனக்கு அவ்வளவு கூடத் தெரியாது? அதான் நம்ப பரம்பரைக் குணமாச்சே... யம்மா இதை இன்னைக்கே போஸ்ட்ல சேர்த்திடு... நாளைக்கு முடிவு தேதி... வெளில கொஞ்சம் ஜோலியிருக்கு... நான் போயிட்டு வரட்டா...

டி.எஸ்.துரைராஜின் நடிப்பு பார்வையாளர்களுக்கு அலுக்காத நடிப்பு. நம்மில் ஒருவரை அடையாளப்படுத்தும் நடிப்பு. சாதாரணப் பாமர ரசிகனைக் குளிர்விக்கும் அனுபவச் செழுமை வாய்ந்த நடிப்பு. இப்பொழுது நான் சொல்கையில் இது சிலருக்கு சாதாரணக் காட்சியாகக் கூடத் தோன்றலாம். ஆனால் ஒவ்வொரு முறையும் திரையில் தோன்றுகையில், அவர் எந்த இடத்தில் சொல்கிறாரோ, சரியாக அதே இடத்தில் "அதான் பரம்பரைக் குணமாச்சே... என்று ரசிகர்களும் சேர்ந்து முந்திக்கொண்டு உற்சாகமாய்ச் சொல்லி ரசித்த காட்சிகள் அவை.

இந்த வாழ்க்கை அடிக்கடி அலுத்துப் போகக் கூடியது. புதுப்பித்துக் கொள்ள வேண்டியது. கலை, கலாச்சாரம் இவை கலந்த மனித வாழ்க்கைதான் ருசிகரமாய் இருக்கும். இவற்றை ஆத்மபூர்வமாய் உணர்ந்தவன்தான் இந்த வாழ்க்கை வறட்சியுறும்போது, தன்னைப் புதுப்பித்துக்கொண்டே போகிறான். அப்படியான ரசிகர்கள்தான் அப்போது இருந்தார்கள். ஆயிரம்தான் வாழ்க்கைச் சிக்கல்களில் அமிழ்ந்து போனாலும், இந்த மாதிரி ரசிப்புத் தன்மையும்,

பொழுதுபோக்கும் அவற்றிற்கிடையே இருந்ததனால்தான் அன்றாட வாழ்க்கை செவ்வனே நகர்ந்து சென்றது என்று கூடச் சொல்லுவேன். நமது விழாக்களே அதற்காக அமைக்கப்பட்டதுதானே...!

கடைசியாக ஒன்று. அது மலைக் கள்ளன். அவரது நடிப்பிலேயே இந்தப் படத்திற்கான காட்சிகளைச் சொல்லவில்லையென்றால், அவரை நினைவு கூர்ந்ததற்கு அர்த்தமாகாது. இந்தக் கட்டுரையும் முழுமை பெறாது.

இதில் டி.எஸ்.துரைராஜ் ஏட்டு கருப்பையாவாக வருவார். பிழைப்புக்காகத்தான் சார் இந்தப் போலீஸ் உத்தியோகத்துக்கு வந்தேன் என்று அவர் அலுத்து, பயந்து கொண்டே சப்-இன்ஸ்பெக்டர் சக்ரபாணியிடம் சொல்லும் விதமும், பேசாம இந்த மலைக்கள்ளனக் கண்டுபிடிக்கிற வேலையை நாம கல்யாணம் ஆகாத சர்வீசுக்குப் புதுசா வந்த ஒரு பிரம்மச்சாரிப் பையன்ட்டத் தள்ளிவிட்ருவோம் சார் அப்பத்தான் நம்ம ரெண்டு பேருக்கும் நிம்மதி என்று அவர் ஐடியா கொடுக்கும் விதமும், பார்ப்பவரை அப்படிச் சிரிப்பிலாழ்த்தும். நமக்கே பாவம் சார், அவர விட்ருங்க என்று சொல்லத் தோன்றும்.

சார்... சார்... இன்ஸ்பெக்டர் வர்றார் சார்... - வெளியில் நிற்கும் ஒரு போலீஸ் தகவல் சொன்னதும், கழற்றி வைத்து ஆசுவாசமாய் உட்கார்ந்திருந்த ஏட்டு கருப்பையா (துரைராஜ்) தடபுடவென்று பதறியடித்து எழுந்து, தொப்பியைத் தலையில் போட்டுக் கொண்டு அலர்ட்டாக நிற்பார். சப்ட-இன்ஸ்பெக்டர் எம்.ஜி. சக்ரபாணிஉள்ளே நுழைந்து சேரை இழுத்துப் போட்டுக் கொண்டு அமர்வார்.

ஃபோர் ஃபாட்டி ஒன்... (441)எஸ்.சார்..., என்னய்யா, இன்னைக்கு என்ன விசேஷம்...? ஹூம்... என்ன விசேஷமுங்க... இன்னைக்கு ஏகாதேசி, தெனம் திங்கிற

சோத்துல கூட மண்ணு விழுந்திருச்சு... சிரித்துக் கொண்டே... ஹூம்ம்ம்... ஏன்யா, உனக்கு எப்பப் பார்த் தாலும் சாப்பாட்டு ஞாபகம்தானா? ... அது சரீ... அந்த நீலம்பட்டி கொலைக் கேசு விஷயமா ஏதாவது தெரிஞ்சிதா?

543, 254 இவங்கள அனுப்பிச்சிருக்கேன் சார்... அவுங்கள அனுப்பிச்சிட்டு நீ இங்க உட்கார்ந்திருக்கே... எவ்வளவு கேஸ் பென்டிங்க்ல இருக்கு? நீங்கள்லாம் என்னய்யா செஞ்சுக்கிட்டிருக்கீங்க... ஒரு கேசுக்காவது துப்புக் கிடைக்கல்ல...?

கெடைச்சிருந்தா பழைய இன்ஸ்பெக்டர் ஏன் சார் இந்த ஸ்டேஷன விட்டுட்டுப் போறாரு...?

அது சரிய்யா... இந்த மலைக்கள்ளன், காத்தவராயன், ரெண்டு பேர் மேலேயும் ஏகப்பட்ட கேசுங்க இருக்கே... அவங்களைப்பத்தி உனக்கு ஏதாவது தெரியுமாய்யா...? தெரியும் சார்... யாரு அவுங்க...?அவுங்க கடவுள் அவதார முங்க... சிரித்துக்கொண்டே, என்னய்யா சொல்றே...? பின்ன என்ன சார்... சில பேர் சொல்றாங்க அவுங்க இருக்கிறாங்கன்னு, சில பேர் சொல்றாங்க, அவுங்க இல்லன்னு... இன்னும் சில பேர் சொல்றாங்க ரெண்டு பேரும் ஒரே ஆள்தான்னு... வேறே வேறேன்னும் சொல் றாங்க... ஒண்ணும் புரியல சார்... ஒரே கன்ஃபூஷனா இருக்கு...

ச்சேச்சே... என்னய்யா நீ... என்னையே கன்ஃப்யூஸ் பண்ணிடுவ போல்ருக்கு... இந்த பாரு... இந்தப் பேச் செல்லாம் பேசிப் பிரயோஜனமில்ல... இனிமே நீயே நேர்ல போயி, நீதான் இந்தக் கேசுகளையெல்லாம் நீதான் கண்டுபிடிச்சாகணும்... பேந்தப் பேந்த பயமுழி முழித்துக்கொண்டே, எஸ்.ஸார்...,

தயங்கித் தயங்கி, சார்... ஒரு வார்த்தை...

என்னய்யா அது...?

சார், எனக்கு மூணு ஆண் குழந்தை, ஆறு பெண் குழந்தை, ரெண்டு சம்சாரம்... ஒரு அம்மா, ஒரு அப்பா, நானு... நான் ஒருத்தன் சம்பாரிச்சு இவ்வளவு பேரும் பொழைக்கணும் சார்... நான் போயிட்டா இவங்க கதியெல்லாம் என்னா சார் ஆகுறது... - சொல்லிக் கொண்டே அழ ஆரம்பித்து விடுவார்.

அதுக்கு என்னய்யா இப்போ...? வேறே ஒண்ணுமில்ல சார்... மலைக்கள்ளனப் பிடிக்கிற விவகாரத்தை, வீடு வாசல் இல்லாத பிரம்மச்சாரியாப் பார்த்துத் தள்ளி விட்ரலாம்... நம்ப ரெண்டு பேருக்கும் வேண்டாம் சார்...

ச்சட்... இப்டி பயந்து சாகுற மனுஷன் எதுக்குய்யா போலீஸ்ல சேர்ந்தே...?பொழைக்கிறதுக்குத்... ஷட்அப்... இன்னும் ஒரு மாசத்துல மலைக்கள்ளனப் பத்தி சரியான தகவலை நீ கொண்டு வரல்லேன்னா, டி.எஸ். பி. க்கு எழுதி உன்னை இந்த ஸ்டேஷன விட்டே மாத்தறதுக்கு ஏற்பாடு செஞ்சிடுவேன்...

சார்... நீங்க நல்லாயிருக்கணும்... அப்படியே செய்ங்க... நான் இந்த ஸ்டேஷன விட்டுப் போனாப் போதும்..... எங்க குடும்பம் உங்கள சாகறவரைக்கும் மறக்காது... இந்த ஒரு காட்சியே போதுமென்று நினைக்கிறேன்... ஏட்டு கருப்பையாவைப் பற்றிப் புரிந்து கொள்ள...

டி.எஸ்.துரைராஜை அவரது உருவம், உடல்மொழி, வசனம் பேசும் ஏற்ற இறக்கங்களோடான தன்மை, ஆகிய நெளிவு சுளிவுகளோடு ரசிக்கக் கற்றவர்கள் அவர் எப்போது திரையில் தோன்றுவார் என்று காத்திருப்பார்கள். பாவங்களோடு அவர் பேசுகையில், இங்கே ரசிகர்கள் தங்களையும் அப்படி அப்படியே ஆட்டி, நெளித்து, கூடவே வசனங்களையும் தெரிந்தவரை சொல்லி, ஒருவருக்கொருவர் முதுகிலும், தொடையிலும் தட்டிக்கொண்டு தரை டிக்கெட்டில் உட்கார்ந்தமேனிக்கு எம்பியெம்பிக் குதித்து ரசிப்பார்கள்.

பாவம் சார், அவர விட்ருங்க... என்று பல உண்மைக் குரல்கள் அந்த சப்-இன்ஸ்பெக்டரை நோக்கிக் கிளம்புவதைக் கேட்டு தியேட்டரே அதிரும். இரும்புத் திரை, படிக்காத மேதை என்று இன்னும் சில படங்களில் அவர் ஏற்றுக் கொண்டிருக்கும் யதார்த்தமான, நடுத்தரவர்க்க மனிதனின் பாத்திரங்கள் நமக்கு என்றும் மறக்க முடியாதவை. இப்படிப் பல தரப்பட்ட, வித்தியாசமாய் ரசிப்பதற்குகந்த திறமை வாய்ந்த நடிகர்கள் பலரும் இருந்தார்கள் அப்போது. கதையைக் கேட்ட மாத்திரத்தில், கதையை முடிவு செய்த மாத்திரத்தில், இந்தக் வேஷத்திற்கு இவர்தான் சாலப் பொருத்தம் என்று டி.எஸ். துரைராஜ் போன்றவர்களை முடிவு செய்தார்கள். அந்த முடிவில் அசைக்க முடியாத நம்பிக்கை வைத்தார்கள். அந்த நம்பிக்கையை அந்த நடிகர்களும் பயபக்தியோடு நின்று காப்பாற்றினார்கள். இந்தக் காட்சிகளை, முடியுமானால் மீண்டும் ஒரு முறை கண்டு களியுங்கள். அப்போது நிச்சயம் உங்கள் மனதில் ஒன்று தோன்றும். அதுதான்,

டி.எஸ்.துரைராஜை மனசுல வச்சுத்தான் இந்தக் காட்சிகளையெல்லாம் எழுதியிருப்பாங்களோ...? எப்டிய்யா படத்துக்குப் படம் இத்தனை அவதாரம் எடுக்கிறாங்க...? பிறவி நடிகர்ங்கய்யா இவங்கள்லாம்... உங்கள் மனதில் இது தோன்றினால் நீங்கள் ஒரு ஆழமான, தரமான ரசிகர் என்று பொருள்...!!!

12

நாகேஷ்

வெட்கம், மானம், சூடு, சொறணை இப்டி எதுவுமே இல்லாத ஒரு காரக்டர்... நீதான்யா செய்யணும்... உன்னாலதான் முடியும்... - இயக்குநர் இப்படிச் சொல்ல,

நம்பிக்கையுடன், ஜமாய்ச்சிடுவோம்... என்று பதில் சொன்னார். மொத்தக் காரெக்டருக்கான வசனங்களையும் படித்துக் கொண்டு, தன் கற்பனையையும் அவ்வப்போது பொருத்தமான இடத்தில் படு பொருத்தமாகச் சேர்த்து, அந்தக் கதாபாத்திரத்திற்கு மெருகேற்றித் தூக்கி நிறுத்தினார். இத்தனைக்கும் அப்போது ஒரு சிக்கலான பிரச்னையில் அவர் இருந்தார். அது குடும்பப் பிரச்னை. இங்கு வேண்டாம். அது எல்லா வற்றையும் ஒதுக்கிவிட்டுத்தான், அவர் தன்னைக்

கொடுத்து, அந்தப் பாத்திரம் உயிர் பெற்றது. நின்று நிலைத்தது.

கதாநாயகன் பேசப்பட்டதை விட, கதையின் நாயகி பேசப்பட்டதை விட, அந்தப் படத்தின் திரைக்கதை பேசப்பட்டதை விட, காட்சிகள் பேசப்பட்டதைவிட, அவர்தான் அதிகமாகப் புகழ்ந்து பேசப்பட்டார்.

என்னா போடு போடுறான்யா... மனுஷன்... அமர்க் களப்படுத்திட்டாம்ப்பா...

சுருக்கமாகச் சொன்னால் "எல்லாரையும் தூக்கி சாப்டான்யா அந்த ஆளு". இதுதான் அந்தக் கால ஒரு வரி விமர்சனம். அது நியாயமாகவே இருந்தது. உண்மையாகவே நின்றது. அப்படிச் சொன்னவர்களையும் மறுதலிக்க முடியவில்லை. சொல்லப்பட்டவரையும் மறுதலிக்க முடியவில்லை. அதுதான் ஸ்தாபித்து விட்டாரே...!

அவர் எல்லாராலும் விரும்பப்பட்டவர். வெறுமே விரும்பப்பட்டவர் என்பதற்காகவே பொய்யாக அவரைத் தூக்கித் தலையில் வைத்துக் கொண்டாட வில்லை. தராதரமான ரசிகர்கள், தரமான நடிப்பை உணர்ந்தார்கள். பாராட்டினார்கள். கைதட்டி ஆர வாரித்தார்கள். திரும்பத் திரும்ப வந்து பார்த்து, தங்கள் மேம்பட்ட ரசனையோடு ஆதரவு தெரிவித்தார்கள். திறமை என்ற பொது நியதிக்கு மகுடம் அளித்தார்கள். யாரிடமிருந்தாலும் மதிக்கப்படவேண்டியதுதானே அது...!

இருபது, இருபத்தைந்து ஆண்டுகளுக்கும் மேலான நடிப்பு அனுபவம். சுயமாகத் தன் உழைப்பின் மீது கொண்ட நம்பிக்கை. மற்றவர்களை விட நன்றாகச் செய்ய வேண்டும் என்கிற துடிப்பு. மொத்தப் படத்தில் தனக்கான காட்சிகள் என்பது மிகவும் குறைவு, ஆகை

யால் அந்தக் குறிப்பிட்ட காட்சிகளுக்குள் தன்னை நிரூபித்துவிட வேண்டும், நிலை நிறுத்திக் கொள்ள வேண்டும் என்கிற வேகம்.

இப்படியாக உழைத்து, உழைத்து, படத்துக்குப் படம் தன் திறனை முன்னிறுத்தி, நினைவுகளில் என்றும் அழிந்துவிடக் கூடாது என்று பிடிவாதமாய் தன் நிலையை ஸ்தாபித்துக் கொண்டவர்.

அவர் திரு தாய் நாகேஷ். மேலே குறிப்பிட்ட அந்தக் கதாபாத்திரம் தில்லானா மோகனாம்பாள் "வைத்தி"...!

"தை தண்டபாணி" என்ற காரெக்டரில் ஒரு நாடகத்தில் நடித்ததால் தை நாகேஷ் என்று ஆகி, நாளடைவில் தாய் நாகேஷ் ஆகிவிட்டார் என்று அறியப்படுகிறது. பின்னாளில் வெறும் நாகேஷ்தான். ஆனால் அவர் வெறும் நாகேஷ் அல்ல. பயங்கரத் திறமைசாலி. அம்மைத் தழும்பு முகத்தை வைத்துக் கொண்டு, அதனால் மனம் குமையாமல், குன்றிப் போகாமல், தான் அழகாயில்லையே என்று நினைத்து வெம்பி விடவில்லை. தன் உருவத்தையே சாதனையாக்கினார். வெற்றிக்கொடி நாட்டினார்.

ஒரு பாத்திரத்தை ஏற்று நடித்து விட்டால் பிறகு வேறு ஒருவரை அந்த இடத்தில் வைத்து யாரும் கற்பனை கூடச் செய்து பார்க்கக் கூடாது.

இவர் செய்திருந்தால் இன்னும் நன்றாக இருந்திருக்கும்... அவருக்குக் கிடைச்சிருக்கணும் இந்தக் காரெக்டர்... என்று வாய் தவறிக் கூட யாரும் சொல்லி விடக் கூடாது. அப்படி நிரூபிக்க வேணும். நிலை நிறுத்த வேணும்.

அதாவது, "அதற்குப்பின் இந்தப் பாண்டியநாட்டில் எவனும் வாயைத் திறந்து பாடக் கூடாது..." என்றதைப் போல.

அப்படித்தான் அந்த வைத்தி காரெக்டரை வெளுத்து வாங்கினார் நாகேஷ்.

நீ என்ன மாமாவா? - என்பார் கமல் ஹேராம் படத்தில். மும்பையில் வைத்து நாமம் போட்ட ஒரு ஆசாமி, வெரைட்டி பேசிக் கொண்டு வந்து வழிந்து நிற்பதைப் பார்த்து, உற்றுக் கவனித்து, அப்படிக் கேட்டவுடன் அதிர்ந்து போவார் அவர். அதாவது, அந்தத் தொழில் . செய்யலாம், அது கேவலமில்லை. ஆனால் அதற்கான பட்டப் பெயர் இட்டு யாரும் சத்தமாய்க் கேட்டு விடக் கூடாது என்பதைப் போல பதறிப் போய் ஹீ... ஹீ... ஹீ என்று தலையைச் சொறிந்து கொண்டு விஷயம் பேச ஆரம்பிப்பார்.

அந்தப் பெயர் பொதுவானது. அச்சு அசலாக அதே மாதிரிக் காரெக்டர்தான் இந்த வைத்திக்கும். சுருக்க மாய்ச் சொன்னால் மாமாப்பயல்தான்.

சுத்த மானங்கெட்ட பய..... எச்சிக்கலை நாயி... சரியான தேவடியாப் பய... - இப்படி இன்னும் என்ன வேணாலும் சொல்லித் திட்டிக் கொள்ளுங்கள். அத்தனையும் அந்தச் சவடால் வைத்திக்குப் பொருந்தும். உண்டா இல்லையா? அதுதானே நாகேஷின் வெற்றி...!

ஏண்டீ மோகீ... எப்பிடிறீ இருக்கே...?

ச்சீ...! - மோகனாம்பாள் காறித் துப்புவாள். அந்த இடத்தில் நாகேஷ் நின்றார். வைத்தி பாத்திரம் நின்றது.

ஏண்டாப்பா சண்முகசுந்தரம்... இப்பக் கச்சேரிக் கெல்லாம் போறதில்லையா? என்ன ரேட்டு வாங்கறே?

ட்டேய்..... - சண்முகசுந்தரம் திரும்பி முறைக்க,

சரி, சரி, சரி... என்றவாறே வல்லவெட்டை முதுகுக்கும், தோளுக்கும் தேய்ப்பார்.

இத்தனைக்கும் காரணம் நீதான்டா.. உன்னைத் தாண்டா முதல்ல வார் புடிக்கணும்... என்று பாலையா

கடைசியில் எகிற கோஷ்டியே கோபப்பட்டு... உதைக்க ஆரம்பிக்க, அண்ணே... அண்ணே... விட்டுத் தொலைங்க... செத்துத் தொலையப்போறான் - என்பார் சண்முகசுந்தரம். அந்த அளவுக்குத்தான் அவர் உடலில் ஜீவன் இருக்கும் என்பதுபோல் வத்தக்காச்சியாய் இருப்பார் சவடால் வைத்தி. ஆனால் செய்யும் வேலைகள்? - அதுதான் உச்சம். எதனுடைய உச்சம்? அந்தச் சவடால் வைத்தி காரெக்டரின் வெற்றியின் உச்சம்.

வாங்கோ... வாங்கோ... பார்த்தேளா... வைத்தி மேலே கைவச்சவுடனே போலீஸ் வந்திடுத்து... பிடிச்சிண்டு போங்கோ... எல்லாரையும்... உம்... போங்கடா... போங்கடா...

அப்போ வைத்திங்கிறது நீங்கதானா?

சாட்சாத் நானேதான்... உங்களுக்கு யார் வேணும்?

நீங்கதான் வேணும்...

என்னதிது? டூ லேட்... சரி வாங்கோ போவோம்... என்றவாறே அவிழ்ந்த வேஷ்டியை தலையோடு முக்காடு போர்த்திக் கொண்டு கிளம்புவார். அப்போதும் அசராத காரெக்டர். தியேட்டரில் இந்தக் காட்சியை ஸ்வாரஸ்யமாய் ரசிக்கும் ரசிக மனங்களின் ரசனையான சிரிப்பொலி.

ஆரம்ப காலப் படங்களில் கடைசியில் ஜெயிலுக்குச் செல்லும்போது நடிகவேள் இப்படித்தான் சொல்வார்.

"ரொம்ப முன்னாடியே எதிர்பார்த்தேன்... லேட்டா வந்திருக்கீங்க..." - வில்லனாய் உள்ளே போகும் போதும் கைதட்டு அவருக்குத்தான்.

அந்த அளவுக்கான திறமை நாகேஷிடமும் பளிச் சிட்டது இப்படியான பல கதாபாத்திரங்களில். இயக்குநர்கள் கற்பனை செய்து வைத்திருப்பதைவிட,

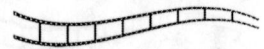

மனதுக்குள் அந்தப் பாத்திரத்தை ஆழமாய் வாங்கி, அதற்குத் தனது திறம்பட்ட நடிப்பு, சொந்த டைமிங்ஸ் வசனங்கள், உடல் நெளிவு சுளிவு, ஆகியவற்றின் மூலம் மெருகேற்றினார் நாகேஷ்.

அவர் வெறும் நகைச்சுவை நடிகர் மட்டுமல்ல... ஓடி வந்து மளிச் மளிச்சென்று சோபாவுக்கும், தரைக்கும், கட்டிலுக்கும், நாற்காலிக்கும் ஏறிக் குதித்து, தடாலென்று கீழே விழுந்து, நாயகன், முதுகுப்பக்கம் சட்டையோடு இழுத்துத் தூக்கும்போது நெட்டுக்குத்தலாகக் கம்பு போல் மேலே நீண்டு நிமிர்ந்து, பிறகு அப்படியே குச்சியாய் மடியாமல் கீழே விழுந்து, வெறுமே வேடிக்கை காட்டுபவர் மட்டும் அல்ல. அப்படியெல்லாம் படத்துக்குப் படம் காட்டித்தான் அவர் நம்மை மகிழ் வித்தார். முன்னேறி வந்தார். விழுந்து விழுந்து சிரிக்க வைத்தார், மறுப்பதற்கில்லை. காரணம் அந்த அளவுக்குத் தீக்குச்சி போல் அப்போது யாரும் இல்லை. இந்த ஆள் என்னவோ பண்றான்யா... என்று ரசிக்க ஆரம்பித்தார்கள். இயக்குநர் பாலச்சந்தரின் ஆப்த நண்பரான நாகேஷ் கலாகேந்திரா படங்களில் அப்படித்தான் பரிமளித்தார்.

“ஒட்டடைக் குச்சி மாதிரி இருந்திட்டு என்ன பாடு படுத்தறான்...” என்று சொல்ல ஆரம்பித்தார்கள்.

ஆனால் தொடர்ந்து அதை மட்டுமே அவர் செய்து கொண்டிருந்தாரானால் நின்றிருப்பாரா கடைசிவரை? படு சுறுசுறுப்பான டைமிங் சென்ஸ் வசனங்களும்... உடல் மொழிகளும்... பளீரென்று தெளிவாகப் பேசும் திறனும்... நாகேஷ் என்று டைட்டிலில் பெயர் போட்டாலே கதாநாயகனுக்கு இணையாய் கைதட்டும், விசிலும் பறந்த காலம் அது.

தனது பர்ஃபாமென்ஸை அமுக்கிவிடுவார் போலிருக் கிறதே என்று மனதுக்குள் பயந்து, நாயக நடிகர்கள்

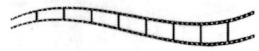

அவரைப் பகைக்க முடியாமல், அவர் கூட இருந்தால் தனக்குப் பெருமை என்கிற ரீதியில் அவரோடு கை கோர்த்துக் கொண்டார்கள்.

தனக்கு முன்னாலிருந்த அத்தனை நகைச்சுவை நடிகர்களையும் பின்னுக்குத் தள்ளிவிட்டு ஜெட் வேகத்தில் முன்னேறியவர் நாகேஷ். யாராலும் அதைத் தடுக்க முடியவில்லை.

நடிகனுக்குக் கற்பனை வளம் வேண்டும். ஓரே மாதிரிப் பாத்திரம் கிடைக்கிறதே என்றாலும், அதனை எந்த வகையில் வித்தியாசப்படுத்த முடியும் என்று யோசிக்க வேண்டும். இதுவரையில் என்னவெல்லாம் செய்து காட்டியிருக்கிறோம் என்று நினைவில் வைத் திருக்க வேண்டும். செய்யாதது என்ன என்ற பட்டியலை மனதில் கொள்ள வேண்டும். கூடவே நின்று நடிப்பவரின் நடிப்பை எப்படி மிஞ்சுவது என்ற யோசனையிலேயே இருக்க வேண்டும். குறிப்பிட்ட காட்சியில் தனக்கு முக்கியத்துவமில்லை என்று உணர்ந்தால், ஏதேனும் ஒரு குறிப்பிட்ட சைகை மூலமேனும் தன்னை ஞாபகப்படுத்தி காட்சிக்கு நிலைநிறுத்திச் செல்வது முக்கியம் என்று தீவிரமாகச் சிந்தித்துச் செயல்பட வேண்டும்.

இப்படி எல்லாமும் நிறைந்திருந்தது நாகேஷ் அவர்களிடத்தில்.

அவரை நமது ரசிகர்கள் பெரும்பாலும் நகைச்சுவை நடிகர் என்ற ரீதியில்தான் பார்த்திருப்பார்கள். ரசித்திருப்பார்கள். ஆனால் அவர் ஒரு சிறந்த குணச் சித்திர நடிகராகவும், சோக ரசத்தைப் பிழிந்தெடுக்கும் திறமைசாலியாகவும் மிளிர்ந்தார் பல படங்களில்.

நீர்க்குமிழி படத்தில் இல்லாத சோகமா? எதிர்நீச்சல், சர்வர் சுந்தரம், இந்தப் படங்களிலெல்லாம் கதா நாயகனாகவே வாழ்ந்து காண்பித்தவர்தானே நாகேஷ்.

நாகேஷ் என்ற ரசிகர்களுக்குத் தெரிந்த உருவத்திலிருந்து வேறுபட்டு, நகைச்சுவையும் வில்லத்தனமும் கலந்தும், நகைச்சுவையும் சோகமும் கலந்தும், நகைச்சுவையே இல்லாமலும் அவர் பல பாத்திரங்களில் வெவ்வேறு வேஷங்களில் பல படங்களில் நடித்துத் தன் திறமையை நிரூபித்திருக்கிறார்.

கௌரவம் படத்தில் பாரிஸ்டர் ரஜினிகாந்திற்கு வக்கீல் குமாஸ்தா கோபாலய்யராக பஞ்ச கட்சம், கோட்டு, மூக்குக் கண்ணாடி போட்டுக் கொண்டு, இடுப்பில் ஒரு பச்சைக்கலர் பட்டை பெல்ட்டோடு வந்து அமர்க்களப்படுத்துவார். தனக்கு அவ்வப்போது வழக்குகளில் பார்ட்டியிடம் காசு பார்ப்பதற்கு இடைஞ்சலாய் இருப்பவன் இந்தக் கண்ணன்தான் (இளைய சிவாஜி-பாரிஸ்டர் ரஜினிகாந்த அவருக்குப் பெரியப்பா முறை) என்று மனதில் வன்மம் வைத்து, அவரை வீட்டை விட்டு அனுப்ப நல்ல சந்தர்ப்பம் கிடைத்தவுடன் அதை வசமாய்ப் பயன்படுத்திக் கொள்வார். ஆனால் பண்டரிபாயிடம் அவருக்கு ஆதரவாய் இருப்பது போலவும், கண்ணனிடம் தனிமையில் வெறுப்பைக் காட்டுபவராகவும் இரட்டை வேடம் போடுவார். வீட்டை விட்டு வெளியே போய் ஹோட்டலில் தங்கியிருக்கும் கண்ணனிடம் போய் அவருக்கு ஆதரவு போல் பேசி, நன்றாய்த் தின்றுவிட்டு, பார்சலும் கட்டிக்கொண்டு, கடைசியில் பில்லை அங்க கொடுத்திரு என்று சர்வரிடம் சொல்லிவிட்டு நழுவுவார். இந்தக் காட்சியில் அவரின் அநாயாசமான நடிப்பு, சிவாஜியை அந்தக் கண்ணன் காரெக்டருக்கு ஏற்றாற்போல் அப்பாவியாக்கி, நாகேஷைத் தூக்கிப் பிடிக்கும். இது எனக்கான காட்சி, இந்தக் காட்சில நாந்தான் முதல், என்னை நிறுத்தாமல் போக மாட்டேன் என்று ஜெயித்திருப்பார் நாகேஷ்.

சவாலே சமாளி படத்தில் சின்னப்பண்ணையாகக் குடுமி வைத்துக் கொண்டு, கையில் ஒரு கடிகாரத்தை

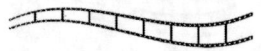

வைத்து, அதற்குக் கீக் கொடுத்துக் கொண்டே நம்பியாரையும், டி.கே.பகவதியையும் முடுக்கி விடுவதும், தேர்தல்ல தோத்துட்டா என் பெண்ணைத் தர்றேன் என்கிற பந்தயத்தில் வசமாய் பகவதியை மாட்டி விட்டு, ஒப்பந்தப்பத்திரம் எழுத வைத்து, அதை ஊர் மக்கள் முன்னிலையில் அழுத்தம் திருத்தமாய்ப் படித்து, எந்த வரியிலும் தான் மாட்டிவிடாதபடிக்குக் கவனமாய் எழுதி, பகவதியையும், சிவாஜியையும் கையெழுத்துப் போட வைப்பதும், ...இன்றைக்கும் பார்த்துப் பார்த்து ரசித்தாலும் அலுக்காது, சலிக்காது.

இரு மலர்கள் படத்தில் காலேஜ் ப்ரொபஸராக, பத்மினி மீது படர்ந்திருக்கும் அவப்பெயரைத் தான் நம்பவில்லை எனினும் கல்லூரியின் பெயருக்குக் களங்கம் வந்து விடக் கூடாது என்ற நிலையில் அவரது ராஜினாமாவை வருத்தத்துடன் ஏற்றுக் கொள்ளும் பெருந்தன்மை மிக்க கதாபாத்திரமும், காட்சியும் கண்களில் நீரை வரவழைத்தனதானே...!

நம்மவர் படத்தில் கல்லூரிப் பேராசிரியராக, வந்து தன் பெண் ப்ராத்தல் கேசில் லாக்கப்பில் இருப்பதைப் பார்த்து அதிர்ந்து, கமலோடு போய் அழைத்து வந்து, அந்தப் பொய் நாடகத்திற்கு வருந்துகையில், மறுநாள் அது தூக்குப் போட்டுச் செத்தவுடன் அந்தப் பாடி கிடக்கும் இடத்திற்கு அலறி அடித்து ஓடிவந்து புத்தி பிறண்டவர் போல் மண்டை குழம்பியவராய்க் கிடந்து தவியாய்த் தவிப்பாரே, அந்த நடிப்பை நடிகர் திலகம் சிவாஜி கூட எந்தப் படத்திலும் செய்ததில்லை. செய்திருந்தாலும் அத்தனை இயல்பாய், மிகையில்லாமல், யதார்த்தமாய் அது அமைந்திருக்குமா என்பது சந்தேகமே...! அந்தப் படத்திற்காக அவருக்கு தமிழ்நாடு அரசின் அவார்டு கிடைத்தது.

பச்சை விளக்கு படத்தில் டிரைவர் சாரதிக்குத் துணையான நெருங்கிய நண்பனாக பீட்டர் என்கிற

கிறிஸ்த்துவக் கதாபாத்திரத்தில் வந்து, பிதாவே, என் ஃப்ரெண்ட் சாரதிக்குப் பச்சைக் குழந்தை மாதிரி மனசு... அவருக்கு ஏன் இத்தனை துன்பம் கொடுக்கி றேன்னு தெரியல்லே... சீக்கிரம் அவர் துன்பங்களை நீதான் போக்கணும் ஜீசஸ்... என்று கொத்தும் தமிழில் ஒரு நல்ல நண்பனாய் அவர் ஏசுவிடம் வேண்டிக் கொள்ளும் காட்சி நம்மால் மறக்க முடியாதது.

மேஜர் சந்திரகாந்த் படத்தில் ஒரு கொலையைச் செய்துவிட்டுத் தவிக்கும் சோகச் சித்திரமாக... அந்த மேஜரின் நேர்மையான உள்ளத்தை உணர்ந்து, கடைசி யில் தன்னைத்தானே ஒப்புவித்துக் கொள்ளும் வரை யிலான காட்சிகளில் மனதைப் பிழிந்து எடுத் திருப்பார்.

கமலின் மகளிர் மட்டும் படத்தில் பிணமாக... என்ன பிணமாகவா? சரியாகக் கவனிக்காதவர்கள் கேட்கலாம் இப்படி.

உயிருள்ள ஒருவர், சற்றே மயக்க நிலையில் இருப்ப தாய் மற்றவர் நினைக்க வேண்டும் என்பதுபோல் தாங்கிப் பிடித்துக் கொண்டு நிற்க, ரிக் ஷாக்காரன் ஒருவன் வந்து கலாட்டாப் பண்ண, குடித்த நிலையில் அவன் செத்த பிணமான நாகேஷை அடிக்க வர, அது வரை அவரைத் தாங்கலாய்ப் பிடித்துக் கொண்டிருந்த ஊர்வசி, ரேவதி, ரோகிணி இவர்கள் செய்வதறியாது ஒதுங்க, போதையில் அடிப்பவனுக்கு ஏற்றாற்போல் எதிரடியாய் அவன் மேலேயே நாகேஷ் விழுந்து, எழுந்து, புரளும் காட்சி அசல் பிணத்தை, அறியாது புரட்டிவிட்டால் இப்படியெல்லாம்தானே புரண்டு, தடுமாறி, நெடுஞ்சாண்கிடையாகக் கிடந்து, மறுபடியும் புரண்டு, விழுந்து... என்பதை அச்சு அசலாகக் காண் பித்திருப்பார். அந்த நடிப்பு இதுவரை தமிழ்த் திரை யுலகிலேயே யாரும் செய்யாதது.

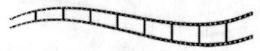

நாகேஷை நினைவு கூரும் போது எல்லோரும் அவரது திருவிளையாடல் தருமி பாத்திரத்தைத்தான் கூறிவிட்டு ஆரம்பிப்பார்கள். அந்தத் தருமி பாத்திரத்தின் காட்சிகள் அத்தனையும் இயக்குநரால் கற்பனை செய்து வைக்கப் பட்டதுதான் என்றாலும், கூடுதலாக அங்கங்கே எதிர்பாராத வசனங்களைச் சேர்த்துச் சேர்த்து அந்தக் காட்சிகளுக்கு மெருகூட்டிய பெருமை நாகேஷ் அவர்களையே சாரும். குறிப்பாக அரச சபையில் போய் இறைவன் கொடுத்த பாடலைப் படித்து, அந்தப் பாடலில் பிழையிருக்கிறது என்று நக்கீரரால் சொல்லப்பட்டு, அதனை மறுக்கத் திறனின்றி, பரிசு கிடைக்காமல் அவ மானப்பட்டுத் திரும்பிக் கோயிலுக்கு வந்து, தனியனாய் நின்று புலம்பித் தவிப்பாரே... அந்தக் காட்சிகள் அவருடைய கற்பனைக்கும், நடிப்புத் திறனுக்கும் மெருகேற்றியவை.

எனக்கு வேணும்... வேணும்... ஆசை... ஆசை... நல்லா உதைக்காம விட்டானுங்களே... அப்டியே போட்டு உதைக்கிறமாதிரியே இருக்குதே... இனிமே நான் எப்படிப் பாட்டு எழுதுவேன்... என்ன எழுதினாலும் ஏம்பா, இது உன்னுடையதா, இல்ல யாராச்சும் எழுதிக் கொடுத்த தான்னு கேட்பாங்களே... எல்லாருக்கும் தெரிஞ்சு போச்சே... அய்ய்யோ...! ஏ, புலவா...! அவனில்லை... வரமாட்டான்... நம்பாதே... அவனை நம்பிப் புலமை போச்சு... கத்திக் கத்திக் குரலும் போகப்போகுது...

இந்தப் புலம்பல் காட்சியின் பல வரிகள் அவராகவே சேர்த்துக் கொண்டவை. யாரும் எதிர்பாரா நிலையில், அவரது சோலோ ஆக்டிங்கில் தன்னை இழந்து, இருக்கட்டும், இருக்கட்டும் என்று அத்தனையையும் படம் பிடித்துத் தள்ளிவிட்டார் இயக்குநர் ஏ.பி.என் அவர்கள். கட்டிப் பிடித்து உனக்கு ஈடு இணையேயில்லைய்யா என்று பாராட்டினாராம்.

சிவாஜியே அந்தக் காட்சிகளையெல்லாம் பார்த்து விட்டு, பிரமாதம்யா... இருக்கட்டும்... எல்லாமும் இருக்

கட்டும்... எதையும் குறைக்க வேண்டாம்... அவ்வளவும் அப்படியே இருக்கட்டும்... என்று பாராட்டினாராம். இந்தப் பெருந்தன்மை நடிப்புத் திறன் உள்ள தன்னம் பிக்கை உள்ளவனுக்குத்தானே வரும்.

ஆனால் ஒரு சோகம். திருவிளையாடல் படத்தின் வெற்றி விழாவுக்கு நாகேஷ் அவர்கள் அழைக்கப் படவில்லை. அது இன்றுவரை குறையாக உள்ள வெள்ளைத்தாளின் கரும்புள்ளி.

காதலிக்க நேரமில்லை படத்தில் பாலையாவுக்குக் கதை சொல்லும் செல்லப்பா காரெக்டரில் என்ன பாடு படுத்துவார். இன்றுவரை அந்தக் காட்சி யாருக்காவது சலித்திருக்கிறதா? சொல்லச் சொல்லப் பயந்து நடுங்கும் பாலையாவையும் சேர்த்து மறக்க முடியுமா இந்தக் காட்சியை?

எங்கவீட்டுப் பிள்ளையில் இரண்டு விரல் தொடும் அளவுக்கு ஹிட்லர் மீசை வைத்துக் கொண்டு, முகத்தை அஷ்டகோணலாய், தப்புத் தப்பாய்ப் பேசிக் கொண்டு, உடனே அதைச் சரி செய்து, சரி செய்து பேசுவாரே... அதை யாராவது அத்தனை துல்லியமாய்ச் செய்ய முடியுமா? அப்படி ஒரு ஆள் உண்மையிலேயே அச்சு அசலாய், அசடாய் வாழ்வதைப் போலப் பண்ணி யிருப்பாரே... அதற்கு எத்தனை திறமை வேண்டும்?

அதுபோல் மோட்டார் சுந்தரம் பிள்ளையில் துப்பறி யும் சாம்புவாய் வருவார். தற்செயலாய் அவரிடம் வந்து மாட்டும் திருட்டுக் குற்றம் வெளிப்படும்போதெல்லாம், அது அவருடைய திறமையால் கண்டு பிடிக்கப்பட்டது என்று ஊர்க்காவல் படை நம்பும் அழகும், அதற்கு அவருக்குக் கிடைக்கும் எதிர்பாராப் பாராட்டுக்களும், அதை ஏற்பதா வேண்டாமா என்று தெரியாமல் அப்பாவியாய் ம்ம்ம்... ம்ம்ம்... எல்லாம் என்னாலதான் என்பதுபோல் தலையாட்டிக் கொண்டு அவர் அசடு வழிய ஏற்றுக் கொள்வதும், படம் முழுவதும் அமர்க்களப்

படுத்துவாரே... காமெடிக் காட்சிகள் எத்தனை பொருத்தமாய் அமைந்தன அந்தப் படத்தில்.

காத்திருந்த கண்கள் என்ற படத்தில் மறதிக்காரராய் வருவார். உண்மையிலேயே ஒரு மறதி வியாதி பிடித்தவன் எப்படி நடந்து கொள்வானோ அத்தனை தத்ரூபமாய் இருக்கும் அவர் நடிப்பு. தன் ஆபீஸ் என்று நினைத்து, வேறொரு அலுவலகத்தில் சென்று மானேஜர் சீட்டில் போய் உட்கார்ந்து கொண்டு அவர் பண்ணும் கலாட்டா... என்றைக்கேனும் மறக்குமா? அன்றே, ஜீனியஸ் என்று தன்னை நிரூபித்தவர் நாகேஷ்.

நாகேஷின் சாதனைகள் சொல்லி மாளாதவை. . நெஞ்சில் ஓர் ஆலயம் கம்பவுன்டர், நெஞ்சம் மறப்பதில்லை ஜமீன் வேலையாள், நவராத்திரிப் பூசாரி, படகோட்டி மீனவன், அன்பே வா ராமையா, மேஜர் சந்திரகாந்த் மோகன், ஜெயகாந்தனின் யாருக்காக அழுதான் ஜோசப், அனுபவி ராஜா அனுபவி இரட்டை வேடம், எதிர் நீச்சல் மாது, அபூர்வ சகோதரர்கள் வில்லன் கதாபாத்திரம் தர்மராஜன், மைக்கேல் மதன காமராஜன் அவினாசி, அவ்வை சண்முகி ஜோசப்... எதைச் சொல்வது எதை விடுவது? வாழ்க்கை முழுதும் நடிப்புக்காகப் படத்துக்குப் படம் எதிர்நீச்சல் போட்டே வெற்றிக் கோப்பையைத் தக்க வைத்துக் கொண்டவர் நாகேஷ்.

வாழ்ந்த காலத்து சாதனைகளுக்காக விருது கொடுக்கப் படுவதில்லையா? அது இந்தக் கட்டுரை வந்த பின்னாலாவது திரு நாகேஷ் அவர்களுக்குக் கிடைக் கட்டும். அப்படியில்லையென்றாலும் அது ஒன்றும் பெரிய குறை இல்லை. காரணம் லட்சோப லட்சம் ரசிக மனங்களில் சிரஞ்சீவியாக அவர் இன்றும், என்றும், வாழ்ந்து கொண்டிருக்கிறார். வாழ்ந்து கொண்டிருப்பார்.

13

வி.கே.ராமசாமி

எல்லோருக்கும் பிடித்தமான, யாராலும் வெறுக்க முடியாத ஒரு நடிகர் இருக்க முடியும் என்றால் அவர் திரு வி.கே.ராமசாமி. இதில் வெறுப்பதற்கு இருக்கிறது? என்று கேள்வி விழலாம். எப்படிப் பலரையும் விழுந்து ரசித்தார்களோ, அப்படியே சிலரை ஒதுக்கவும் செய்தார்கள் முந்தைய தமிழ் சினிமா ரசிகர்கள்.

வந்துட்டான்யா... பெரிய்ய்ய போரு... என்று சொல்லிக் கொண்டே வெளியே கொரிக்கப் போய் விடுவார்கள். அக்கடா என்று காற்று வாங்க வந்து நிற்பார்கள். அல்லது இதுதான் சமயம் என்று கழிவறை நோக்கிச் செல்வார்கள். அப்படி ஒரு சிலர் இருந்தார்கள். அல்லது அவர்கள் நடித்த காட்சி அப்படி இருந்தது. ஆனால் யாராலும் அம்மாதிரி ஒதுக்கப்படாத, ஒதுக்க முடியாத, விரும்பத்தக்க, கலகலப்பான, சீரியஸான நடிகர் வி.கே.ஆர்.

இத்தனைக்கும் ஏற்றுக் கொண்டிருக்கும் வேஷத்திற்குத் தகுந்தமாதிரிக் குரலை மாற்றிப் பேசுவதோ, நடையை, உடல் மொழியை நெளித்துக் கொள்வதோ, வசனங்களை வழக்கமான போக்குக்கு மாறாக வலியக் கோணல்படுத்தி உச்சரிப்பதோ என்கிற சில்மிஷங்களெல்லாம் கிடை யாது. அம்மாதிரியான முயற்சிகள் எல்லோருக்கும் படம் முழுக்கக் கூட வந்து ஒத்துழைத்ததில்லை. நடிகர் திலகம் போன்று ஓரிருவரைத் தவிர. உதாரணம் பலே பாண்டியாவில் வரும் மூன்றில் ஒன்றான விஞ்ஞானி கதாபாத்திரம்.அதில் அவர் மாறுபட்ட குரல் நடையில் பேசும் முறை. நடிகர்திலகத்திற்கு அது சில்மிஷமெல்லாம் இல்லை. கல்மிஷம் இல்லாமல் உடலோடு, மனதோடு, ஒன்றியிருந்த திறமை.

என்ன இவன் சொல்ல வருகிறான் என்று உங்களுக்குத் தோன்றக் கூடும். வில்லனாகவே நடித்து, பின்னால் நகைச்சுவை என்று தன்னை ஸ்தாபித்துக் கொள்ள முயன்ற அசோகனின் நடிப்பையும், உடல் கோணல் மொழியையும், வசனம் பேசிய தன்மைகளையும், ஓஹோ இந்தப் படத்துல அவர் காமெடில்ல பண்றாரு என்று பார்ப்பவர் புரிந்தும் புரியாமலும் சிரிப்பதா, அழுவதா என்று தடுமாறியதையும், வி.கே.ஆரோடு பொருத்திப் பார்த்துக் கொள்ளுங்கள். நான் சொன்னது நன்றாகப் புரியும்.

ஏற்காத வேஷமில்லை. பேசாத வசனமில்லை. முதலாளி, தொழிலாளி, அப்பா, தாத்தா, அண்ணன், தம்பி, கணக்கப்பிள்ளை, வேலைக்காரன், கூலிக்காரன், கடத்தல்காரன், காவல்காரன், போலீஸ், இன்ஸ்பெக்டர், அதிகாரி, தொழிலதிபர், டாக்டர், வக்கீல், குமாஸ்தா, ராஜா, மந்திரி, புலவன், சேவகன், தூதுவன், அடப்பக் காரன், நாயகனுக்கு நண்பன், விதூஷகன், நல்லவன், கெட்டவன், பைத்தியம், கோமாளி, இன்னும் என் னென்ன உங்களுக்குத் தோன்றுகிறதோ அத்தனையையும்

சேர்த்துக் கொள்ளுங்கள் அப்படி எல்லா விதமான வேஷங்களையும் செய்து முடித்து விட்டவர் இவர். ஆனாலும் ஒரு ரசிகனுக்கும் இவர் அலுக்கவில்லை. வி.கே.ஆரா...? என்று அவர் வந்தால் நெருக்கமாகத்தான் உணர்ந்தார்கள்.

ஏற்றுக் கொண்டிருக்கும் எந்தக் கதாபாத்திரத்திற் குள்ளும், வேஷத்திற்குள்ளும் சென்று “பச்“சென்று பசை ஒட்டிய மாதிரி உட்கார்ந்து கொள்ளும் திறமை இவருக்கு உண்டு. இத்தனைக்கும் நாம் அடிக்கடி கேட்டுக் கேட்டு மகிழ்ந்த அதே வெண்கலக் கணீர்க் குரல்தான் எல்லாப் படத்திலும் ஒலிக்கும். ஆனால் பேசும் வசனங்கள் பளீரென்று ஸ்ருதி சுத்தமாக டிஜிட்டலைஸ் பண்ணியது போல் கேட்கும். ஏற்ற இறக்கத்தோடு காதுக்கு வந்து சேர்ந்து அதன் பொருளை, அந்தக் கதாபாத்திரத்தின் குணாதிசயத்தை அப்பட்டமாக வெளிப்படுத்தி நிற்கும். முதல் அறிமுகக் காட்சியிலேயே, கதைக்கு ஏற்றாற்போல், அந்தப் பாத்திரமாகவே ஏற்கனவே வாழ்ந்து கொண்டிருக்கும் ஒருவர் வருவதுபோல்தான் இருக்கும் அவர் அவரும் முதல் காட்சி. வில்லன் பாத்திரம் ஏற்றிருந்தார் என்றால், அவர் மேல் நமக்குக் கோபம் வரும். எரிச்சல் வரும்.. இவன் ஒழிய மாட்டானா என்று இருக்கும். ஏன் வி.கே.ஆர் இதெல்லாம் செய் றாரு? என்று தோன்றும். நகைச்சுவைப் பாத்திரமென்றால் அவரோடு சேர்ந்து நாமும் நம்மை மறந்து சிரித்துக் கும்மாளமிட வேண்டியிருக்கும். அல்லது அவர் சொல்லி முடித்தபிறகு, நினைத்து நினைத்துச் சிரிக்க வேண்டியிருக்கும்.

எதற்கும் சிரித்து வைப்போம் என்பதுபோல்தான் இன்று காட்சிகள் வருகின்றன. அல்லது நம்மை உம்மணா மூஞ்சியாக்கி வெளியேற்றுகின்றன. யப்ப்பாஆஆஆஆ... கொல்றாங்ஞளே...! என்று. நகைச்சுவை என்பது அத்தனை கடினமான ஒன்றாகத்தான் என்றும் இருந்து

வந்திருக்கிறது. கதாநாயகன் நாயகிகள் கதையின் ஓட்டத் திற்கு உதவி, கொடுத்த பாத்திரத்திற்கு ஏற்றாற்போல் செய்து கொண்டே படத்தை நகர்த்திக் கொண்டு போய் விடுவார்கள். ஆனால் நகைச்சுவை என்பது கதையோடு ஒட்டியதாக இருந்தால், பொருத்தமான வசனங்களைக் கொண்டு, அல்லது அந்தக் கதைக்கு ஏற்றாற்போல் அமைந்த நகைச்சுவைப் பாத்திரத்தைக் கொண்டு படம் நகர்ந்தால்தான் நகைச்சுவைப் பாத்திரம் எடுபடும். கதைக்கு இந்தக் கதாபாத்திரமும் தேவைதான் என்பது உறுதிப்படும். நகைச்சுவைப் பாத்திரம் ஏற்கப் பயப்பட்ட நடிகர்கள் உண்டு. அதுதான் அதன் தனித் திறமை.

இது ஒருவகை உத்தி என்றால், கதைக்கு சற்றும் சம்பந்தமில்லாமல் தனி டிராக்காக நகைச்சுவைப் பாத் திரம் என்பது ஒரு குறுங்கதையை மையமாகக் கொண்டு, காட்சிகளை நகைச்சுவை ததும்ப அமைத்து, அதற்கேற்றாற்போல் உப பாத்திரங்களை உலவவிட்டு, அந்தக் காட்சிகள் எப்போது வரும் என்கிற எதிர் பார்ப்பை ஏற்படுத்தி, படத்தின் வேகமான நகர்வுக்கும், அந்த நடிகரின் வருகைக்கான எதிர்பார்ப்பையும் ஆர்வத்தோடு ஏற்படுத்தி, வெற்றி காணும் உத்தி இன் னொரு வகை. இந்த இரண்டு வகையான உத்திகளிலும், நிறையப் பாத்திரங்களை ஏற்று, தன்னை நிலை நிறுத்திக் கொண்டவர் வி.கே.ராமசாமி அவர்கள்.

சோகக் காட்சிகளில் முகத்தைச் சற்றே இருட்டாக்கி, நாலுநாள் தாடியோடு, தலையைச் சற்றே கலைத்து விட்டு, வறுமைக்கு அடையாளமாய் சட்டையை அங்கங்கே ஒட்டுப் போட வைத்து, அல்லது ரெண்டு கிழிசல்களைக் காண்பித்து, கழுத்தில் ஒரு கருப்புக் கயிறைத் தொங்கவிட்டு, அல்லது வெற்று மார்பை முதல் பட்டன் போடாமல் திறந்து விட்டு, காலில் செருப்பில்லாமல், அல்லது தேய்ந்து போன ரப்பர் செருப்போடு நடக்கவிட்டு, நடிகரைத் தயார்படுத்திவிட

முடியும்தான். ஆனால் பேசும் வசனங்களின் மூலமாயும், முகத்தின் பாவங்களின் வாயிலாகவும் அந்தப் பாத்திரம் வெளிப்பட வேண்டுமே...? அப்பொழுதுதானே கதை யோடு பொருந்தியதாகும், காட்சியோடு ஒன்றியதாகும்? இதைக் கனகச்சிதமாகச் செய்யும் திறமை, வரம், அல்லது கிடைத்த நாடக அனுபவ முதிர்ச்சி வி.கே.ஆர். அவர்களுக்கு சாலப் பொருத்தமாக அமைந்தது.

வி.கே.ராமசாமி தனது 18 வது வயதிலேயே அறுபது வயது முதியவர் வேடத்தை ஏற்று நடித்தவர். எத்தகைய ஒரு திறமை உண்டு என்று உணர்ந்திருந்தால் அவர் மேல் இந்த வயதைத் திணித்திருப்பார்கள்? கிழவனாய் ஆக்கியிருப்பார்கள்? எல்லாம் நாடக அனுபவம் என்று சாதாரணமாகச் சொல்லிவிடலாம்தான். அந்த நாடக அனுபவம் அவர்களுக்குத் தந்த கடுமையான பயிற்சியும், அதைப் பயிற்றுவித்தவர்களும், அந்தப் பயிற்சிகளுக்காக அன்றாடம் அங்கே கடைப் பிடிக்கப்பட்ட ஒழுங்கும், கட்டுப்பாடும் இவர்களின் திரைப்பட வெளிப்பாட்டின் மூலமாய் பின்னோக்கி நினைத்துப் பார்த்து பிரமிக்க வைக்கிறதல்லவா?

எதுக்குய்யா யார் யாரையோ யோசிச்சிக்கிட்டு? நம்ப வி.கே.ஆர் அண்ணன்தான் இருக்காருல்ல... பேசாம அவரைப் போட்டுட்டுப் போங்க...சரியா வரும்... என்று தடையின்றி நம்பிக்கை அளிக்கக் கூடிய நட்சத்திரமாய் நின்று ஒளிர்ந்தவர் வி.கே.ஆர்.

அவரின் திறமைக்கு இரண்டே இரண்டு காட்சிகள். ஒன்று நகைச் சுவை இன்னொன்று சோகம்.

நகைச்சுவையில் வசனங்கள் மூலமாக, சட்டென்று புரியாமல், நினைத்துப் பார்த்துப் புரிந்து கொள்ள வைத்து சிரிக்க வைப்பது ஒரு வகை. என்றால் அப்படி யான வசனத்தை அதன் குணாம்சத்திற்கேற்றாற் போல் தன்னைத் தயார்படுத்திக் கொண்டு நடிகர்

வெளிப்படுத்த வேண்டுமே... அப்படியான ஒரு காட்சிதான் இது.

ரத்னம், அய்யா சாப்டாரா...? - எஜமானியம்மாளின் கேள்வி. அது சௌகாரின் கம்பீரம், மிடுக்கு.

எஜமான் சாப்டலம்மா...பசியில்லேன்னு சாப் பாட்டையே திருப்பி அனுப்பிச்சிட்டாரு... - பட்லர் ரத்னமாக யூனிஃபார்மில் பணிவாய் நிற்கும் வி. கே.ஆரின் பதில்.

சாப்பிடலியா..?.இப்போ எங்கிட்டே சாப்டேன்னு ஃபோன்ல சொன்னாரே...?

அப்போ, வேறே யார்ட்டயாச்சும் இன்னொரு சாப்பாடு கொடுத்து விட்டீங்களா...? - அப்பாவித் தனமாகக் கேட்கும் பட்லரின் கேள்வி.

ஷட்அப்...

- இந்தக் காட்சியை நினைவிருக்கிறதா? நீங்கள் அபாரமான, ஆழமான, தரமான, ரசிகராக இருந்தால் இந்தக் காட்சி கண்டிப்பாக உங்களுக்கு நினைவு இருக்க வேண்டும். படம் உயர்ந்த மனிதன். படமா அது? காவியம்! இந்தப்படத்தில் நடிகர் திலகம் ஏற்றதுபோலான ஒரு காரெக்டரை வேறு எந்தக் கொம்பனாலும் ஆயுசுக் கும் செய்ய முடியாது. தமிழ்த்திரைப்பட வரலாற்றைப் பேசும்போது இந்தத் திரைப்படத்தின் நடிகர் திலகத்தின் தொழிலதிபர் ராஜூ காரெக்டரை, அத்தனை அழகிய லாக, கம்பீரமாக வெளிப்படுத்தி ஸ்தாபித்த நடிப்பின் உயிரோட்டத்தைப் பேசாமல் விட்டால் அது அவருக்கு நஷ்டமில்லை. அந்த விழுமியம் ஆயுளுக்கும் திரை உலகிற்குத்தான் நஷ்டமாக அமையும்.

மேலே நான் சொன்ன அந்தக் காட்சியைக் கண் ணுறுங்கள். தனக்குச் சம்பளம் தரும் ஒரு எஜமானியிடம், எத்தனை பணிவாகவும், பயத்தோடும் அளவோடும் பேச வேண்டும்? அதை விட்டு விட்டு, ஏதேனும்

தப்பாய்ச் சற்றுக் கூடுதலாய்ப் பேசப் போக, வேலை போய்விட்டால் சோற்றுக்குத் தாளம் போட வேண்டுமே என்கிற நிலையில், இப்படி அறியாக் குசும்பு போல் கேட்கலாமா? அத்தனை கண்டிப்பு மிக்க எஜமானியிடம் நினைத்ததை, மனதில் தோன்றியதைப் பேசிவிட முடியுமா? மனதில் தோன்றினாலும் வாயில் வரலாமா? பணிவு, பயம் அத்தனையையும் பவ்யமாக வெளிப் படுத்திக் கொண்டு, படித்த, நிர்வாகத் திறனுள்ள புத்திசாலியான ஒரு எஜமானியம்மாளிடம், ”வேறே யார்ட்டயாவது இன்னொரு சாப்பாடு கொடுத்து விட்டீங்களா?” என்று அறியாத்தனம் போல் ஊமைக் குசும்பாய்க் கேட்டால் என்னாவது? முதலில் கேட் கலாமா இப்படி?

அந்த அளவுக்குக் கூடவா ஒரு எஜமானிக்கு புத்தி இருக்காது,? அதுவும் யாரைப் பொறுப்பாய் நினைத்து, அக்கறையாய் சாப்பாடு கொடுத்து விட்டோரோ அவனிடமே, எஜமான் சாப்டாரா? என்று கேட்கும் போது, எப்படி வேறு ஒருத்தரிடம் இன்னொரு சாப்பாட்டைக் கொடுத்து விட்டிருக்க முடியும்? யாராவது அப்படிச் செய்வார்களா? எத்தனை பெரிய கேலியான கேள்வி இது? இந்தக் கேள்வியை படு அப்பாவித்தனமாக, குசும்பையும், கேலியையும் உள்ளே பொதிந்து கொண்டு, ஒன்றுமே அறியாத பாவம் போல், அடக்க ஒடுக்கமான பணியாளனைப் போல், வி. கே.ஆர். சற்றே குனிந்து நின்று பவ்யமாய்க் கேட்கும் போது, தியேட்டரிலே பொத்திக் கொண்டு சிரித்தவர்கள் அநேகம் ஏன் பொத்திக் கொண்டு சிரித்தார்கள்?. தாங்கள் அப்படிக் கமுக்கமாய்ச் சிரிப்பதுகூட எஜமானி சௌகார்ஜானகி அவர்களுக்குக் கேட்டுவிடக் கூடாதே என்றுபயந்துதான். அப்படிக் காட்சியோடு ஒன்றியவர்கள் நம் ரசிகர்கள். என்ன ஒரு அபாரமான நகைச்சுவை? இந்த நகைச்சுவை முதல் முறை பார்க்கும்போது சட்டென்று உடனே புரியாமல், இதை அதன் சரியான விகிதத்தில் புரிந்து கொள்ளவும், சிரித்து சிரித்து

மாளவும், இந்த மொத்தத் திரைக் காவியத்தையும் திரும்பத் திரும்பப் பார்த்தவர்கள் ஏராளமானோர். குண்டு மூஞ்சி, குண்டு மூஞ்சி என்று தன்னை அன்பாய்க் கொஞ்சும் ராணி மனோரமா பின்னாலேயே சுற்றுவார் இப்படத்தில்.

ஷட்அப்... என்கிற சௌகாரின் ஒரு சத்தத்தில் நடுங்கு வார் பாருங்கள்... அங்கே நாமும் ஒடுங்கிப் போவோம். ஜானகியம்மாளின் குரலுக்கும், அந்த மிடுக்குக்கும் அத்தனை மவுசு. அவரை மாதிரி ஒரு பழுத்த அனுபவமிக்க முதிர்ந்த நடிப்பை வெளிப்படுத்தும் நடிகையைப் பார்க்க முடியுமா இன்று? எத்தனை படங்களில் சிவாஜிக்குப் பொருத்தமான ஜோடியாய் வாழ்ந்தார்.

இத்தனை நாள் ரசிக்காமல் இருந்தீர்கள் என்றால், நான் சொன்னபிறகு இப்போது உயர்ந்த மனிதன் படத்தைத் திரும்பப் போட்டுப் பாருங்கள். இந்த நகைச்சுவைக் காட்சிக்கு உங்களுக்குச் சிரிப்பே வர வில்லையென்றால் உங்களுக்கு உடல், மனக் கோளாறு இருக்கிறது என்று பொருள்.

நகைச்சுவைக்கு இந்த ஒன்று என்றால், சோகத்தையும், அதைத் தன்னோடு சேர்ந்து அனுபவிக்க வைத்த அந்த இன்னொரு காரெக்டரை ஏற்ற வி.கே.ஆரின் பிறவி நடிப்பையும் இந்த இன்னொரு உருக்கமான காட்சியில் காணுங்கள்.

இதை திரையில் வந்த அளவுக்கு, காட்சிப்படுத்திய அளவுக்கு அத்தனை துல்லியமாக என்னால் எழுத்தில் வெளிப்படுத்த முடியுமா தெரியவில்லை. இந்த இடத்தில் இந்தக் காட்சிக்கு யு.ட்யூப் போட்டுக் காட்டு வதுதான் பொருத்தமாக இருக்கும். அது ஓட ஓடக் காட்சியின் வீர்யத்தை விளக்க வேண்டும். அப்படி ஓடி, காட்சியின் வீர்யத் தன்மையில் நானே ஒரு வேளை திரும்பவும் லயித்து விட்டேனென்றால்? எங்கே விளக்குவது? பார்வையாளர்களும் தங்களை நிச்சயம்

மறந்து போகக் கூடும். அப்படி நம்மை மறந்து, நம் அருகே இருப்பவரை மறந்து, லயித்து ஒன்றி, உருகிப் போகும் காட்சி இது.

அது, பார் மகளே பார் திரைப்படம். உங்களுக்குத் தெரியாததல்ல. பட்டு என்பவர் எழுதிய பெற்றால்தான் பிள்ளையா என்கிற நாடகத்தைத் தழுவி எடுக்கப்பட்ட படம். திரைக்கதை வலம்புரி சோமநாதன். வசனம் வழக்கம்போல் ஆரூர்தாஸ். பீம்சிங்கின் எத்தனையோ திரைக்காவியங்களில் அதுவும் ஒன்று. நடிகர்திலகத்தை வைத்து, அவர் திறமையை மதித்து, அவருக்குப் பொருத்தமாகக் கதையமைத்து, காட்சிகளைச் செதுக்கி வெற்றி கண்டார்கள் பலர். அவர்களில் டைரக்டர் ஏ.பீம்சிங் மிக முக்கியமானவர். அந்தப் படத்தில் தொழிலதிபர் சிவலிங்கம் பாத்திரம் நடிகர்திலகத்திற்கு. அவரது கம்பீரம் போலவே படத்தையும் தன் நடிப்பால் தூக்கி நிறுத்தியிருப்பார். அவரது ஆப்த நண்பராக ராமசாமிப் பிள்ளை (ராமு) என்கிற கதாபாத்திரம் திரு. வி.கே.ஆர் அவர்களுக்கு.

தன் தொழிலில் மிகவும் நொடித்துப் போய் ஏழ்மை நிலையில் இருப்பார் ராமு. இந்நிலையில் தொழிலதிபர் சிவாவின் இரண்டு பெண்களான சந்திரா, காந்தா இருவரில், சந்திராவுக்குத் திருமண நிச்சயதார்த்த விழா வரும். அதற்கு, தன் பால்ய நண்பன்தானே என்ற ஆசையில், நெருக்கத்தில், அழைப்பில்லாமல் மனைவியோடு வந்து விடுவார் ராமசாமிப்பிள்ளை. அய்யா, வாங்க... எஜமான், அய்யா, என்று ஆவலோடு சிவாஜியை நோக்கிக் கூவிக் கொண்டே வேலைக்காரரர் ஏ.கருணாநிதி, வி.கே.ஆர்.ஐயும் அவரது மனைவியையும், சிவாஜியிடம் அழைத்து வருவார்.

சிவா...சிவா... - கூறிக்கொண்டே தன் ஆப்த நண்பனை நோக்கி ஆவலோடு நெருங்கி, இரு கைகளையும் பற்றுவார் ராமு.

தன் இருப்பில் மிகவும் கௌரவம் பார்க்கும் தொழிலதிபர் சிவா, வாழ்க்கையில் நொடித்துப் போன ராமு இப்படி வறுமைக் கோலத்தோடு வந்து எல்லோர் முன்னிலையிலும் தன்னை நெருக்கமாகத் தொட்டு வாய்விட்டுச் சத்தமாக அழைப்பது பொறுக்காது, அவரிடமிருந்து சட்டென்று விலகி, ஆவ்...ஏன் இங்க நிக்கிறீங்க... எல்லாரும் உள்ளே போய் உட்காருங்க... உட்காருங்க.. .என்று சுற்றியிருப்பவர்களைப் பார்த்துக் கூறி, கூட்டத்தை அங்கிருந்து விலக்குவார். மானேஜர் எல்லாரையும் உட்கார வைங்க.என்று தொடர்ந்து கூறிக் கொண்டே... ஹலோ டாக்டர்... வாங்க... வாங்க... என்று ஒருவரோடு அவ்விடத்தை விட்டுச் சட்டென்ற அகன்று விடுவார்.

தன்னை வரவேற்காது, கண்டு கொள்ளாது சிவா சட்டென்று அவ்விடம் விட்டு அகன்றது ராமுவின் மனத்தைக் காயப்படுத்தும். அலட்சியப் படுத்துவது புரியும். இதற்குள் சௌகார் அங்கே வந்து இவர்களைப் பார்த்து அண்ணா...வாங்க...வாங்க...பார்வதி..!!.என்று பாசத்தோடும், ஆவலோடும் வரவேற்க, லட்சுமி, எங்களையெல்லாம் மறந்திட்டியா? என்று ராமுவின் மனைவி கேட்டுக்கொண்டே நெருங்குவார். அதெல்லாம் அப்புறம் பேசிக்கலாம், முதல்ல உள்ள வாங்க.. வாங்கண்ணா என்று சௌகார் கூப்பிட, மனவருத்தத்தை வெளிக் காண்பிக்காமல், பரவால்லம்மா, நாங்க இங்கயே இருக்கோம் என்பார் ராமு. என்னண்ணா இது, உள்ளே வந்து சந்திராவை ஆசீர்வாதம் பண்ணுங் கண்ணா... பாருங்க... அங்கே நிக்கிறாரே அவர்தான் மாப்பிள்ளை...ரொம்பப் படிச்சவரு.. என்று கூறும் பொழுது, சிவா அங்கு வேகமாய் வந்து தன் மனைவியைக் கண்டிப்பார். லட்சுமி, என்ன இங்க வந்து பினாத்திக்கிட்டிருக்கே...போய் வேலையைப் பார்... என்று கோபப்படுவார். இது மிகவும் அவமானமாகப் படும் ராமுவுக்கு. சிவாவைப் பார்த்துச் சொல்வார்.

சிவா, உனக்கு விருப்பம் இல்லைன்னா என்னை வெளில போன்னு சொல்லிடு...இப்படி ஒரேயடியா உதாசீனமா நடந்துக்காதே... அழைப்பில்லாம வந்தது தப்புத்தான். அதுக்காக, உன் பழைய சிநேகிதன்ங்கிற முறைல தயவுசெஞ்சு என்னை மன்னிச்சிரு... என்பார்.

இப்படி சத்தமாய் என்னென்னவோ பேசி, மானத்தை வாங்கப் பார்க்கிறானே, என்று பல்லைக் கடித்துக் கொண்டே, யாருக்கும் கேட்காமல் மெதுவாக, டேய், நில்றா... என்று தடுப்பார் சிவா. நான் இப்போ என்ன சொல்லிட்டேன்...ஏன் இப்படியெல்லாம் பேசறே... என்பார். ராமு வேதனையோடு பதிலுரைப்பார்.

எல்லாம் எனக்கும் புரியும்ப்பா...நான் ஒண்ணும் முட்டாளல்ல. இந்த பார் சிவா, ஓடம் வண்டில ஏறும், ஒரு நாளைக்கு வண்டியும் ஓடத்துல ஏறும்.

எல்லாரும் இப்படிப் பார்க்குறாங்களே...இப்படி வழிய மறிச்சுப் பேசிக்கிட்டிருக்கியே... என் கௌரவம் என்னடா ஆகுறது...

அப்டீன்னா நீ எங்கிட்டப் பேசறதே, உனக்குக் கௌரவக் குறைச்சல்னு சொல்றியா?

என்னடா ஃபூல் மாதிரிப் பேசறே...பேசாம உட்காரு... எல்லாம் அப்புறம் பேசிக்கலாம்...மானம் போகுது... - இந்தப் பதிலைக் கேட்டு, தன் கட்டுப்பாட்டை இழந்து விடுவார் ராமு.

டேய், நிறுத்துறா... என்னடா பெரிய மானத்தை கண்டவன் நீ...?

ராமுஊஊஊஊஊ...!!

பேசாதே...!!..நன்றி கெட்டவனே...உன் குடும்பத்துக்கு நான் எவ்வளவு நன்மைகளைச் செய்திருக்கேன்... அதையெல்லாம் மறந்திட்டு, என்னை எவ்வளவு கேவலமா நினைச்சிட்டே... எவ்வளவு கௌரவக்

குறைச்சலாப் பேசறே...கௌரவமாம் கௌரவம்... டேய்... உன் குடும்ப கௌரவம் எந்த லட்சணத்துல இருக்குன்னு உனக்குத் தெரியாதுடா... எனக்குத்தான் தெரியும்... அதோ பார்..!! என்று மாடிப் படியில் நின்று கொண்டிருக்கும் சந்திரா (விஜயகுமாரி) காந்தா (புஷ்பலதா) இவர்களைக் காண்பித்துத் தொடருவார்.

உணர்ச்சி மயமான இந்தக் கட்டத்தில் தியேட்டரே கப்சிப் என்று கிடக்கும். பார்வையாளர்களே பதறுவர். மனம் கிடந்து அப்படி அடித்துக்கொள்ளும். ஆனால் ஒன்று. இந்தக் காட்சியிலே எல்லோரும் ராமுவின் (வி. கே.ஆர்) பக்கம்தான். ஒவ்வொரு காரெக்டர்களை வடித்ததும், அதற்கேற்றாற்போன்று காட்சிகளை அமைத்ததுவும், அதற்கொப்ப உணர்ச்சிகரமாக வசனங் களைத் தீட்டியதுவும், அந்தந்தப் பாத்திரங்களாகவே எல்லோரும் வாழ்ந்ததுவும், இதென்ன படமா? வாழ்க்கையா? உண்மையிலேயே நடந்ததுவோ? என்று எண்ண வைத்து விடும். தொடரும் உணர்ச்சிப் பிழம்பான காட்சியைப் பாருங்கள்...

இந்த ரெண்டு பொண்ல உன் சொந்த மகள் யாருன்னு உனக்குத் தெரியுமா...? தெரியாது...உனக் கென்ன, உன் மனைவிக்குக் கூடத் தெரியாது... உன் மனைவிக்கென்னடா இந்த உலகத்துக்கே தெரியாது...

ராமு என்ன பேசறே..? கேர்ஃபுல்... ஷுட் பண்ணிடு வேன்... லட்சுமீஈஈஈஈ...!!

அங்க என்னடா கேட்கறே...நான் சொல்றேன்... உனக்குப் பிறந்தது ஒரே ஒரு பெண் குழந்தைதான்... நர்சிங்ஹாம்ல நாட்டியக்காரி சுலோச்சனாவுக்குப் பிறந்த பெண் குழந்தையும், உன் பெண் குழந்தையும் ஒண்ணாச் சேர்ந்து, அடையாளம் தெரியாமப் போச்சு... அதோ பார், அதோ நிக்கிறானே நட்டுவன் நடராஜன், இவனோட தங்கைதான் சுலோச்சனா, இவன் மருமகதான் இந்த ரெண்டு பேர்ல ஒண்ணு...

பொய்ய்ய்ய்... ஹ..ஹ..ஹஹஹாாா...பொய் சொல்றான்...உங்க எல்லாருக்கும் முன்னாலயும் என்னை அவமானப்படுத்தறதுக்காக இவன் பொய் சொல்றான்... எனக்குத் தெரியும் எப்பவுமே இப்படித்தான் பொய் சொல்லுவான்... யாரும் நம்பாதீங்க...யாரும் நம்பாதீங்க...

நான் சொல்றதுல உனக்கு நம்பிக்கை இல்லேன்னா, உன் மனைவிக்குப் பிரசவம் பார்த்த டாக்டரம்மாவையே கேட்டுப் பார்...

டாக்டர்...டாக்டர்...இவன் சொல்றதெல்லாம் உண்மைதானா டாக்டர்... டாக்டர்...சொல்லுங்க டாக்டர்... அவன் சொல்றது உண்மைதானா...?

டாக்டர் பதில் சொல்லாமல் தலை குனிந்தவாறே படி இறங்கிப் போய்க்கொண்டேயிருப்பார். டாக்டர்...!!

எங்கே சொல்லச் சொல்லு... உண்மையை மறைக்கச் சொல்லு பார்ப்போம்... - தன்னை மீறிக் கத்துவார் ராமு.

இப்படிப்பட்ட ஒரு மர்மத்தை என் மனைவிக்குக் கூடத் தெரியாம இத்தனை வருஷ காலமா மறைச்சு வச்சிருந்தனே, எதுக்காக? உன் குடும்பக் கௌரவத்தைக் காப்பாத்தறதுக்காக... இப்போ நீ சொல்றே..நான் இங்க வந்ததுனால உன் கௌரவம் கெட்டுப் போச்சுன்னு டேய் சிவா...சாது மிரண்டா காடு கொள்ளாதுறா...

அண்ணா...இப்டிச் செஞ்சிட்டீங்களே அண்ணா... சௌகார் கதறுவார். லட்சுமி... என்னை மன்னிச்சிடும்மா... எனக்கிருந்த ஒரே ஒரு கட்டுப்பாட்டையும் மீறி இதனால விளையப்போற விபரீதங்களைப்பத்திக் கூடக் கவலைப்படாம எதுக்காக இந்த உண்மையைச் சொன்னேன். உன் பொண்ணை என் பையனுக்குக் கொடுக்கலைங்கிறதுக்காக அல்ல...உன் புருஷனைப் பிடிச்சு ஆட்டுதே அந்தஸ்துங்கிற பேய்... அது அவன

விட்டு ஒழியணும்ங்கிறதுக்காகத்தான்...டேய் சிவா... இனிமேலாவது திருந்து...பார்வதி...வா...போகலாம்...

அம்மா...சேகர்...! - கிளம்பிவிட்ட மாப்பிள்ளை முத்துராமனை நோக்கித் தடுப்பார் சிவா. வீட்டுக்குப் போய் பேசிக்கலாம் வா... - அவர் அம்மா இழுத்துக் கொண்டு போய்விடுவார். இந்தக் காட்சியை நான் சொன்ன பிறகு பார் மகளே பார் படத்தைப் போட்டுப் பாருங்கள் தயவுசெய்து. நீங்கள் வி.கே.ஆர். பக்கம் நின்று அழவில்லையென்றால், அந்த அவமானம் உங்களுக்கே நிகழ்ந்ததாகக் கருதவில்லையென்றால், நெஞ்சம் பதறவில்லையென்றால், ரெண்டு சொட்டுக் கண்ணீரேனும் சிந்தவிட்லையென்றால் நீங்கள் மனிதரேயில்லை. உணர்ச்சிகளற்ற ஜடம் என்று பொருள்.

போதுமா வி.கே.ஆர். புராணம். அவர் பிறந்தது, வளர்ந்தது, நாடகங்களில் பயின்றது, சினிமாவுக்குள் நுழைந்தது, பட்டங்கள் வாங்கியது அதெல்லாம் இங்கே எதற்கு? அது அறியத்தான் கணினி இருக்கிறதே...யார் வேண்டுமானாலும் பார்க்கலாம், எளிமையாகச் சொல்லி விடலாம். ஆனால் நல்ல நடிகர்கள் என்பவர்கள் எதற்காக நடித்தார்கள்? அவர்கள் பிழைப்பிற்காக மட்டுமா? அல்லவே? ஆத்மசாந்திக்காகவும், பின்னால் சிலராவது இப்படி நினைவு கூர்ந்து பேச மாட்டார்களா, நினைக்க மாட்டார்களா? என்ற ஆத்ம திருப்திக்காகவும் தானே? திரு வி.கே.ராமசாமி அவர்களை, அவரது அர்ப்பணிப்பான நடிப்பை, நேசித்த நடிப்பிற்காகவே வாழ்ந்து கழித்ததை, அந்த நடிப்பில் ஏற்படுத்திய முத்திரைகளுக்காக இன்னும் நம் மனதிலெல்லாம் சிரஞ்சீவியாக வாழ்ந்து கொண்டிருப்பதை, இப்படிச் சொல்லாமல் வேறு எப்படிச் சொல்ல முடியும்?

14

டி.எஸ்.பாலையா

ங்கெக்... கெக்... கெக்... கெக்..கெக்..... - என்று ஒரு சிரிப்பு. ஸாரி, அது சிரிப்பல்ல... இளிப்பு...! கேட்டிருக்கிறீர்களா? கேட்டிருந்தால் உடனே புரிந்து போகும் யாரென்று. நல்ல ரசிகனாய் இருந்தால் நிச்சயம் பட்டென்று உணர முடியும்.இளிப்பு என்று நான் சொல்வது ஈஈஈ என்று நீளமாய்ப் பல்லைக் காட்டிச் சிரிப்பது மட்டுமல்ல. சிரிப்பே வராத ஒரு வெட்டி பந்தாப் பேச்சை, அல்லது வெறும் சவடாலைப் பெருமைப்படுத்த, பெரிய சிரிப்பைக் கண்டதுபோல் அபாரம், அபாரம் என்று வாய் விட்டுச் சொல்லாமல், கெக் கெக் கெக்கென்று ஈடேயில்லை என்பதுபோல் ஒரு வகையில் பெருமைப் படுத்திச் சிரித்து அமர்க்களப்படுத்துவது இளிப்பு. பாலையாவிடம்தான் இதற்கு மேல் விளக்கம் கேட்க வேண்டும்.

அவர் அப்படிச் சிரிக்கும்போது வயிறும், உடம்பும் சேர்ந்து குலுங்குவதைப் பார்த்து நாமும் ஒன்றி மகிழ்ந்து தடுக்கி விழுவோம். அவரோடு சேர்ந்து கோஷ்டியாகிக் கும்மியடிப்போம். கிறுக்காகி விடுவோம். ரசிக்கும் பாவம்தானே? கொஞ்ச நேரத்திற்குப் பைத்தியமாய் ஆனால் என்ன? குடியா முழுகி விடும்? அதுவும் ஒருவகை ஒன்றல் என்று கொள்ளலாமே? அந்தச் சிரிப்புக்கேற்ற பாவமும், உடம்பு நெளிப்புகளும் பச்சக்கென்று வந்து உட்கார்ந்து கொண்டால்தான் அந்த வகைச் சிரிப்பிற்கான முழு அர்த்தம் புலப்படும். அதை வெளிப்படுத்தும் திறன் கொண்டவனே நல்ல நடிகன். ஏனென்றால் அது வெறும் காட்சி. சொல்லி வைத்துச் செய்வது. தானாக அமைந்ததல்ல. தானாக அமையாததை, அப்படி அதுவே தன்னிச்சையாய் அமைந்துவிட்டதுபோல் செய்து காட்டி நிலை நிறுத்துவது. அதுதான் தனித் திறமை.

அதை நையாண்டிச் சிரிப்பு என்றும் சொல்லலாம். கேனத்தனமாச் சிரிக்கிறதும்பாங்களே... அப்படியும் சொல்லலாம். ஏமாளித்தனமான சிரிப்பிற்கு அல்லது ஒருத்தரின் சிரிப்பாய் இல்லாத பேச்சை பெரிய நகைச் சுவை போல் ரசித்ததற்கு அடையாளமாய் வலியச் சிரித்து வைக்கும் கெக்கே பிக்கே சிரிப்பு. எதிராளியைப் பரிகாசம் பண்ணும் சிரிப்பு. இப்படி இடத்திற்கேற்றாற் போல் பொருத்தமாய்ப் புலப்படும். புரிந்துகொள்ளப் படும்.

இங்கேருந்து தெக்கால போயி, அங்கேருந்து வடக்கால திரும்பி, அப்புறம் கெழக்காலே...

தெக்காலயும், வடக்காலயும், கிழக்காலயும், நாக்காலயும் மூக்காலயும் நாங்களே பார்த்துக்கிறோம்... நீங்க போயிட்டு வாங்க... என்று ஒரு பொம்பளையை இடிப்பாரே தில்லானாவில்... அந்த மாதிரி நைய்யாண்டிதான் மேலே சொன்ன ங்கெக் கெக் கெக் சிரிப்பு.

அதே காட்சியில் மோகனாவின் வீட்டு முன்னால் சாரட்டிலிருந்து மைனர் பாலாஜி இறங்கி உள்ளே செல்லுவதைப் பார்த்து துண்டை வாயில் பொத்தி சண்முக சுந்தரம் வருந்தும்போது, சோகம் மிளிர ஆறுதலாய் அவர் தொடையில் கை வைத்து வசனம் எதுவும் இன்றி, சமாதானம் சொல்வாரே... அந்த ஒரு நிமிடக் காட்சியை நினைத்துப் பாருங்கள்... பாலையா வின் திறனைப் புரிந்துகொள்ளலாம்.

எந்த நடிகருக்கு நகைச்சுவை சரளமாய்க் கைவரு கிறதோ, அவருக்கு மற்றதெல்லாம் தூசுதான் என்பேன் நான். கெக்கே பிக்கே சிரிப்பு சிரித்து எல்லோரையும் மகிழ்ச்சிப்படுத்தும் அந்த முகம் எப்படி இத்தனை சோகமாய் மாறிவிடுகிறது? சண்முகசுந்தரத்திற்கு ஆறுதல் சொல்கையில் ஒரு தந்தையின் ஸ்தானத்திலான அவரது நெருக்கம் யாருக்கு இத்தனை கச்சிதமாய் வரும்?

அம்மா மாரியம்மா...!

மாரியம்மா இல்ல... மேரி...

அம்மா மேரியம்மா... என்று அந்த நர்சின் பின்னாடியே தொற்ற சிஷ்யர்கள் வரிசையாய்ப் பின் தொடர,

சே... சே... சே... என்ன உங்களோட பெரிய தொல்லையாப் போச்சு என்று அந்த நர்ஸ் (நகைச்சுவை நடிகை பானுமதி-இப்போது இவர் இல்லை) சலித்துக் கொள்ள... ஏண்ணே இப்டி...? என்று சண்முகசுந்தரம் சத்தம் போட...

அண்ணே... கொஞ்சம் என்னான்னு கேளுங்க... என்று ஏ.வி.எம்.ராஜன் தூண்டிவிட...

ஏண்ணே... இப்டி வாங்க...

என்னாத்...

இப்டி வாங்கண்ணேன்னா...?

வந்துட்டேன்... என்னா..?

ராத்திரி எங்க போனீங்க...? எங்கண்ணே போயிருந்தீங்கன்னா...?

அது... வந்து...

என்னண்ணே வந்து, போயீ...? எங்க போயிருந்தீங்க... என்ன பண்ணினீங்க...?

அது ஒண்ணுமில்ல தம்பீ... வயிறு சரியில்லே... அப்டியே போனேனா... அங்க ஒரு பொட்டிக் கடைக்காரன்ட்ட ஜிஞ்சர் பீர் இருந்தாக் கொடுரான்னேன்... அவன் எதையோ ஊத்திக் கொடுத்துப்பிட்டான்... அது என்னடான்னா... வயித்த என்னமோ கடமுடாப் பண்ணிடுச்சி... வயசான சரீரமா... தாங்கல... தூக்கிடுச்சி...

ஏஏஏஏண்ணே... இப்டி....? இந்தக் காட்சியில் அவர் தயங்கித் தயங்கி, பம்மிப் பம்மி சண்முக சுந்தரத்திடம் ஏந்தம்பி... ஏந்தம்பி... என்று வந்து நிற்கும் அழகும், அதற்கு சண்முக சுந்தரத்தின்பாற்பட்ட மரியாதையுடன் கூடிய மற்றவர்களின் பம்மிய சிரிப்பும், அதே சமயம் குழுவில் பெரியவர், மரியாதைக்குரியவர் என்ற பாலையாவின் மீது உள்ள மதிப்பும் தந்தை ஸ்தானத்திலான முத்துராக்கு அண்ணனிடம் உரிமையோடு அவரைக் கண்டிக்கும் சண்முக சுந்தரத்தின் அடக்கமான விசாரிப்பும், தில்லானா மோகனாம்பாளில் இப்படி எத்தனையெத்தனை காட்சிகளைச் சொல்ல முடியும்? அந்தப் படத்தை ஒரு முறைதான் பார்த்தேன் என்று யாரேனும் சொல்லக் கேட்டிருக்கிறீர்களா? குறைந்தது மூன்று நான்கு முறைகளாவது பார்த்தவர்கள்தான் அதிகம். படம் வெளி வந்த அன்றைய தேதியில் தியேட்டர்களுக்குச் சென்று கூட்டத்தோடு கூட்டமாய் அமர்ந்து வாய்விட்டுச் சிரித்து, சந்தோஷித்து குறைந்த

செலவில் நிறைந்த திருப்தியை அடைந்து மீண்ட காலம் அது. இப்போதுதான் அந்த மாதிரிச் சின்னச் சின்னச் சந்தோஷங்கள் எல்லாம் தொலைந்து போயினவே?

தனக்கான காரெக்டரை அப்பட்டமாய் உணர்த்தி விடுவது, அமைந்த வசனங்களை அந்தவகை மாதிரி யிலேயே இளக்கமாய் உச்சரித்து அதற்கேற்றாற்போன்ற தன் பொருத்தமான நடிப்புத் திறனால், அந்த வேஷத்தை ஸ்தாபித்து விடுவது..... எதிரே அமர்ந்திருப்பது பாமர ரசிகனாயிற்றே...! அவனை எப்படித் தன் வயப் படுத்துவது? எளிமையாய், அவனுடைய வாழ்க்கைச் சூழலோடு கலந்ததாய் இருக்க வேண்டாமா? வரும் சில காட்சிகளில் மனதில் பதிய வேண்டாமா? தன்னை நினைத்துப் பார்த்து மறுமுறை ஓடி வர வேண்டாமா?

எவரொருவருக்கு நகைச்சுவை நடிப்பு, காமெடி வேஷம் பொருந்தி வருகிறதோ, எவரொருவரால் நகைச்சுவைக் காட்சிகளில் களைகட்ட முடிகிறதோ அந்த நடிகரால் பிற எந்த வேஷங்களையும் சுலபமாய்ச் செய்து விட முடியும். அவரால் சோகம் வெளிப்படுத்தப் படும்போது அது முழுமை பெறும்.

சோக ரசத்தில் எந்தவொரு நடிகரால் மிளிர முடிகிறதோ அவரால் பிற எந்த பாவங்களிலும் விஞ்சி நிற்க முடியும். இதெல்லாம் சிறந்த நடிப்பிற்கான அடிப் படை இலக்கணம் என்று தாராளமாய், நம்பகத் தன்மையோடு சொல்லலாம். நமக்குத் தரமான ரசனை இருந்தால்..!

அப்படித்தான் 1936 ல் எல்லீஸ்.ஆர்.டங்கன் அவர்கள் சதிலீலாவதியில் அவரை அறிமுகப்படுத்தியதிலிருந்து அவர் தன்னைப் படத்துக்குப் படம் ஸ்தாபித்துக் கொண்டிருக்கிறார். பார்க்கப் பார்க்க ரசிகர்களின் மனது அந்தந்த வேடங்களில் அவரைப் பூரணமாக் ஏற்றுக் கொண்டது.

நகைச்சுவைப் பாத்திரம், வில்லன், ராஜா, மந்திரி, சேனாபதி, முனிவன், மந்திரவாதி, முதலாளி, தொழிலாளி, எஜமான், டிரைவர், வக்கீல், சாஸ்த்ரோத்தமான ஐயர், பண்டாரம், பரதேசி, அப்பா, மாமா, பெரியப்பா, தாத்தா, சேட்ஜி, மேளகாரர், கணக்கப்பிள்ளை, தொழிலதிபர், வித்வான், நட்டுவனார், போலீஸ், ஏட்டு, என்று நினைவில் வருவதையெல்லாம் சொல்லிக் கொண்டே போகலாம்...

மனதில் எல்லாமும் நிலைத்து இருப்பதுபோல்தான் வைத்துக் கொண்டார். இல்லையென்றால் இத்தனை நினைவில் வைத்து சொல்ல முடியுமா? ஆனால் ஒன்று. எதற்கும் ஒரு ஆழ்ந்த ரசனை வேண்டும்தான். அப்படியானால்தான் ஒரு தேர்ந்த நடிகரை அவரின் அனுபவ பூர்வமான நடிப்பாற்றலோடு சேர்த்து ரசித்து அனுபவிக்க முடியும். அப்படித்தான், ரசித்தார்கள்... அனுபவித்தார்கள்... போற்றினார்கள்... பாராட்டினார்கள்.

அவர் திரு டி.எஸ்.பாலையா. உருண்டு உருண்டு உருளையாய் நடந்து வரும் உடம்பு. வயிற்றுக்குக் கீழ் முழங்காலிலிருந்து பாதம்வரை தான் தெரியும். உடல்வாகு அப்படி. ஆனால் அதுவே அவருக்கு ப்ளஸ். அந்தந்த வேஷத்திற்கேற்ற உடைகளைத் தரித்தபின் அந்தந்தப் பாத்திரமாகவே மாறிவிடும் பாங்கு. தன் அபார நடிப்பாற்றலினால், வசன உச்சரிப்பின் அர்த்த பூர்வமான நெளிவு சுளிவினால் தன்னையே முழுமையாக முன்னிறுத்திக் கொள்ளும் திறமை... இவை ஒருங்கே அமையப்பெற்றவர் பாலையா.. கற்றுக் கொள்ள நிறைய இருக்கிறது அவரிடம் என்றார் நடிகர் திலகம். அவர் கூட நடிக்கும்போது நமக்கு கவனம் அதிகம் தேவை என்பார். அவரிலிருந்து ரசிகர்களின் கவனத்தைத் திருப்பி, தன்பால் நிறக வைக்க ஒரு விசேஷ சைகையாவது தேவை என்று நினைத்து பயந்தவர். நடிகர்திலகம் இவ்வாறு தன்னை மற்றவர் விஞ்சி விடக் கூடாது என்பதில் மிகவும் பயத்தோடும்

கவனமோடும் இருப்பாராம். சௌகார்ஜானகியிடம் அவருக்கு அத்தனை பயம். பாடல் காட்சிகளில் கூட இசையின் அழகைக் கண்டு அதன் ஆழத்தைக் கண்டு, அதையும் மீறி தான் நிற்க வேண்டுமானால் அதற்கு என்ன செய்வது, ஸ்பெஷல் எஃபெக்ட் என்று எதை உணர்த்துவது என்று யோசித்து, யோசித்து, தனது அபாரமான நடிப்பாற்றலில் முன்னிற்பாராம். சாந்தி படத்தில் யாரந்த நிலவு? பாடலின் கீழ்த் தொண்டையில் டி.எம்.எஸ்ஸின் குரல் வளத்தையும், நயத்தையும் கண்டு அசந்து போய் நான்கு நாட்கள் எடுத்துக் கொண்டு யோசித்து அந்தக் காட்சியைத் தன் ஸ்பெஷல் ஸ்டைலினால் நிலைக்க வைத்து வெற்றி கண்டவர் நடிகர்திலகம். இங்கே இதைச் சொல்வதற்குக் காரணம், அந்த அளவுக்கான கதாநாயக நடிகர்களை விஞ்சும் திறன் படைத்தவர்களாய் இருந்தார்கள் பாலையா போன்றவர்கள் என்பதைச் சொல்லத்தான்.

பாலையாவை நினைக்கும் போதுகளில் எல்லோருக்கும் ஞாபகம் வருவது காதலிக்க நேரமில்லை திரைப்படமாகத்தான் இருக்கும். அதில் தொழிலதிபர் விஸ்வநாதன் காரெக்டரில் வெள்ளந்தியான மனசோடும், விவரமான ஆள் போன்று பேசும் மிடுக்கும் ஒவ்வொரு காட்சியிலும் தன்னை முன்னிறுத்திக் கொண்டு, கடைசியில் மொத்தமாய் ஏமாந்து போனவராகக் கையறுநிலையில் அவர் பரிதாபமாய் நிற்கையில், ரசிகர்களுக்கு அவர் மேல் அப்படி ஒரு ஆதங்கமும், தாங்களே அப்படி ஏமாந்து விட்டவர்களாய் உணரும் பாவனையும் அவர் அதுவரை நிகழ்த்தியுள்ள ஆழமான நடிப்பிற்குச் சான்றாய் அமையும்.

ஒரு மனுஷன் இப்டியாய்யா ஒருத்தர நம்புறது? ஏமாறுறதுக்கும் அளவில்லையா? ஒருத்தன் வாயால அளந்து விடுறதெல்லாத்தையும் அப்டி அப்டியேவா எடுத்துப்பாங்க... என்று படம் வந்த புதிதில் பேசிச் சிரித்து, பாலையா மேல் இரக்கம் கொண்டு வருந்தி,

வெளியே வருகையில் நல்ல வேளை படம்தானே என்ற உணர்வு வந்து ஆறுதல்பட்டுக் கொண்டவர்கள் அநேகம்.

ஆனாலும் ராஜஸ்ரீக்கும், காஞ்சனாவுக்கும் பொருத்தமான அப்பாவாய், செல்வந்தராய் வந்து நிற்கும் காட்சிகள், எப்டிய்யா இவ்வளவு கச்சிதமாத் தேர்வு செய்றாங்க...? அவர் மனசுக்கேத்தமாதிரி அழகழகா பொண்ணுகளைப் பாரு... லட்டு மாதிரிப் பெத்து வச்சிருக்காரு... என்று சந்தோஷப்பட்டவர்கள் அந்த ரசிகர்கள். வண்ணத்தில் குழைத்துக் கொடுத்த ஜாலமல்லவா அந்தப் படம்.! பார்க்கப் பார்க்கத் திகட்டாத தலைமுறை தாண்டிய அழியாச் சித்திரம் காதலிக்க நேரமில்லை. இத்தனை சொத்தோட, இப்டி அழகான பெண்களுக்குப் புருஷனா, இப்டி ஒரு விகல்பமில்லாத மாமனாரோடு போய் வாழக் கொடுத்து வைக்கணும்யா... என்று பேசினார்கள்.

திருவிளையாடல் படத்திலே ஹேமநாதபாகவதராக வந்து ஆணவமாகப் பேசி, ஒரு நாள் போதுமா பாட்டுப் பாடி, பாண்டியன் சபையிலே அவர் சவால் விடும் காட்சிக்கு நேர் எதிராக, விறகு வெட்டியிடம் அவர் தலை குனிந்து வருந்தும் காட்சியை யாராலும் மறக்க முடியாது.

பாணபத்திரரிடம் பயின்று, பிரயோஜனமில்லாமல் போனவன் பாட்டே இப்படி இருந்தால்... நாளை...? என்று நினைத்து அஞ்சி, மருகி, இந்தப் பாண்டிய நாட்டில் ஒரு விறகு வெட்டியின் பாட்டுக்கு இந்த ஹேமநாதன் அடிமையப்பா... என்று அவர் கண்கலங்கி மனம் குன்றி நிற்கும் காட்சி, நம்மையெல்லாம் உலுக்கி விடும். ஆணவம் கொண்ட ஒருவன், தன் தவறுகளை உணரும் போது எப்படி உயர்ந்து விடுகிறான் என்பதற்கு அந்த ஒரு காட்சியே துல்லியமான சான்று.

பாலும் பழமும் படத்தில் குடுமிச் சாமியாராய் அனுமான் பக்தனாய் வலம் வருவார். குரங்கு வியாதி பிடித்த கருணாநிதியைக் கூடவே இழுத்துக் கொண்டு திரிவார். என்னாய்யா, குடுமிச் சாமியாரே...! என்று கலாய்ப்பார் ராதா.

பாகப்பிரிவினை படத்தில் குடும்பத் தலைவனாய் நின்று, தவிர்க்க முடியாத சூழலில் சிங்கப்பூர் சிங்காரத்தின் சதி வேலையில் தன் தம்பி குடும்பம் பிரிந்து போனதை நடுவே குறுக்கிடும் சுவற்றுக்கு இந்தப் புறம் நின்று, அந்தப்பக்கம் இருக்கும் தம்பி எஸ்.வி. சுப்பையாவின் மனதொடிந்த பேச்சைக் கேட்டு விசேஷ நாளின் போது சகோதரர்களின் பிரிவினை நினைத்து அவர் கண்கலங்கும் காட்சி... இன்று நினைத்தாலும், பார்த்தாலும் அப்படியான விஷயங்கள் எல்லாமும் இன்று நம்மின் சொந்த நடைமுறை வாழ்க்கையில் இருந்து படுத்துவதை நம்மால் மறுக்க முடியாது. இந்தக் குடும்ப அமைப்பும் அதன் ஒற்றுமையும் எப்படிப் போற்றிப் பாதுகாக்கப்படவேண்டிய சீர்மிகு விஷயம் என்பதற்கான பாடமாய் அமைந்த படம் பாகப் பிரிவினை.

மந்தரையின் போதனையால்
மனம் மாறிக் கைகேயி
மஞ்சள் குங்குமம் இழந்தாள்...!
வஞ்சக சகுனியின் சேர்க்கையால் கௌரவர்கள்
பஞ்ச பாண்டவரை இழந்து அழிந்தார்...
இத்தனையும் சிந்தனையில் சிறிதேனும் கொள்ளாமல்
மனிதரெல்லாம்
மந்த மதியால் அறிவு மயங்கி
மனம் போனபடி, நடக்கலாமோ.!! –
ஒற்றுமையாய் வாழ்வதாலே, உண்டு நன்மையே...
வேற்றுமையை வளர்ப்பதனாலே விளையும் தீமையே...!

என்ற இந்தப் பாடலை எவரேனும் மறக்க முடியுமா? எதற்கு இதைச் சொல்கிறேன் என்றால் இம்மாதிரிக் காலத்தால் அழியாத காவியங்களில் எல்லாம் பாலையாவின் பங்கு உண்டு என்பதை வலியுறுத்தத்தான்.

டிரைவர் மாணிக்கம்பிள்ளையாக பாவ மன்னிப்பு படத்தில் நடித்திருப்பார் பாலையா. சிறிய பாத்திரம் தானே என்றா நினைத்தார்கள் அப்போது. எதிலும் தங்களை நிலை நிறுத்திக் கொள்ள முடியும் என்கிற தன்னம்பிக்கையோடல்லவா நடித்தார்கள்.

என்னா மாணிக்கம்பிள்ள... முதலாளியப் பார்க்கவே வரல்லியே... முதலாளி பக்தி வேணாமா...? என்று சிறையில் இருந்து விடுதலை ஆகி வந்திருக்கும் பாலைய டிரைவரிடம் ராதா கேட்கும்போது தன்னடக்கத்தோடு, பழசு மாறாத அதே பணிவோடு,

நிறைய இருக்குங்க... என்று அவர் கண்மூடி ஒப்புதலளிக்கும் அந்த ஒரு வரி வசனக் காட்சி போதும், பாலையாவை நினைவு கூர... நீங்க டிரைவரா இருந்த போது நான் தூங்கிட்டே வந்தேன்... இப்போ இருக் கிறவன், என்னை இறங்கித் தள்ளச் சொல்றான்... என்று சொல்கையில் தன்னடகத்தோடு அவர் ஒரு மெல்லிய சிரிப்பை உதிர்க்கும் காட்சி, நம்மையெல்லாம் சிலிர்க்க வைக்கும்.

மனிதர்கள் வாழ்க்கையில் எவ்வகையிலெல்லாம் மேம்பட்டவர்களாய் வாழ வேண்டும் என்று சொல்லா மல் சொல்லி உணர்த்தும் காட்சி அது. இம்மாதிரிக் காட்சிகளையெல்லாம் பீம்சிங் ஒருவரால்தான் அமைக்க முடியும். வாழ்க்கையில் மனிதர்களின் பக்குவ மான இருப்பினை உணர்த்திச் செல்லும் பாடங்கள் அவை.

இந்த நடிப்பின் மீது, அந்தத் தொழிலின் மீது எவ்வளவு பக்தி இருந்தால் இயக்குநராய்ப் பார்த்து,

தன் மீது நம்பிக்கை வைத்துத் தரும் எந்தச் சிறிய வேஷமானாலும் சரி என்று மனமுவந்து ஏற்றுக் கொண்டு நடிக்க இயலும்?

அப்படி, தான் விரும்பும் நடிகர்கள் படத்துக்குப் படம் வெவ்வேறு வேஷங்களில் வருவதை ரசிகர்கள் எப்படியெல்லாம் விரும்பி ரசித்தார்கள்? அதனால் அவர்களின் ரசனை மேம்பாடு என்பது எந்த அளவி லான உயர் தரத்தில் இருந்தது?

களத்தூர் கண்ணம்மா படத்தில் ஜெமினிகணேசனுக்கு அப்பாவாக ஜமீன்தாராக வருவார். காதில் கடுக்கனும், கையில் விரல்களுக்கு மோதிரமும், தூக்கிப் படிய வாரிய தலையும், கச்சிதமான கோட்டும் பஞ்சகட்சமும் உடுத்திக்கொண்டு அசல் ஜமீனாக அவர் படம் முழுதும் வலம் வரும் காட்சிகள் அந்தக் கம்பீரத்தை,, கௌரவத்தை மீறிய சோகத்தை நிலை நிறுத்தும் தன்மை நம்மை அந்தக் கதை முழுதும் அவர்பால் நிற்க வைக்கும்.

எத்தனை சொத்து இருந்து என்ன செய்ய? மனதில் நிம்மதி இல்லையே? என்று நினைக்க வைக்கும். வாழ்க்கையின் அறநெறிகள் அல்லவா அவைகள்? உணர்ந்தார்களே அப்போது இருந்த பார்வையாளர்கள். வாழ்க்கையைப் பல்வேறு நிலைகளில் போதிக்கும் பாடங்களாக அல்லவா அன்றைய திரைப்படங்கள் விளங்கின?

என் கௌரவத்தை நீதான் காப்பாத்தணும் என்று சொல்லி தன் பையன் காதலிக்கும் ஜமீன் வேலைக்காரர் சுப்பையாவின் மகள் சாவித்திரியிடம் தனித்துச் சென்று நின்று யாருக்கும் தெரியாமல் கெஞ்சிக் கண் கலங்கி, தன் மகனை மறந்து விடக் கோரி மன்றாடும் காட்சிகள் மற்ற சந்தோஷமான எல்லாக் காட்சிகளையும் மறக் கடித்து விடும். சோகத்தை அப்படிப் பிழிந்து எடுத் திருப்பார் பாலையா. அவரின் அந்த ஒரு சொல்லுக்காக,

காலத்தால் அழியாத கலைஞர்கள் | 203

தன்னையே வாழ்க்கை முழுதும் மறைத்துக் கொள்ளும் கண்ணம்மாவின் பாத்திரத்தில் நடிகையர் திலகம் சாவித்திரி.

ஒன்று சொல்வேன் நான். உங்கள் வாழ்க்கை செம்மையாக, கோணலின்றி, வக்கிரமின்றி, சீரான தடத்தில் செல்ல வேண்டுமா? இம்மாதிரிப் பழைய தேர்ந்தெடுத்த சில படங்களை அடிக்கடி பாருங்கள்... மனதுக்கு ஆறுதல் கிடைக்கும், மனக் கோணல்களும் சரியாகும். தெளிவு பிறக்கும். உங்கள் செயல்களும் நேர்படும். இதற்கெல்லாம் சினிமாவா உதாரணம் என்று கேட்கலாம். ஆம். அப்படித் தான். சாதாரணப் பாமரனுக்கு இந்தத் திரைப்படங்கள்தான் பாடம் புகட்டின. அவன் மனதில் சதா காட்சிகளாய் ஓடிக் கொண்டு அவனைத் தவறு செய்ய விடாமல் இயக்கின. எந்த வழி சென்றால் இலக்கினை அடையலாம் என்று எளிமையாய் உணர்த்தின.

தன் ஒரு வார்த்தைக்காக, தன் கௌரவம் பாது காக்கப்பட வேண்டும் என்பதற்காக, காலம் பூராவும் கஷ்டங்களையம், துன்பங்களையும் அனுபவித்து சிதைந்த இந்தக் கண்ணம்மாதான் இனி என் மருமகள் என்று மனம் திருந்தி, எல்லோர் முன்னிலையிலும் பகிரங்கமாக அறிவிக்கும் அந்தக் கடைசிக் க்ளைமாக்ஸ் காட்சிதான் களத்தூர் கண்ணம்மா படத்தின் உச்சம். அந்த ஒரு காட்சி அத்தனை சிறப்போடு உருப்பெற வேண்டுமானால், அதன் வலு, வலி உணரப்பட வேண்டுமானால், அப்டிப் போடு என்பது போல் ரசிகர்கள் ஏகோபித்த ஆதரவைத் தெரிவிக்க வேண்டுமானால், அதற்கு முந்தைய, அதற்காகக் காட்சிப்படுத்திய காரணங்களும், காரியங்களும் படிப்படியாக படம் பார்ப்பவர்களின் மனதில் பதிவு பெற்றிருக்க வேண்டியது அவசியம் என்பதுபோல், ஒவ்வொரு கட்டமாய் அந்தப் படம் பெரும் நிதானத்தோடும் பெருத்த ரசனையோடும், செதுக்கப்பட்டிருக்கும்.

1961-ல் வெளிவந்த “தாயில்லாப் பிள்ளை” படம் யாருக்கும் நினைவிருக்க வாய்ப்பில்லை. எல்.வி.பிரசாத் இயக்கத்தில் கலைஞர் மு.கருணாநிதி அவர்களின் வசனத்தில் பாலையா, எம்.வி.ராஜம்மா, நாகேஷ் இவர்களெல்லாம் நடித்த படம். இப்படத்தில் முழுக்க முழுக்க தன் ஆச்சார அனுஷ்டானங்களை விடாமல் கெட்டியாகப் பிடித்துக் கொண்டு இம்மி பிசகாமல் கடைப்பிடிக்கும் ஒரு பிராம்மணக் கதாபாத்திரத்தில் டி.எஸ்.பாலையா நடித்திருப்பார். அவர் மனைவியாக ராஜம்மா. தன் ஆச்சாரத்திற்குத் தடையாய் இருந்த மனைவியையே பிரிந்திருக்கும் ஒரு கதாபாத்திரம். எப்பொழுதோ அரிதாக ஏதோ ஒரு தொலைக்காட்சியில் இப்படத்தைப் போட்டதாக நினைவு. அய்யராகவே வாழ்ந்திருப்பார் பாலையா. பொக்கிஷங்களைப் பாது காக்கத் தவறிவிட்டவர்களில் நாம் முதலில் நிற்கிறோம்.

அறிஞர் அண்ணாவின் வேலைக்காரி படத்தில் கே.ஆர்.ராமசாமியின் நண்பனாக வருவார். ஓர் இரவு படத்தில் வில்லனாக வந்து அமர்க்களப்படுத்துவார். மதுரை வீரன் திரைப்படத்தில் நகைச்சுவை கலந்த வில்லனாய் வந்து பொம்மியை ஆற்று வெள்ளத்திலிருந்து காப்பாற்றிக் கரை சேர்த்த பிரலாபத்தை அவர் அரசரிடம் எடுத்துரைக்கும் காட்சி யாராலும் மறக்க முடியாதது. இம்மாதிரி *40* ஆண்டுகளுக்கும் மேலாய் திரையுலகில் குணச்சித்திரம், வில்லன், நகைச்சுவைக் கதாபாத்திரங்களில் கொடி கட்டிப் பறந்து தனக்கு இணை யாரும் இல்லை என்று செழித்தோங்கிய டி. எஸ்.பாலையா அவர்கள் *1972* லே மிகச் சீக்கிரமே தனது *58* வது வயதிலேயே நம்மையெல்லாம் விட்டுப் பிரிந்ததுதான் மாபெரும் சோகம்.

15

எம்.என்.ராஜம்

கதாநாயகி வில்லியாகி இருக்கிறாரா? ஆகியிருக்கிறார். எப்போது? வயசானபோது...! சரி, வில்லி கதாநாயகி ஆகியிருக்கிறாரா? ம்ம்... ஆகியிருக்கிறார். அது... எப்போது...? அப்போதே...! போகட்டும்... ரெண்டும் இல்லாமல் நகைச்சுவைப் பாத்திரமேற்றிருக்கிறாரா? ம்ம்... அதுவும்தான்... எப்போது? இதற்கும் என்ன எப்போது? எல்லாமும் அப்போதேதான்...!

ஒரே சமயத்தில் வில்லியாய் தூள் கிளப்ப, கதாநாயகி என்று இனிமையாய் பவனி வர, நகைச்சுவையையும் விட்டு வைப்பானேன் என்று விடாமல் வலம் வந்து கொண்டிருந்தவர் ஒருவர் உண்டு என்றால் அது நடிகை எம்.என்.ராஜம்தான். ஆல் ரௌன்டர் மதுரை நரசிம்ம ஆச்சாரி ராஜம். ஏழாவது வயதிலேயே நடிப்பு மேடை

ஏறியிருந்ததால், இந்த அனுபவங்கள் எல்லாம் கிட்டா மலா போய்விடும்? முதன்மை கதாநாயகி, எதிர்மறை வில்லி மற்றும் நகைச்சுவை என்று எதுவானாலும் - எதுக்கு யோசனை... அதான் ராஜம் இருக்காங்களே...! என்று மனதில் முந்திக்கொண்டு வந்து நின்றவர். யதார்த்தம் பொன்னுசாமி பிள்ளை நாடகப் பட்டறை யும், டி.கே.எஸ். சகோதரர்களின் நாடக மன்றமும் செதுக்கிக் கற்றுக் கொடுக்காததையா திரையுலகம் புதி தாய்ச் சொல்லிவிடப் போகிறது? அடிப்படை அங்கு தானே ஜனிக்கிறது? திரைக்கேற்றாற்போல் திருத்தங்கள் நிகழ்ந்து இங்கே வெளிச்சமாய் மிளிர்கிறது என்பது தானே...யதார்த்தம்?!

ஆனால் ஒன்று... வில்லி பாத்திரம் என்றால் அந்த எம்.என்.ராஜத்தின் மீது மக்களுக்கு அப்படியொரு பழி கோபம் இருந்தது என்னவோ உண்மை. இந்தக் கடங்காரி வந்து என்ன பாடு படுத்தறா? என்ன ஆட்டம் போடுறா? இப்டி எல்லாரையும் ஆட்டி வைக்கிறாளே? என்று தியேட்டரில் படம் பார்க்கும் போதே வாய்விட்டுக் கத்தினார்கள். சபித்தார்கள். அதுதான் அவர் நடிப்பிற்குக் கிடைத்த பாராட்டும் விருதும். நாயகி பாத்திரம் என்றால்...நல்லாயிருக்கே... அவளா இது? ..என்று மனதில் இனிமை பொங்கும் சந்தோஷத்தில் பார்த்துக் கொண்டிருக்கும்போதே..இது வேறையா...? என்று வியக்கும் வண்ணம் நகைச்சுவைப் பாத்திரங்களிலும் வந்து நிற்க...இதுவும் பொருத்தமாத்தான் இருக்கு நம்ப ராஜத்துக்கு..... என்று நம் தமிழ்த் திரை ரசிகர்களான பெண்களும், ஆண்களும் சொந்தம் கொண்டாடி முழு மனதோடு ஏற்றுக் கொண்டார்கள். கதையும், காட்சிகளும் என்ன சொல்கின்றன... அதை ரசித்தார்கள்... அதிலிருக்கும் அர்த்தமும், அழுத்தமும் அவர்களை திருப்திப்படுத்தியது. 1949 ல் குழந்தை நட்சத்திரமாகத் திரையுலகில் அடியெடுத்து வைத்த எம்.என்.ராஜம், தனது 14-வது வயதில் ரத்தக்கண்ணீர்

திரைப்படத்தில் தன் கால்களை அழுத்தமாக ஊன்றி னார். அதெல்லாம் முடியாதுண்ணே... அது மட்டும் என்னால செய்ய முடியாது... வேறே எந்த மாதிரி வேணாலும் காட்சி எடுத்துக்குங்க... எட்டி உதைக்கல் லாம் முடியாது... என்று அடம் பிடித்த ராஜத்தை, அந்தக் காரெக்டரின், அந்தக் காட்சியின் அவசியத்தை வலியுறுத்தி, அப்பொழுதுதான் மக்கள் மனதில் அந்த நல்ல விஷயம் படியும் என்று எடுத்துச் சொல்லி சம்மதிக்க வைத்தவர் நடிகவேள் எம்.ஆர்.ராதாதான். ரத்தக்கண்ணீர் என்ன சாதாரணப் படமா? அது ஒவ்வொருவனின் வாழ்க்கைக்கான பாடமாயிற்றே? வெளிநாட்டில் படித்துத் திரும்பிய மோகன் படாடோபமான வாழ்க்கை நடத்துகிறான். தவறான வழியில் தயக்கமின்றிச் செல்கிறான். தறி கெட்டு அலைகிறான். பரத்தையரின் பழக்கம் ஏற்படுகிறது. பணத்தையும் ஆரோக்யத்தையும் கொஞ்சம் கொஞ்ச மாய் இழக்கிறான். வியாதிக்காளாகிறான். பிறர் அருகே நெருங்க அஞ்சும் தொழுநோய் அவனைத் தொற்றிக் கொள்கிறது. அவனிடமிருந்து ஏராளமான பணத்தைப் பிடுங்கிக் கொண்டு, காம வலையில் வீழ்த்தி, அவனைக் கொஞ்சம் கொஞ்சமாய் ஏமாற்றி உருக் குலைத்த காந்தா அவனை விரட்டியடிக்கிறாள். அவளுக்காகக் கொட்டிக் கொடுத்த செல்வத்தோடு கூடிய அந்த மாளிகையிலிருந்து அவனை விரட்டியடிக்கிறாள். அந்த பங்களாவின் ஓரமாய் ஓர் இடத்தில் தான் தங்கிக் கொள்ள அனுமதி யளிக்கும்படியும், வெளியே விரட்டியடிக்காதே என்றும் கெஞ்சிக் கதறுகிறான் மோகன். நீ இங்கிருந்தால் அந்த வியாதி என் நாய்க்குக் கூடத் தொற்றிக் கொள்ளும் அபாயம் உண்டு என்று சொல்லி, அவனை வெளியே போ... என்று விரட்டி, காலால் எட்டி உதைக்கிறாள். மாடிப்படிகளில் உருண்டு, கீழே விழுந்து புரண்டு கதறுகிறான் மோகன். தன் வாழ்க்கையில் அவன் செய்த தவறுகளையெல்லாம் உணரும் தருணமாகிறது அது.

குற்றம் புரிந்தவன் வாழ்க்கையில் நிம்மதியடைவதில்லை என்கிற மெய்மையையும், தாயை எட்டி உதைத்த தன் கால்கள் இப்போது நடக்கத் தெம்பின்றி ஊனமான நிலையையும் நினைத்து நினைத்து, சீந்துவாரின்றி தன் தவறுகளுக்காக வருந்துகிறான்.

மோகன் என்ற கதாபாத்திரத்தை ஏற்று நடித்த நடிகவேள் எம்.ஆர்.ராதாவின் தத்ரூபமான நடிப்பு, பார்ப்போர் உள்ளத்தை உருக வைக்கும். நெஞ்சம் பதற வைக்கும். அவரவர்களின் வாழ்க்கைத் தவறுகளை நினைத்து நடுங்க வைக்கும். தமிழ்த் திரையுலகமும் நம் மக்களும் அதுநாள்வரை காணாத வெறும் படமல்ல, பாடம் அது... நடிகர் திலகம் கூடத் தன் நடிப்பில் அதற்குப்பின்தான் என்று சொல்ல வேண்டும். நவராத்திரி படத்தில் அதே தொழுநோயாளியாக அவர் நடித்தது சிறப்புதான் என்றாலும், இந்த ரத்தக் கண்ணீர் மோகன் கதாபாத்திரம் ஏற்படுத்திய தாக்கத்தை இதுநாள்வரை வேறு எதுவும் விஞ்சியதில்லை. கதையமைப்பு அப்படி. அதற்கான காட்சிகளில் அவ்வளவு வீர்யம். அந்த வீர்யத்தைக் கண் முன்னே கொண்டு வந்த நடிகர்கள். அதில் சக்ரவர்த்தியாய்த் திகழ்ந்த நடிகவேள் எம்.ஆர்.ராதா. இந்தக் காட்சிக்கான படப்பிடிப்பின்போதுதான் எட்டி உதைக்கும் அந்தக் காட்சியில் எம்.என்.ராஜம் என்னால் முடியாது என்று மறுத்தது. ராதாதான் வற்புறுத்தி நடிக்கச் செய்து அந்தக் காட்சியின் அவசியத்தை, அழுத்தத்தை, தாக்கத்தை பார்வையாளர்களுக்குள் நிலை நிறுத்தினார்.

நீ உதைக்கிறமாதிரி உதை, நான் படில உருண்டு புரண்டு விழுந்து கொள்கிறேன் என்று சொன்ன எம். ஆர். ராதா, காட்சியின் தத்ரூப உணர்ச்சிகர நடிப்பில் தன்னை மறந்து உண்மையாகவே சற்று வேகமாக ராதா அண்ணனை உதைத்துத் தள்ளியதையும், மிக அருமை யாக அமைந்துவிட்ட அந்தக் காட்சிக்காகவும்,

வாயாரப் பாராட்டி மகிழ்ந்தார் நடிகவேள் என்பதை இன்றும் மகிழ்ச்சியோடு நினைவு கூர்கிறார் எம்.என். ராஜம். ரத்தக் கண்ணீர் வாழ்க்கையில் ஒவ்வொரு மனிதனும் அறிந்துணர வேண்டிய பாடமாக அமைந்த சிறப்பான திரைப்படம். அது எம்.என்.ராஜத்திற்குப் பெயர் சொல்லும் படமாக அமைந்து விடுகிறது. அங் கிருந்துதான் வேகமெடுக்கிறது அவரது திரைப்பயணம். அடுத்தடுத்து வில்லி கதாபாத்திரமா...கொண்டு வா ராஜத்தை... என்று தயாரிப்பாளர்கள் முதல் இயக்கு நர்கள்வரை முந்திக் கொண்டு சொல்லும் நிலைக்கு அவரைக் கொண்டு நிறுத்துகிறது. வேம்ப் (வில்லி) காரெக்டரில் ஆரம்பித்த அவரது திரைப்பயணம் எல்லா வேடங்களையும் என்னால் செய்ய முடியும் என்று அவரை ஒரு ஆல் ரவுண்டராக ஆக்குகிறது..

மதுரை சௌராஷ்டிர சமூகத்தைச் சேர்ந்த பலர் திரைப்பட உலகில் பரிமளித்திருக்கிறார்கள். இப்படிச் சொன்னவுடனேயே நம் நினைவுக்கு உடனடியாக வருபவர் புகழ் பெற்ற பாடகர் நம் டி.எம்.சௌந்தரராஜன் அவர்கள்தான். திருமதி எம்.என்.ராஜம் அவர்களும் இந்த சௌராஷ்டிர சமூகத்தைச் சேர்ந்த மதுரைக்காரர் தான். வெண்ணிற ஆடை நிர்மலா அவர்களும் இந்த சமூகம்தான். எல்லோருமே புகழ்பெற்றவர்களாகத்தான் விளங்கியிருக்கிறார்கள். 25.05.1940ல் பிறந்த எம்.என். ராஜம் பின்னணிப் பாடகர் திரு ஏ.எல்.ராகவனை 02.05.1960 ல் திருமணம் செய்து மிகச் சிறந்த மனமொத்த தம்பதிகளாக, இரண்டு குழந்தைகளுக்குப் பெற்றோராக, இன்றும் நம் கண்முன்னே சந்தோஷமாக வாழ்ந்து வருகிறார்கள். திருமதி எம்.என்.ராஜத்தின் வயது இப்போது 79 முடிந்து எண்பது. ஆயிரம் பிறை கண்ட அபூர்வப் பெண்மணி. இன்றும் அவ்வப்போது டி.வி. சீரியல்களில் தலைகாட்டிக் கொண்டுதான் இருக்கிறார். 2014 வரை நடித்திருக்கிறார். ஆடின கால் நிற்காது என்பதுபோல் நடிப்புலகில் பவனி வந்தவர்களுக்கு,

கடைசி வரை நடித்துக் கொண்டேயிருக்க வேண்டும் என்கிற தீராத ஆசை என்பது உள்ளார்ந்த லட்சியமாகவும் கனவாகவுமே இருக்கும். அதுதான் அவர்களுக்கு ஆத்ம சாந்தி. சிவாஜி, எம்.ஜி.ஆர்., ஜெமினி, எம்.ஆர்.ராதா., எஸ்.எஸ்.ராஜேந்திரன், எம்.என்.நம்பியார், என்.எஸ். கிருஷ்ணன் என்று பிரபலமானவர்கள் அத்தனை பேரோடும் நடித்திருக்கும் பெருமை பெற்ற இவரின் புகழ் பெற்ற படங்கள் அநேகம். ரத்தக் கண்ணீர், புதையல், தங்கப்பதுமை, நாடோடிமன்னன், பாசமலர், தாலிபாக்யம், அரங்கேற்றம், பாவை விளக்கு, பதிபக்தி, தெய்வப்பிறவி, நல்ல இடத்து சம்பந்தம், நல்ல தம்பி, நான் பெற்ற செல்வம், நானே ராஜா, பாக்தாத் திருடன், பாசவலை, என்று சிறந்த திரைப்படங்களின் இந்தப் பட்டியல் நீண்டு கொண்டே போகிறது. அத்தனையும் முத்தான திரைப்படங்களாய் அமைந்து இவரது பெயரையும் புகழையும் நிலைநாட்டி, அடுத் தடுத்து என்று இவர் பயணித்துக் கொண்டேயிருப்பதற்கு பலமான காரணமாய் அமைந்தன.

1949 ல் நல்ல தம்பி படத்தில் அநாதைக் குழந்தையாகக் குழந்தை நட்சத்திரமாக நடித்த இவர் 1949 ல் பி.யு. சின்னப்பாவோடு மங்கையர்க்கரசியில் நடிக்கும் அரிய வாய்ப்பைப் பெற்றார். 1950-களில் ஏராளமான படங் களில் நடித்த ஒரே நடிகை இவர்தான். நாடோடி மன்னனில் இளவரசி மனோகரி பாத்திரத்திலும், பதிபக்தி என்கிற சமூகப் படத்தில் மருக்கொழுந்து கதா பாத்திரத்தை ஏற்றுச் சிறப்புச் செய்ததையும் சம்பூர்ண ராமாயணத்தில் சூர்ப்பனகையாய் வந்ததையும் யாரால் மறக்க முடியும்?

தொடர்ந்த இந்த வெற்றிப் பயணத்தைக் கணக்கில் கொண்ட அரசு, இவரது அசாத்தியத் திறமையை மனதில் வைத்து, அதை உலகுக்கு அறிவிக்கும் வண்ணம் 1962-ல் இவருக்குக் கலைமாமணி விருது கொடுத்துக்

காலத்தால் அழியாத கலைஞர்கள் | 211

கௌரவித்தது. சென்னை திருவல்லிக்கேணி ஹ்யூமர் க்ளப் 2015ல் இவரை அழைத்து, தலைமை விருந்தினராக அமர்த்தி சிறப்புச் செய்து கௌரவித்திருக்கிறது என்பதும் இங்கே நாம் அறிந்தாக வேண்டிய முக்கியச் செய்தியாகிறது.

வில்லி வேடத்தில் திரைத்துறைக்குள் நுழைந்த எம்.என்.ராஜம், வேம்ப் வில்லி என்று பெயரெடுத்து, கொடுமைக்காரச் சித்தி, இரண்டாந்தார மனைவி என்று வெவ்வேறு விதமான ரோல்களில் வலம் வந்து கொண்டிருக்கையில், மென்மையான கதாபாத்திரங்களிலும் இவர் பொருந்தி வருவார் என்பதையும், படித்த கண்ணியமான, கௌரவமான பாத்திரங்களுக்கும் இவரால் திறமை காட்ட முடியும் என்றும் முடிவு செய்த இயக்குநர்கள் இவருக்கு வித விதமான வேஷங்களைக் கொடுத்து நடிக்க வைத்து இவரை மேலும் வெளிக் கொண்டு வந்தார்கள். அதில் குறிப்பிடத்தக்கது என்று சிலவற்றை நாம் நினைவு கூர்ந்தே ஆக வேண்டியிருக்கிறது. அதன் மூலம் இவரது திறமையை மென்மேலும் உணர நம் தமிழ் ரசிகர்களுக்கு இது அரிய வாய்ப்பு. அப்படியொரு திரைப்படம்தான் தெய்வப் பிறவியும், பாசமலர் திரைப்படமும். தெய்வப்பிறவி படத்தில் இவரது காதலராக வருபவர் இலட்சிய நடிகர் எஸ்.எஸ். ராஜேந்திரன். மிகவும் கூச்ச சுபாவம் உள்ளவராகவும், அக்கா பத்மினி சொல்லியனுப்பியதாலேயே வந்ததாகவும்...கூறி மேற்கொண்டு என்ன பேசுவது என்று தெரியாமல் தவிப்பார்.நீங்க...!...நீங்க எங்க இங்க...? - எம்.என்.ராஜத்தின் வீட்டு வாசலில் இந்தக் காட்சி. அதிசயமாய், எதிர்பாராது, ராமு என்ற எஸ்.எஸ்.ஆரைப் பார்த்த மென்மையான அதிர்ச்சியில் கேட்கிறார்

நா... நா வந்து... நந்தியாவட்டப் பூ இல்ல... நந்தியா வட்டப்பூ... அத ரெண்டு...பறிச்சிட்டுப் போலாம்னு

வந்தேன்... எதுக்கு...? ம்... கண்ணு வலிக்கு... ம்...! உங்க ளுக்கா...? - சிரித்துக்கொண்டே... கல்லூரில படிக்கும் போது... உங்களப் பார்க்கணும்னு காத்துக்கிட்டிருந்த எனக்குல்ல கண்ணு வலி எடுத்திருச்சு... ம்ம்...!!! உங்க கிட்டப் பேச முடியலையேன்னு சித்தம் கலங்கி நொந் தில்ல போயிருந்தேன்... உனக்காவது சித்தம் கலங்கிப் போச்சு... உன்னக் கண்ட ரெண்டு கணத்துக்குள்ளாகவே, எனக்குப் பைத்தியமே பிடிச்சுப் போச்சு... நான் உண்மையாச் சொல்றேன்... எனக்கு எப்பவுமே உன் னுடைய நினைவுதான்... கண்ண மூடினா, உன்னப்பத்திக் கவலைதான்... இந்த இடத்தில் கள்ளபார்ட் நடராஜன் கோபமாய் உள்ளே நுழைவார். வேகமாய் வந்து பளாரென்று எஸ்.எஸ்.ஆரின் கன்னத்தில் அறைந்து விட்டுச் சொல்லுவார்... திலகத்தப் பத்திப் பேச உனக்கு என்னடா உரிமையிருக்கு? - கன்னத்தில் பதிந்த விரல் களோடு பொறுக்க முடியாமல் வெலவெலத்து நிற்கி றான் ராமு.

மனோகர்... நீ செய்தது உனக்கே நல்லாயிருக்கா? அறிவுள்ளவன் செய்ற காரியமா இது? - திலகத்தின் ஆக்ரோஷமான கேள்வி.அது எங்க அண்ணனுக்கே கிடையாதே...! இருந்திருந்தா இவனுக்கு இப்டி ஒரு உரிமை கிடைச்சிருக்குமா? மனோகர், இப்ப நீ இவரை அடிச்ச பாரு... தப்புங்கிறியா? நான் ரொம்ப இளகின மனசு படைச்சவன் திலகம்... உங்கிட்ட எனக்கு என்னடா பேச்சு...? பேச வேண்டிய எடத்துல நான் பேசிக்கிறேன்... - கோபமாய் மனோகர் வெளியேறுகிறான். என்ன இது...? இந்த சம்பவத்த... இதோட மறந்துற வேண்டிதான்...

என்ன சொல்றீங்க...? இந்த விஷயம் மட்டும் எங்க அத்தானுக்குத் தெரிஞ்சா, எங்க குடும்பமே கலைஞ்சு போயிடும்... அதுக்காக...?நீ என்னை நேசிக்கிறது உண்மையாயிருந்தா, இதப்பத்தி எங்கயும், யாருகிட்ட

யுமே பேசக் கூடாது... - திலகத்திடம் சத்தியம் வாங்கிக் கொண்டு புறப்படுகிறான் ராமு. சிறு காட்சிதான். ஆனாலும் அடி வாங்கிய அதிர்ச்சியில் இருந்து மீளும் முன்பாக சட்டென்று ஒரு முடிவு எடுத்து, இந்த நிகழ்வு என் அத்தானுக்குத் தெரியக் கூடாது, ஏன் யாருக்குமே தெரியக் கூடாது என்று தீர்மானிக்கும் எஸ்.எஸ்.ஆரின் ராமு என்கிற கதாபாத்திரமும் அன்பின் வயப்பட்டு அதற்கு சம்மதிக்கும் திலகம் என்ற எம்.என்.ராஜத்தின் அடங்கிய, காதல் வயப்பட்ட நடிப்பும் இந்த இடத்தில் வானளவு உயர்ந்து நிற்கும். குடும்பம் என்கிற அமைப்பு எந்தக் காரணங்களுக்காகவும் சிதைந்து விடக் கூடாது என்கிற தத்துவம் பலமாய் பொருந்திப் பிரகாசிக்கும். இதில் காதலியாக என்றால் பாசமலர் படத்தில் நடிகர் திலகத்தின் டாக்டர் மனைவியாக மிகுந்த கௌரவம் வாய்ந்த ஒரு பாத்திரத்தில் நடித்திருப்பார். படித்த மனைவி என்கிற அந்தஸ்தோடு அவர் செய்திருக்கும் அந்தப் பாத்திரம் வெறும் ஏற்றுக் கொண்ட வேஷமல்ல. வாழ்ந்த கதாபாத்திரம். மாலதி என்ற அந்த டாக்டர் வேஷத்தில் நடிகர்திலகத்திற்கு மனைவியாக வந்து ஒட்டியும் ஒட்டாமலும் அவர் தன் அதிருப்தியை வெளிப்படுத்தும் சில காட்சிகளும், மனைவி தன் சொல்லை, விருப்பத்தைப் புறக்கணிக்கும் கணத்தில் நடிகர்திலகத்தின் உணர்ச்சி பாவங்களும், நம் மனதைப் பிழிந்தெடுக்கும். இப்படியெல்லாமும் திரைப்படங்கள் வந்து மனித வாழ்வை மேன்மைப் படுத்திய நம் தமிழ்த் திரையுலகம் இன்று வெறும் வன்முறையின் பிறப்பிடமாகக் காட்சியளிக்கிறதே என்கிற வேதனை அந்த மூத்த தலைமுறையினருக்கு இன்று இருந்து கொண்டிருக்கிறது என்பதுதான் உண்மைஎம்.என். ராஜத்தின் தமிழ் வசன உச்சரிப்பு மறக்க முடியாத ஒன்று. அரசியாய் அமர்ந்தால் அங்கே வெளிப்படும் கம்பீரமும், அதே பாத்திரம் வில்லியாய் இருந்தால் அங்கே தெறித்தெழும் ஆணவமும், கோபமும்,

திமிர்த்தெழும் நடிப்பும் என்றும் தமிழ் ரசிகர்களால் மறக்க முடியாதவை. நடிக்கும் படங்களிலெல்லாம் கதாநாயகியாய் வந்தால்தான் பெருமையா? வில்லி கதாபாத்திரத்திலும் சோபிக்க முடியும்... அதே நேரத்தில் மற்றவர்களை ஒதுக்கி நிறுத்தி, தன்னை நினைவில் வைத்துக் கொள்ளவும் செய்ய முடியும்... எல்லாமும் நம் திறமையின்பாற்பட்ட விஷயம் என்கிற தன்னம்பிக்கையும், அனுபவமும் அவரை உச்சத்தில் வைத்திருந்தன. தங்கப்பதுமையில் அவர் ஏற்றிருக்கும் அரசி கதாபாத்திரமும், அவருக்குப் படைத்தளபதியாய் நிற்கும் எம்.என். நம்பியாரின் கம்பீரமும் என்ன கொடுமையான அரசு? என்று இவர்கள் அநியாயத்தை யார்தான் தட்டிக் கேட்பது என்று நம்மைக் கொதிக்க வைக்கும் நடிப்பும் அது ஒரு கதையைச் சொல்லும் திரைப்படம் என்பதை மறக்கப் பண்ணி, நம்மின் வெறுப்பை உமிழ வைக்கும். கண்ணிழந்த குற்றவாளியாய் நடிகர்திலகம் வந்து நிற்க... அவர் மீது சாட்டப்பட்ட பொய்க் குற்றச்சாட்டுகள் தலையெடுக்க... கொற்றவனைத் தான் கொன்றுவிட்டோமே என்கிற ஆணவமா... கொடுந்தண்டனை கிடைக்கும்? என்று கடுங்கோபமாய் அரசியாய் நின்று ஆணவமாய்ப் பேசும் எம்.என். ராஜத்தின் நடிப்பு நம்மைப் பதற வைக்கும். அரசனுக்கு வைத்தியம் செய்கிறேன் என்று அவரைக் கொன்று விட்டதாக நடிகர்திலகத்தின் மீது குற்றச் சாட்டு. உண்மையில் அவரைக் கொன்றது அரசியாரின் சதியும், அதற்குத் துணை நின்ற தளபதி நம்பியாரின் துரோக மும்தான். அறங் கூறும் இந்த அவைக் களத்தையும் அரசியாரையும் அவமதிக்கின்றான். அதற்கும் சேர்த்து தண்டனை கொடுக்க வேண்டும்..என்று தளபதி கர்ஜிக்க...குற்றவாளிக்கு இந்த நீதி சபையில் வழக்காட உரிமை உண்டு... மக்களின் மதிப்பிற்குரிய வைத்தியனாக விளங்கியவன் என்பதால் இறுதியாகக் கேட்கிறேன்.. இங்கு எவரேனும் இவனுக்காக வாதாட முன் வருவார்

உண்டா? - இப்படிக் கேட்கும்போது பத்மினி காவலர்களின் தடுப்புக்களை விலக்கிக் கொண்டு உள்ளே நுழைவார்... இந்த இறுதிக் கட்டக் காட்சியில் தன் கணவர் குற்றமற்றவர் என்று நிரூபிக்க முயலும் பத்மினியும், உண்மை வெளியே வந்துவிடுமோ என்கிற பதற்றத்தைக் காண்பிக்காமல் திரும்பத் திரும்பப் பொய்யாய்ப் பேசி, சபையோருக்கு அந்த வைத்தியன் குற்றவாளியே என்பதை வலியுறுத்தும் அரசியாரும் என அடுக்கடுக்காய், வீர்யமாய் நகரும் காட்சிகள் நம்மை மெய் சிலிர்க்க வைக்கும். படபடக்கச் செய்யும். அரசியாய் அமர்ந்து அந்த வில்லி கதாபாத்திரத்தை எம்.என்.ராஜத்தைத் தவிர வேறு யாரும் செய்திருக்க முடியாது!இத்தனை கொடூரமான பாத்திரங்களை ஏற்ற அவர் எப்படி மும்தாஜாக பாவை விளக்கில் வலம் வந்தார்? காவியமா நெஞ்சில் ஓவியமா? என்ற அந்தப் பாடலில் ஹுமாயூனாக நடிகர்திலகமும், மும்தாஜாக எம்.என்.ராஜமும் எப்படிப் பொருந்தி நின்றார்கள்? இன்றும் அந்தப் பாடல் காட்சியைக் காண நினைக்கும் போது மனம் எப்படி மகிழ்ந்து போகிறது?

விடிவெள்ளி படத்தில் நடிகர்திலகத்திற்குத் தங்கை யாகவும், பாலாஜிக்கு மனைவியாகவும் வந்து அற்புதமாய்த் தன் நடிப்பை வெளிப்படுத்தினாரே? எத்தனை குடும்பப் பாங்கான பாத்திரம் அது? ஸ்ரீதரின் அருமையான தேர்வாய் எம்.என்.ராஜம் என்ற அந்த நடிகையால் அந்தத் தங்கை கதாபாத்திரம் எவ்வளவு புகழ் பெற்றது? இன்றைய இளைய தலைமுறையினரும், ஏன் இன்றைய திரைப்பட நட்சத்திரங்களுமே கூட பார்த்துப் பார்த்துக் கற்றுக் கொள்ள வேண்டிய, ரசிக்க வேண்டிய அற்புதமான நடிகர்களும், நடிகைகளும் வியாபித்திருந்த காலம் அது. ஐம்பதுகள், அறுபதுகளில் வந்த திரைப்படங்களில் வரிசையாகப் பல படங்களில் தொடர்ந்து தன் திறமையை நிரூபித்துக் கொண்டே யிருந்தார் எம்.என் ராஜம்.

மங்கையர் திலகம் படத்தில் அடங்காப்பிடாரிப் பெண்ணாகவும், ரங்கோன்ராதா திரைப்படத்தில் சிவாஜிக்கு இரண்டாந்தாரமாக வந்து பானுமதிக்குப் பேய் பிடித்திருப்பதாக அளந்து, பைத்தியக்காரப் பட்டம் கட்டி, வீட்டை விட்டுத் துரத்த யத்தனிக்கும் வேஷத்திலும், பாக்கியவதியில் மயக்கும் மோகினி யாகவும், பதிபக்தியில் நடிகர்திலகத்தின் நேரடி ஜோடி யாக மருக்கொழுந்து என்ற கதாபாத்திரத்திலும், பாவை விளக்கில் ஒரு ஜோடியாகவும், நானேராஜாவில் தங்கை ரோலில் சூர்ப்பனகை மாதிரியும், புதையல், காத்தவ ராயன் படங்களில் காமெடி ஜோடியாகவும், என்.எஸ். கிருஷ்ணன் படங்களில் சிறு சிறு வேடங்களில் ஆரம்ப நாட்களிலும் எல்லாவற்றிற்கும் மேலாக நாடோடி மன்னன் படத்தில் கணவனின் அன்பிற்காக ஏங்கும் மனோகரி பாத்திரத்தில் எத்தனை அழகாக, அழுத்தமாக வசனம் பேசி தன் திறமையை நிலைநாட்டியிருந்தார்? இன்னும் எத்தனையெத்தனை வேஷங்களிலெல்லாமோ வந்து தன் நடிப்பு அனுபவத்தைத் தொடர்ந்து நிரூபித்து ரசிகர்களுக்கு அலுப்பூட்டாத நடிகையாக வலம் வந்து கொண்டேயிருந்தார் எம்.என்.ராஜம்.?இன்றும் நினைத்து நினைத்துப் பெருமை கொள்ளலாம் அவர் தன் திரையுலக அனுபவத்திற்காக. தமிழ் ரசிகர்களின் ரசனை அறியாமலா அந்தப் பயணம் நிகழ்ந்தது? அந்தக் காலகட்டத்திலான படங்கள் மீண்டும் வராதா என்று ஏங்கும் அளவுக்கு சிறப்பான திரைப்படங்களும், திறமைமிக்க நடிக நடிகையர்களும், சிறந்த கதை யமைப்பும், காட்சியமைப்பும், பொருத்தமான இசைச் சேர்க்கையும், தேனினும் இனிய பாடல்களும் இன்றும் நாம் எதிர்பார்த்து ஏங்கி நிற்கும் நினைவுகளாகிவிட்டன என்பதுதான் இன்றுள்ள யதார்த்தமான உண்மை. வெறும் கறுப்பு வெள்ளைப் படங்களே வந்தால்கூடப் போதும் என்று எண்ணி மனத்தில் அந்தப் பழைய படக் காட்சிகள் தோன்றித் தோன்றி இன்றும் மூத்த

தலைமுறையினரை நிறைவாக வைத்துள்ளன. இளைய தலைமுறையினர் தங்கள் வாழ்க்கையை செப்பனிட்டுக் கொள்ள, மேன்மைப்படுத்திக் கொள்ள ஐம்பது அறுபதுகளில் வந்த அந்தத் திரைப்படங்கள் காவலாய் நின்று உதவும் என்பதை யாரும் மறுக்க இயலாது. நடிகை திருமதி எம்.என்.ராஜம் அவர்கள் திரைத் துறையில் பரிணமித்த நாற்பதுகள் தொட்ட அறுபதுகள் வரையிலான கால கட்டங்கள் திறமையுள்ள ஒரு கலைஞரை என்றும் திரைத்துறை புறக்கணிக்காது என்பதற்கடையாளமாய் அவரை மிகுந்த அக்கறையோடு பயன்படுத்திக் கொண்டது. திருமதி எம்.என்.ராஜம் அவர்கள் தென்னிந்திய நடிகர் சங்கத்தின் 1953ம் ஆண்டு முதல் பெண் உறுப்பினர் என்ற பெருமைக் குரியவர். சத்யபாமா பல்கலையின் கௌரவ முனைவர் பட்டம் பெற்றவர். புரட்சித்தலைவர் எம்.ஜி.ஆர். அவர்கள் முதலமைச்சராய் இருந்தபோது தமிழ்நாடு செய்தித் திரைப்பட நிறுவனங்களின் செய்திப் படங்களுக்குப் பின்னணிக் குரல் கொடுப்பராக இவரை நியமித்தார். இயக்குநர் சிகரம் கே. பாலச்சந்தரின் அரங்கேற்றம் திரைப்படத்தில் எஸ்.வி.சுப்பையாவுக்கு மனைவியாக, அந்தண மாமியாக வந்து இவர் கலக்கிய நடிப்பை யாரும் இன்றளவும் மறந்து விட முடியுமா?

16

டி.ஆர். ராஜகுமாரி

தமிழ்த் திரையுலகில் நாயகியாகவும், வில்லியாகவும் பரிமளித்த, தன் நடிப்புத் திறனால் மக்களை இரண்டிற்கும் ஏற்றுக் கொள்ள வைத்த, யாரும் முந்திச் செல்ல முடியாத இடத்தில் தன்னைத் தக்க வைத்துக் கொண்டு ஸ்திரமாய் நின்ற, அனைவரின் ஆதரவிற்கும் பாத்திரமான முக்கிய நடிகையாய் விளங்கியவர் (தஞ்சாவூர் ராதாகிருஷ்ணன் ராஜகுமாரி) நடிகை டி.ஆர்.ராஜகுமாரி.

அந்தக் கால சினிமா தயாரிப்பில் பல முக்கிய அம்சங்கள் நடைமுறையிலிருந்தன. குறிப்பாகத் தொழில் பக்தி. அது இருந்தால் மற்ற நல்ல பழக்கங் களுக்கு வழி வகுக்கும் என்கிற நம்பிக்கை. இயக்குநர்களை, தயாரிப்பாளர்களை, சீனியர் நடிக நடிகையர்களை மதிப்பது, நடிப்பில் மிகுந்த கவனம் செலுத்துவது,

படப்பிடிப்பிற்கு நேரம் தவறாமல் வருவது, சொன்ன நேரத்திற்கு, சொன்ன காலத்திற்கு தடங்கலின்றி நடித்துக் கொடுப்பது, ஏற்றுக் கொண்ட கதாபாத்திரத்தில் கவனமாய் இருந்து கருத்தைச் செலுத்தி, அந்தப் படம்முடியும் வரை அந்தப் பாத்திரத்தின் நினைவு களிலேயே வாழ்வது, வெவ்வேறு நாட்களில் படப்பிடிப்பு இருந்தாலும் தொடர்ச்சி விட்டுப் போகாமல் தன் நடிப்பைத் தானே உள்வாங்கி மனதில் இருத்திக் கொண்டு, வேஷத்திற்கான அடையாளங்கள் மாறாமல், காட்சித் தொடர் சிதையாமல், ஸ்திரமாக நின்று தன்னைப் படம் முழுக்க அந்தக் காரெக்டராகவே நிலை நிறுத்திக் கொள்வது இப்படியாகப் பலப்பல முக்கிய நல்ல அம்சங்கள் விரவியிருந்தன. இந்த நற் குணங்களெல்லாம் டி.ஆர்.ராஜகுமாரியிடம் வளமாய் இருந்ததாய்க் கேள்விப்படுகிறோம்.

சொல்லக் கேட்டிருக்கிறீர்களா தமிழகத்தின் மர்லின் மன்றோவை? அப்படியும் அழைக்கப்பட்டார் ரசிகர் களால். தமிழ்த்திரை உலகம் கண்ட முதல் கவர்ச்சிக் கன்னி நடிகை டி.ஆர்.ராஜகுமாரி. இவர் கண்கள் பேசின. காண்போருக்கு ஒருவித போதையைக் கொடுத்தன. மீள முடியாத மயக்கத்தில் ஆழ்த்தின. என்னை மீறி நீ வெற்றி கண்டுவிட முடியுமா என்று இவரது உதடுகள் புன்னகைத்தன. அந்த மென் சிரிப்பில், சின்ன இடதோரக் கீழ் உதட்டுப் புன்னகையில் பலர் தங்களை இழந்தனர். அடிமையாய்க் கிடந்தாலும் மகிழ்ச்சிதான், சம்மதம்தான் என்று வீழ்ந்தனர். புன்னகை அரசியின் ராஜ்யம் ஆரம்பமானது. அந்தக் காலத்திலேயே தன் திரைப்படத்தின் ஒரு காட்சியில் நாயகனை நோக்கி பறக்கும் முத்தத்தை (ஃப்ளையிங் கிஸ்) அனுப்பியவர் இவர். அது ரசிகர்கள் தங்களுக்கான தாய் நினைத்து சில்லரைக் காசுகளை எடுத்து திரையை நோக்கி வீசி அமர்க்களப்படுத்திய சம்பவங்களெல்லாம் நடந்திருக்கிறது. நாயகியானாலும் சரி, நாயகனைப் பழி

வாங்கும் வில்லியானாலும் சரி, வில்லனை மிஞ்சிய வில்லியை, நாங்கள் உங்கள் பக்கம்தான் என்று கண்ணையும் கருத்தையும் மூடிக்கொண்டு ஆதரவு தெரிவித்தனர் தமிழ் சினிமா ரசிகப் பெருமக்கள். ஈர்ப்பு என்பது வெறும் அதிர்ஷ்டத்தினால் மட்டுமா விளைந்து விடுகிறது? அழகு அதற்கு எத்தனை உதவி செய்கிறது?

ஒரு கலைஞன் தன் முகத்தை, அதன் அங்கங்களை, பார்வையை, சிரிப்பை அதன் அர்த்தங்களை, தன் நடையை, உடல் அசைவுகளை, குரலை, அதன் உச்சரிப்புகளை, ஏற்ற இறக்கங்களை, அதில் வெளிப்படும் பாவங்களை இப்படிப் பலவற்றையும் தனக்குத்தானே மானசீகமாய் உணர்ந்திருந்தால்தானே அவன் முதலில் தன்னைக் கலைஞனாக நினைத்துக் கொள்ள முடியும். அப்படி அவனுக்குள்ளே தன்னைப்பற்றிய ஒரு புரிதல், பிரக்ஞை முழுமைப் பட்டிருந்தால்தானே அவன் தனக்குக் கிடைக்கும் வேஷங்களை சவால்களாய் ஏற்று நிறைவேற்ற முடியும்? இதெல்லாமும் ஒரு கலைஞனுக்கு உள்ள அடிப்படை என்றால் இத்தனையையும் தூசி போல் தட்டிவிட்டு முன்னேற முடியுமா? முடியும்தான். வந்து நின்றாலே போதும்...சொக்கிப் போகும் உலகம் என்கிற நிலையிருந்தால்? யாரால்தான் தவிர்க்க முடியும்? தயாரிப்பாளர்களும், இயக்குநர்களும் அதற்கு மேல் என்ன கேட்கப் போகிறார்கள்?

பெரிய்ய்ய்ய அளவிலே தன் திறமையைக் காட்ட வேண்டும் என்கிற ஆவசியமே எழவில்லை. திரையில் தோன்றி... நாலு எட்டு எடுத்து வைத்து நடந்தாலே போதும்... அந்த அசைவுகளில், அதன் அழகில், தங்களை மறந்தனர்.. கைகளும் கால்களும், கண்களும், வாயும் பேசும் மொழியில் வசமிழந்து ஆரவாரித்து மகிழ்ந்து ஏகோபித்த ஆதரவினைத் தெரிவித்தினர். இவரைப் புறந்தள்ள இன்னொருவர் பிறந்துதான் வரணும் என்று ஒட்டு மொத்தமாய் புகழ்ந்து சொல்லி,

அவர் ஒருவருக்காகவே தங்கள் பொழுதையும், உறக்கத்தையும், ஓய்வையும் இழந்தனர். ஆட்டி வைப்பது என்பது சிலரை. ஆட்டிப் படைப்பது என்பது பெருங் கூட்டத்தை. இவர் ஆட்டிப் படைத்தார். கதையில் நான் தோற்றாலும், கடைசியில் நிற்பது நான்தான் என்று ரசிக மனங்களில் நிலை பெற்றார்.

தமிழ்த் திரையுலகின் முதல் கனவுக் கன்னி, பெண் சூப்பர் ஸ்டார் என்று ஸ்தாபிக்கப்பட்ட புகழ்பெற்ற நடிகை டி.ஆர்.ராஜகுமாரி. திருமதி என்கிற பட்டத்தை வாழ்நாள் பூராவும் தனித்து நின்று துறந்து உறவுகளுக் காகத் தியாக வாழ்க்கை வாழ்ந்து பலரின் மனதில் ஆயுளுக்கும் நிலை பெற்றுவிட்ட பொன் மனச் செம்மல். விகடனில் மிகப் பிரபலமான தொடர்கதை களுக்கெல்லாம் சித்திரம் வரைந்த கோபுலு தன் பள்ளி நாட்களை நினைவு கூர்கையில் தன் கூடப் படித்ததில் ராஜாயி என்று ஒரு பெண் இருந்தார். அவர்தான் பின்னாளில் ராஜகுமாரி என்ற பிரபல நடிகை என்று நினைவு கூர்கிறார். 8-ம் வகுப்போடு பள்ளிப் படிப்பு முடிந்து போனதாகத் தெரிகிறது. இவர் பிறந்த கொ!ஞ்ச நாட்களிலேயே தந்தை இறந்து போனதால், குடும்பத்தைக் காப்பாற்ற வேண்டிய பொறுப்பில், தாய் இவரை சினிமாவில் நடிக்க வைக்க வேண்டும் என்கிற முயற்சியில் இறங்கி, சென்னை வந்து கே. அமர்நாத் என்ற இயக்குநரிடம் கொண்டு நிறுத்துகிறார். அவரோ உன்னிடம் அழகும் இல்லை, நடிப்பும் வரவில்லை என்று நிராகரித்து விடுகிறார். அத்தை வீட்டில் (பெயர் எஸ்.பி.எல். தனலட்சுமி) வீட்டு வேலைகளைச் செய்து வாழ்ந்து வருகிறார்., இந்த தனலட்சுமியின் புதல்விகள் தான் புகழ்பெற்ற கவர்ச்சி நடிகைகளான ஜோதி லட்சுமியும், ஜெயமாலினியும். ஒரு நாள் அவர்கள் வீட்டுக்கு வந்த இயக்குநர் கே.சுப்ரமணியத்திற்கு காபி கொடுத்து உபசரிக்க வந்த இவரைப் பார்த்து விட்டு, கறுப்பாக இருந்தாலும் களையான முகம் என்று

சொல்லி, இவரையே நடிக்க வைக்கலாமே என்று தன் படத்தில் ஒப்பந்தம் செய்கிறார். இப்படித்தான் எதிர்பாரா விதமாய்த் திடீரென ஆரம்பிக்கிறது இவரது திரையுலக வாழ்க்கை. குமார குலோத்துங்கன் என்பது படத்தின் பெயர். அதில்தான் ராஜாராவ் என்பவர் இவரின் ராஜாயி என்ற பெயரை மாற்றி டி.ஆர். ராஜகுமாரி என்று பெயர் சூட்டுகிறார்.

தஞ்சாவூர் ராதாகிருஷ்ணன் ரெங்கநாயகி ராஜாயி - தஞ்சாவூர் ராதாகிருஷ்ணன் ராஜகுமாரி என்று அறியப்பட்டார். பிரிட்டீஷ் இந்தியா மெட்ராஸ் பிரஸிடென்ஸியில் தஞ்சைப் பெருநகரில் பிறந்தவர். பிரபலமான தஞ்சை குசலாம்பாள், இவரது தாய்வழிப் பாட்டி. கர்நாடக இசைப் பாடகி. இசைக் குடும்பத்தைச் சேர்ந்தவராதலால் நாட்டியத்திலும், பாட்டிலும் சிறந்து விளங்கினார். கர்நாடக இசைப் பாடகியாகப் பயிற்சி பெற்றிருந்ததால், திறமையான நடனமணியாகவும் விளங்கினார். சினிமாவிற்கு வந்த பின்பே நாட்டியமாடக் கற்றுக் கொண்டார். வானுலாவும் தாரை நீ என் இதய கீதமே...மற்றும் ஓடிவா வெண் முகில் போலே... என்று இரண்டு பாடல்களை இதய கீதம் படத்திற்காக டி.ஆர். மகாலிங்கத்தோடு சொந்தக் குரலில் பாடியிருக்கிறார். ஆடும் மயில், பாடும் குயில், கோயில் சிற்பம், தங்கப் பொம்மை என்றெல்லாம் பத்திரிகைகள் இவரைப் புகழ்ந்தேற்றின. 1936 முதல் 1963 வரையிலான இவரது திரைத்துறை காலகட்டம் தவிர்க்க முடியாத முக்கிய இடத்தில் இவரை ஆரோகணிக்க வைத்திருந்தது.

1941ல்தான் குமார குலோத்துங்கன் முதல் படம் வெளியானது. 1936 முதலே தயாரிக்கப்பட்டதுதான். வெளிவந்தது 1941ஆம் ஆண்டுதான். இதனைத் தொடர்ந்து மந்தாரபதி, சூர்ய புத்ரி என்ற படங்களிலும் நடித்தார். இவை தோல்விப்படங்களாகவே அமைந்தன. இதே 1941ல் இயக்குநர் திரு கே.சுப்பிரமணியன்

காலத்தால் அழியாத கலைஞர்கள் | 223

(நாட்டியத் தாரகை திருமதி பத்மா சுப்ரமணியத்தின் தந்தை) இயக்கத்தில் வெளியானதுதான் "கச்சதேவயானி" வெற்றிப்படம். பி.யு.சின்னப்பாவுடன் மனோன்மணி படத்திலும் பாகவதருடன் சிவகவி, ஹரிதாஸ் என்று நடித்துப் புகழ்பெற்றார். எம்.கே..தியாகராஜ பாகவதருடன் நடித்த ஹரிதாஸ் வெளிவந்த பிறகுதான் இவரின் திரையுலக மார்க்கெட் கொடி கட்டிப் பறக்க ஆரம்பித்தது. 1945 தீபாவளி முதல் 1946 தீபாவளி வரை 110 வாரங்கள் ஒரே திரையரங்கில் ஓடி சாதனை படைத்தன. சுமார் அறுபது பாடல்கள் கொண்டது இத்திரைப்படம். தேனொழுகும் கானம் நம் மக்களின் காதுகளில் தொடர்ந்து ஒலித்துக் கொண்டிருக்க, திரும்பத் திரும்ப இத்திரைப்படத்தைப் பார்த்துக் கொண்டேயிருந்தார்கள்.

இதன் பின்னர் எம்.கே.ராதாவுடன் ஜோடி போட்டு வெளிவந்த ஜெமினியின் "சந்திரலேகா" படம் இவரை திரையுலகின் உச்சிக்குக் கொண்டு நிறுத்தியது. இதில் இடம் பெற்ற ஜிப்சி நடனம் மற்றும் ட்ரம்ஸ் நடனம் மிகவும் பிரபலமாகியது. இந்திய அளவில் மிகுந்த பாராட்டுக்களைக் குவித்தது. நாம் இப்பொழுது பார்த்து ரசிக்கும் பாகுபலி பிரம்மாண்டம் அந்தக் காலத்திலேயே சந்திரலேகா, ஔவையார் போன்ற படங்களில் நிறைவேறி விட்டது. ஜெமினி அதிபர் திரு எஸ்.எஸ்.வாசன்தான் அந்தக் கனவுலகை சிருஷ்டித்தவர். பிற மொழிப் படங்களில் இவர் நடிக்கவில்லைதான். ஆனால் இந்தியிலும் ஆங்கிலத்திலும் மொழி மாற்றம் செய்யப்பட்டு சந்திரலேகா வெளியிடப்பட்டது. தமிழில் வெளியான சந்திரலேகா 1948 ல் ரிலீஸாகி, 1949 ல் செக்கோஸ்லோவாக்கியாவில் சிறந்த படத்திற்கான விருதினைப் பெற்றது.

அந்தக் கால பிரபல கதாநாயகர்கள் அத்தனை பேருடனும் ஜோடியாக நடித்த பெருமை டி.ஆர்.

ராஜகுமாரிக்கு உண்டு. எம்.கே.தியாகராஜ பாகவதர், எம்.கே.ராதா, டி.ஆர்.மஹாலிங்கம், பி..யு.சின்னப்பபா, கே.ஆர்.ராமசாமி, எம்.ஜிஆர்., நடிகர்திலகம்... என்று வரிசை கட்டி நின்று வந்த படங்கள் அத்தனையும் இவர் புகழைப் பறைசாற்றிக்கொண்டேயிருந்தன. எம். கே.டி.பாகவதரோடு நிறையப் படங்களில் நடித்திருந்தாலும் பி.யு. சின்னப்பாதான் சிறந்த நடிப்புத் திறனும், பாட்டும், வசனம் பேசும் திறனும், கத்திச் சண்டை, சிலம்பாட்டம் போன்ற சகலகலா வல்லவர் என்றும், அனைத்திலும் ஈடு இணையற்று விளங்கியவர் என்றும், அவர் ஒரு பிறவி நடிகர் என்றும் அவரை மனமாரப் பாராட்டினார் இவர். அவருடன் நடிக்கும்போதெல்லாம் ராஜகுமாரியைப் புது உற்சாகத்துடன் பார்க்க முடிந்தது என்று கூறியவர் உண்டு. பி.யு.சின்னப்பாவின் மறைவு இவரை மிகவும் பாதித்ததாகவும். அவரின் ஏகாந்த நிலைக்கு பி.யு.சின்னப்பாவின் மறைவும் ஒரு காரணமாயிருந்தது என்பதாகச் செய்தி உண்டு.

அவரின் மறைவுக்குப் பிறகே ராஜகுமாரி தன்னை ஒரேயடியாகத் தனிமைப் படுத்திக் கொண்டதாகச் சொல்லப்படுகிறது. இவைகளெல்லாம் ஒரு நாளிதழில் வந்த செய்திகளாகப் பேசப்பட்டதும், உறுதி செய்து கொள்ள இன்று எதுவும் ஆதாரமில்லை என்பதுமே உண்மை.

செல்வமும், செல்வாக்கும் இருந்தும், எளிமையாக வாழ்ந்தவர் என்று அறியப்படுகிறார். சாதாரண சேலையில் வெறுங் கழுத்தாக இருக்க வேண்டாம் என்கிற சென்டிமென்டில் ஒரே ஒரு முத்துமாலையோடு, ரொம்பவும் சாதாரணமாய், யதார்த்தாய் தன் வீட்டில் வலம் வந்தவர். அந்த சுமைகளெல்லாம் எதற்காக? என்று கேள்வி கேட்டுக் கொண்டவர். பெயர்தான் ராஜகுமாரி, ஆனால் கடைசி வரை வாழ்ந்தது ஒரு துறவியின் மனநிலையில்.

காலத்தால் அழியாத கலைஞர்கள் | 225

எம்.ஜி.ஆருக்குத் தாயாகவும், சிவாஜிக்குச் சகோதரி யாகவும் நடித்திருக்கிறார். இவ்வளவு ஏன் கமல் இவரோடு நடித்திருக்கிறார் என்றால் நம்புவீர்களா? அவரே சொன்னால்தான் உண்டு. எஸ்.எஸ்.ஆருக்கு அக்காவாக, தேவிகாவுடன் நடித்த வானம்பாடி படத்தில் தேவிகாவின் கங்கைக்கரைத் தோட்டம் கன்னிப் பெண்கள் கூட்டம் பாடலின்போது டி.ஆர்.ராஜகுமாரி யின் அருகில் நடிகை ஷீலாவோடு நிற்கும் சின்னஞ்சிறு குட்டிப் பையன் யாரென்று மறுமுறை வாய்ப்புக் கிடைத் தால் பாருங்கள். டி.ஆர்.ராஜகுமாரி தன் ஒப்பனைகளை நிறுத்திக் கொண்ட கடைசிப் படம் இதுதான்.

நாயகியாக நடித்த பெருமைகளைவிட இவர் வில்லி யாகத் தோன்றிய படங்களை நினைவு கூருவதுதான் இவரது மயக்கும் விழிகளுக்கும், மந்திரப் புன்னகைக்கும் பொருத்தமாய் அமையும். அந்த மாயவலையில் ரசிகர்கள் தங்களை மறந்து விழுந்து கிடந்த காலம் அது. தங்கப் பதுமை படத்தில் எப்படி மணிவண்ணன் (சிவாஜி) அவரின் வலையில் வீழ்ந்து கிடப்பாரோ அப்படி....! அதற்கு முன்பாகவே அன்பு படத்தில் நடிகர் திலகத்திற்கு சித்தியாக நடித்திருந்தார். ஆனால் கலைஞரின் மனோகரா திரைப்படத்தில் வில்லிச் சித்தி யாக வந்தார். வில்லிச் சித்தி மனோகரனின் தணியாக் கோபம் கொண்ட கொதிநிலை அடங்காமல் படம் பூராவும் பார்த்துக் கொண்டார். வசந்த சேனை... வட்ட மிடும் கழுகு... வாய்பிளந்து நிற்கும் ஓநாய்... என்று பொங்கி எழும் போது ராஜகுமாரியின் அலட்சியமும், கர்வமும், அகங்காரமும் கலந்த பார்வை காண்போரை யெல்லாம் கதிகலங்க அடித்துவிடும். இந்தச் சண்டாளி ஒழிய மாட்டாளா என்று ஆத்திரம் பொங்கும். அது தான் ராஜகுமாரியின் வெற்றி.

மனோகரா படத்தில் வசந்த சேனை என்ற பயங்கர மான வில்லி கதாபாத்திரத்தை ஏற்றிருப்பார். மன்னர்

சத்தியசீலனை மயக்கி அரியணையில் தொற்றிக் கொண்டு, அரசனின் குடும்பத்தையே ஆட்டுவிக்கும் கொடூரமான வில்லித் தனம்.

வசந்த சேனையின் அக்கிரமங்கள் அனைத்தும் அரசருக்குத் தெரிந்து போகும். அவர் வில்லன் எஸ்.ஏ. நடராஜனோடு கொஞ்சிக் குலவிக் கொண்டிருந்ததும் தெரிய வரும். உண்மை அறிந்து பொங்கி வசந்த சேனையின் அறைக் கதவை எட்டி உதைத்து உள்ளே நுழைவார் அரசர். பிரபோ...நீங்கள் என்னை சந்திக்கக் கூடாதே? ஆண்டவன் கட்டளையாயிற்றே? என்று நடிக்க, அர்த்த ராத்திரியில் அம்சத் துளிகா மஞ்சத்தில் அந்த ஆண்டிப் பயலோடு நீ கேளிக்கை நடத்த வேண்டுமென்பதா ஆண்டவன் கட்டளை? என்று கொதிப்பார் அரசர். துணைக்கு இருந்த தோழியின் பொய் நடிப்பைக் கேட்டு (டி.பி. முத்துலெட்சுமி) இந்த வஞ்சகம் எல்லாவற்றிற்கும் துணை போன பாதகி நீதானே என்று அவள் கழுத்தை நெறித்துக் கொல்லப் போவார். அப்போது வசந்தசேனை வந்து தடுப்பாள்.

அவளை ஒன்றும் செய்யாதீர்...நானே சொல்லுகிறேன்... என்று ஆரம்பிப்பார். கணவனுக்கு விஷம் கொடுத்துக் கொன்றேன்...களங்கமற்ற பத்மாவதி கற்பிழந்தாள் என்று கதை கட்டினேன். என்னடா உண்மையெல்லாம் சொல்லுகிறாளே என்று யோசிக்கிறீரா...? இதையெல்லாம் சொல்வது உம்மிடம் மன்னிப்புப் பெற அல்ல. உம்மால் என்னை ஒன்றும் செய்யமுடியாது என்கிற மன தைரியத்தில்... மோசக்காரி... என்று நெருங்குவார் அரசர். தொடருவாள் வசந்தசேனை...

மோசக்காரி... நானா மோசக்காரி... பல ஆண்டுகளாக என்னை வெறும் பள்ளியறைப் பதுமையாக மட்டும் வைத்துக் கொண்டு என் பாலகனுக்குப் பட்டாபிஷேகம் செய்ய வேண்டுமென்ற (காகா ராதாகிருஷ்ணன் - வசந்தன் என்ற பாத்திரத்தில்) என் ஒரே ஒரு தணியாத

காலத்தால் அழியாத கலைஞர்கள் | 227

ஆசையைக் கூடத் தரை மட்டமாக்கி விட்ட நீரல்லவா மோசக்காரர்...?

உன் பாலகனுக்குப் பட்டாபிஷேகம்...மறந்து விடு அதை... இந்த பூமியை புருஷோத்தமன் சந்ததியிடமிருந்து யாராலும் பறிக்க முடியாது...

கனவு காணாதீர்...வாழ்த்துப் பத்திரம் தயார் செய்து வையும்... வசந்தனின் மகுடாபிஷேகத்திற்கு. கேசரிவர்மனின் புதல்வன் வசந்தனின் மகுடாபிஷேகத்திற்கு...

நிறுத்தடி நிறுத்து... வேசி...

பாவம்... அது இப்போதுதான் புரிந்ததோ...?

பாவி...பரத்தை... உன்னை உயிரோடு வைத்திருந்தால் உளறிக் கொண்டே இருப்பாய்...யாரங்கே...?

சிப்பாய்கள் வரிசையாய் அணி வகுத்து வருவார்கள்..

வாருங்கள் வேகமாய்... பிடியுங்கள் இவளை... -சிப்பாய்கள் அசையாமல் நிற்பார்கள்.

ம்ம்...பிடியுங்கள்... -மறுபடி சொல்வார். அப்போதும் அப்படியே நிற்பார்கள். அதிசயிப்பார்.

நடக்காது... அஸ்தமித்து விட்டது உமது அதிகாரம்... இவர்கள் என் வீரர்கள்...

அப்போது மாறுவேடத்தில் இருக்கும் மனோகரன் வருவார்... அவரைப் பார்த்து...

அட்சயா... இவனைக் கைது செய்...

என்னையா கைது செய்யச் சொல்லுகிறாய்?

ஆமாம்...உம்மைத்தான் கைது செய்யச் சொல்லுகிறேன்... அதுவும் இந்தக் கடைசி ராஜ உடையுடன்.. அட்சயா... (மனோகரனைப் பார்த்து) ஏன் நிற்கிறாய் அட்சயா...நடக்கட்டும்...

அரசரைக் கைது செய்வார்கள் அரசர் மனோகரனைக் கண்ணுக்குக் கண் பார்த்து சஞ்சலப்படுவார்... வேதனையோடு வரும் வார்த்தைகள்.

புருஷோத்தமா... புறமுதுகு காட்டி அறியாத உன் பரம்பரையின் புகழை மண்ணோடு மண் ஆக்கி விட்டாய்... வாளேந்திய உன் கரங்களிலே வஞ்சகி பூட்டிடும் விலங்கா? ஏ வீரபூமியே என்னை மன்னிக்க மாட்டாயா? - அரசரைக் கொண்டு செல்வதோடு இக்காட்சி முடியும்.

இக்காட்சியில் ராஜகுமாரியின் கண்கள் குரூரமாய்ப் பேசும். வசன உச்சரிப்பில் இருக்கும் அழுத்தமும், அலட்சியமும் கேட்போருக்கு எரிச்சலை உண்டு பண்ணும். அப்பாவியாய், ஒன்றும் செய்வதறியாது நிற்கும் அரசரின் மீது பரிதாபத்தை ஏற்படுத்தும். வசந்த சேனைக்கு எப்பொழுதுதான், எப்படித்தான் முடிவு வரும் என்று மிகுந்த வேதனையோடு காத்திருப்பார்கள் பார்வையாளர்கள். அந்த அளவுக்கு படத்தோடு, படத்தின் கதையோடு, காட்சிகளோடு ஒன்றிப் போன காலம் அது. அப்படி ஒன்றிப் போய் ரசிக்க வைக்கும் அளவுக்கு கலைஞரின் பட்டை தீட்டிய வசனங்கள் நம்மை மெய் சிலிர்க்க வைக்கும். இன்று பார்க்க நேரிட்டாலும் அந்த உணர்ச்சி பாவங்களைத் தவிர்க்க முடியாது. தியேட்டரில் கை தட்டல் அள்ளிக் கொண்டு போன காலம் அது. அடுத்தடுத்த ஷோ என்று திரும்பத் திரும்பப் பார்த்துக் கொண்டேயிருந்தார்கள் ரசிகர்கள்.

குலேப் புஷ்பத்தைக் கஷ்டப்பட்டுக் கொண்டு வந்து அரசரிடம் கொடுக்க வருகையில், வழியில் இ.ஆர். சகாதேவன், ஏ.கருணாநிதி கோஷ்டி அந்தப் புஷ்பத்தைக் களவாடிக் கொண்டு வந்து அரசரிடம் பொய்யாய் நின்று, தாங்களே போராடி அந்த மலரைக் கொண்டு வந்ததாகப் பொய்யுரைப்பர். அந்நேரம் தாசன் (எம்.

காலத்தால் அழியாத கலைஞர்கள் | 229

ஜி.ஆர்) அங்கு வந்து விடுவார். தானே மிகவும் துன்பங்களைச் சந்தித்துப் போராடிப் பெற்ற மலரை வழியில் பறித்துக் கொண்டு வந்து நாடகமாடுபவர்கள்தான் இவர்கள் என்கிற உண்மையைச் சொல்வார். எது வானால் என்ன, புஷ்பத்தை வைத்து முதலில் என் கண் பார்வையைச் சரி செய்யுங்கள் என்று அரசர் அவசரப்படுத்துவார். பெட்டியைத் திறக்க அது காலியாய் இருக்கும். எங்கே மலர்? என்று திகைக்க, அரும்பாடுபட்டுக் கொண்டு வந்த மலரை இப்படிக் காணாமல் போக்கி விட்டீர்களே என்று வேதனையுறுவார் தாசன். அப்போது அங்கே வந்து நிற்பார் லக்பேஷ்வா. அதுதான் டி.ஆர்.ராஜகுமாரி. மலர் இங்கே இருக்கிறது என்று தாசனிடம் கொண்டு வந்து கொடுப்பார்.

லக்பேஷ்வா...உன் கையாலேயே அந்தகரான என் தந்தைக்கு அருள்ஜோதி கிடைக்கும்படி செய்... என்பார் தாசன். லக்பேஷ்வா அரசர் அருகில் சென்று அந்த மலரை அவர் கண்களில் பிழிவார். அரசருக்குப் பார்வை வந்து விடும். தாசன்... என்று கூறிக்கொண்டு எம்.ஜி.ஆரை நெருங்குவார். என்னால் வஞ்சிக்கப்பட்ட என் மகன் தாசன்... என்று கூறிக்கொண்டே வந்து கட்டிக் கொள்வார்.

இவர்கள் யார்? என்று அருகில் நிற்போரைப் பார்த்துக் கேட்பார் அரசர். ஜி.வரலட்சுமி மற்றும் டி.ஆர்.ராஜகுமாரி. இன்னொன்று ராஜசுலோசனா. இவர்தான் மஹாபலி நாட்டு அரசி பஹாவலி. இவளுடைய கட்டுப்பாட்டுக்குள்தான் இருந்தது இந்தக் குலேப் மலர். என்று ஜி.வரலெட்சுமியைப் பார்த்துக் கூறிவிட்டு, ராஜகுமாரியிடம் வருவார். இவள்...தங்கள் கண்கள் ஒளி வீசுவதற்கு வழி வகுத்த உத்தமி லக்பேஷ்வா.. எனும்போது ராஜகுமாரியின் அந்தப் புன்னகை கொள்ளை போகும் அங்கே. அழகு சொட்டு கிறது என்பார்களே...! அதை அங்கே காண்பீர்கள்.

.கடமையின் பாதையிலிருந்த கல்லையும் முள்ளையும் கடந்து செல்லக் காரணமாயிருந்த வீரப் பெண்மணி மஹம்மதா... என்று ஒவ்வொருவராய் அரசருக்கு அறிமுகப்படுத்துவார். இம்மூவரும் மஹாபலி நாட்டு அரசகுமாரிகள். இந்த மலருக்கு உடையவர்கள்... என்று சொல்ல...சந்திரபாபு சொல்வார்... அதெல்லாம் பழைய சமாச்சாரங்க...இப்போ இவங்க எல்லாரும் இவருக்கு உடையவர்கள் என்று தாசனை (எம்.ஜி.ஆரைக்) காண்பிப்பார். எல்லோரும் சிரிப்பார்கள். குலேபகாவலி படத்தில் வரும் அற்புதமான ரசிக்கத் தக்க காட்சி இது. விந்தனின் "மயக்கும் மாலைப் பொழுதே நீ போ...போ... பாடலை நாம் மறந்திருக்க முடியுமா? இன்றைக்கும் இரவு வேளையில் உறக்கத்திற்கு முன்பு நம்மை மயக்கும் பாடலாயிற்றே அது..! குலேபகாவலியின் வெற்றிதான் ஆர்.ஆர்.பிக்சர்ஸை தூக்கி நிறுத்தியது.

1936 முதல் 1963 வரையிலான டி.ஆர்.ராஜகுமாரியின் திரைப்பயணக் காலகட்டம் அவரை வெற்றிப் படிகளிலேயே நிறுத்தி வைத்து அவரை மிகச் சிறந்த தயாரிப்பாளராகவும் மாற்றியிருந்தது. சகோதரர் டி. ஆர்.ராமண்ணாவுடன் சேர்ந்து ஆர்.ஆர்.பிக்சர்ஸ் என்ற பட நிறுவனத்தைத் துவங்கி வெற்றிகரமாகப் பவனி வந்து கொண்டிருந்தார். வாழப் பிறந்தவள், கூண்டுக்கிளி, குலேபகாவலி, பாசம், பெரிய இடத்துப் பெண், பணம் படைத்தவன், பறக்கும் பாவை என்று அனைத்துமே வெற்றிப் படங்களாகவே அமைந்தன. இரண்டு திலகங் களையும் இணைத்து கூண்டுக்கிளி படத்தை தயாரித்த பெருமை இவருக்கு உண்டு. ஆனால் இப்படம் தோல்விப்படமாக அமைந்தது. இதேசமயம் வெளிவந் திருந்த தூக்குத் தூக்கி ஜனரஞ்சகமாய் அமைந்து சக்கை போடு போட்டது. பிறகு தயாரிப்பில் மட்டும் கவனம் செலுத்த, அத்தனையும் வெற்றிப்படங்களாய் அமைந் தன. திருவிதாங்கூர் சகோதரிகள் என்று அழைக்கப்படும் லலிதா, பத்மினி, ராகினி ஆகிய மூவர் பவளக்கொடி,

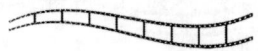

விஜயகுமாரி, அமரகீதம், இதயகீதம் ஆகிய இவரது படங்களில் நடனத்தில் பங்கெடுத்தனர் என்பது சிறப்புச் செய்தி. லலிதாவும் பத்மினியும் இவரோடு அன்பு படத்தில் நடித்துள்ளார்கள். டி.ஆர். ராஜகுமாரி நடித்த விஜயகுமாரி படத்தில் வைஜயந்திமாலா ஒரு நடனம் ஆடியுள்ளார் என்பதும் மகிழ்ச்சியான செய்தி தான்.

கடைசிவரை தம்பிக்குத் துணையாயிருந்து கஷ்ட நஷ்டங்களில் பங்கு கொண்டு கைதூக்கி விட்டவர் .டி. ஆர். ராஜகுமாரி. சொந்த வீடு வாங்கி, தனது வேண்டு தலின்படி அந்த வீட்டிற்கு கன்னியாகுமரி பவனம் என்று பெயர் சூட்டினார். அதுபோல் நடிகையாயிருந்து சென்னையில் சினிமா தியேட்டர் கட்டியவரும் இவர்தான். பாண்டி பஜாரில் முப்பது ஆண்டுகளுக்கும் மேல் கம்பீரமாய் நின்று தமிழ் சினிமா ரசிகர்களை மகிழ்வித்த ராஜகுமாரி தியேட்டர் இவருடையதுதான். தென் சென்னையின் முதல் தரமான குளிர்சாதன வசதி கொண்ட சினிமா தியேட்டர் இது. இப்போது அந்த இடம் ஒரு வணிக வளாகம். ஜெமினி அதிபர் எஸ்.எஸ். வாசனைக் கொண்டு இந்தத் தியேட்டரைத் திறந்து வைக்கச் செய்தார். பிரபலமான இந்தத் தியேட்டரில் ஆங்கில சினிமாக்கள் நிறையத் திரையிடப்பட்டன. பல தமிழ் சினிமா பிரபல நடிகர்கள் அங்கு சென்று படம் பார்த்து மகிழ்ந்த நிகழ்வுகள் நிறைய உண்டு. தமிழ் சினிமாவின் மூவேந்தர்களான எம்.ஜி.ஆர்., சிவாஜி, ஜெமினி இத்தியேட்டரில் அடிக்கடி விஜயம் செய்திருக்கின்றனர்.

அழகும், நளினமும், ஒப்பிட முடியாத நடிப்புத் திறமையும் கொண்டு தமிழ்த் திரையுலகில் கால் ஊன்றிய அந்தக் கால கட்டம் இப்போது போல் எல்லோர்க்கும் திறந்த வெளியாய்க் கிடந்ததில்லை. திறமையிருந்தால் மட்டுமே, தொடர்ந்து தன்னுடைய

திறமையைத் தக்க வைத்து வளர்த்துக் கொண்டால் மட்டுமே, ரசிகர்களின் ஏகோபித்த ஆதரவினைப் பெற்றிருந்தால் மட்டுமே, இடைவெளியின்றிப் பயணிக்க முடியும் என்பதான மிகுந்த மதிப்பும், மரியாதையும், கௌரவமும், கண்ணியமும் கடுமையாய்க் கடைப் பிடிக்கப்பட்ட, காக்கப்பட்ட காலம் அது.

அப்படியான ஒரு கால கட்டத்தில் புகழ் பெற்ற ஒரு நடிகையாயிருந்து, தன் சுயநலம் பற்றி இம்மியும் கவலைகொள்ளாது, உடன் பிறந்த சகோதரனுக்காகவும், அவனது குடும்பத்திற்காகவும் என்று வாழ்ந்து கழித்து, செல்வமும் செல்வாக்கும் செழித்தோங்கிய போதிலும் அத்தனையும் மாயை என்கிற தேர்ந்த மனப் பக்குவத்தில் எளிமையான வாழ்க்கையே சதம் என்று மிகுந்த முதிர்ச்சியோடு, ஒரு துறவியைப் போல் வாழ்ந்து கழித்த திரையுலகத் தாரகை டி.ஆர்.ராஜகுமாரி நம் ஒவ்வொரு வர் வாழ்க்கையிலும் பின்பற்றத்தக்க முன்னுதாரணமாய்த் திகழ்ந்திருக்கிறார் என்றும் சொல்லலாம்.

17

டி.பி.முத்துலட்சுமி

சினிமாவில் நடிக்க வேண்டும் என்கின்ற அதீத ஆசை ஆண்களுக்கு மட்டும்தான் சொந்தமானதா? அது பெண்களுக்கும் உண்டு. அதிலும் கிராமத்தில் இருந்து கிளம்பி வந்த ஆசைகள்தான் அதிகம். சின்னச் சின்ன ஊர்களில் கோயில் திருவிழாக்களில், வெவ்வேறு நிகழ்ச்சிகளில் என்று நாடகங்களில் நடித்துக் கொண் டிருந்த பலருக்கு எப்படியாவது சினிமாவுக்குள் நுழைந்து விட வேண்டும் என்கிற வெறியே இருந்தது அந்தக் காலத்தில். இந்த ஆசையில் அதிகமாக வீட்டை விட்டு ஓடி வந்தவர்கள் ஆண்கள்தான் என்று சொல்ல லாம். பெண்கள் அப்படி ஓடி வந்ததாகக் கேள்விப்பட்ட தில்லை. செய்தியாகவும் வந்ததில்லை. எப்படியாவது பிழைத்துக் கொள்வோம். சின்ன வேலைகளில் இருந்து கொண்டு, அரைப் பட்டினி, கால் பட்டினி என்று

கழித்துக் கொண்டாவது முயற்சி செய்வோம் என்று இல்லாமையின் கோரப் பிடியில் சிக்கி, தளர்ந்து விடாமல் முனைந்த பலர் நட்சத்திரமாகி இருக்கிறார்கள். இந்தக் காலத்திலும் அந்த ஆசை இல்லாமலா இருக் கிறது? ஐம்பதுகள், அறுபதுகளிலேயே சினிமாவில் நடிப்பதற்கென்று வீட்டை விட்டு ஓடி வந்து பைத்திய மாய் அலைந்தவர்களைப் பற்றிய கதைகள் அப்பொழுதே எழுதப்பட்டிருக்கிறது. எங்கேனும் ஒரிரு யதார்த்தம் இல்லாமல் அம்மாதிரி எழுதப்படுவது சாத்தியமா? என்பதை எண்ணிப் பார்க்க வேண்டியிருக்கிறது. ஆனால் சென்னையில்தான் உறவினர் இருக்கிறாரே அங்கு சென்று, பிறகு சினிமாவுக்காக முயற்சி செய்து எப்படியும் அதில் நுழைந்து விடலாம் என்கிற ஆசையோடு, நம்பிக்கையோடு, உறுதியோடு வீட்டில் சொல்லிக் கொள்ளாமல் கிளம்பி வந்தவர் இவர். தன்னால் நன்றாக நடிக்க முடியும், தன் நடிப்பின் மூலம் மக்களைத் திருப்திப்படுத்த முடியும், தொடர்ந்து வாய்ப்புக்களைப் பெற முடியும் என்கிற அசாத்தியமான தன்னம்பிக்கையோடு வந்து வெற்றி கண்டவர்.வெடுக்... வெடுக்... என்ற வசன உச்சரிப்பு... அதற்கேற்ற கச்சித மான கண்ணசைவு, சிரிப்பு, தலையாட்டல், உடலசைவு இவையெல்லாவற்றோடு ஒத்துழைக்கும் நடிப்பு என்று தன்னோடு நடிப்பவர்களிலிருந்து தன்னை வேறுபடுத்தி, நினைத்துப் பார்த்து ரசிப்பதுபோல் பண்ணியவர். இவரது நடிப்பாகத் தெரியவில்லையே இவர் இயல்பே இதுதானோ என்று நினைக்கும் வண்ணம் இயற்கையாக அமைந்திருந்தது முத்துலட்சுமியின் நடிப்புத் திறமை.

நடிப்பவர்களுக்கு குரல் வளம் என்பது முக்கியமாகக் கைகொடுக்க வேண்டும். ஆண்கள் என்றால் கணீரென்ற அந்த கனத்த குரலும், பெண்கள் என்றால் துல்லியமாய் வெண்கலத்தில் அடித்ததுபோல் பளீரென்று இருப்ப தான சிலீர் குரலும், வசன உச்சரிப்பில் “ளகர” “ழகர” “லகர” ங்கள் பிறழாது சரளமாய் ஏற்ற இறக்கங்களோடு

பேசும் திறமையும் ஒரு நடிகைக்கு மிகவும் முக்கியமான லட்சணங்களாய், அது இவருக்குப் பெரிய ப்ளஸ்ஸாகி, யாரும் குறை சொல்ல முடியாத அளவில் தொடர் வாய்ப்புக்களைக் கொண்டு வந்து சேர்த்தது. பெண் நடிகைகளின் குரல்களில் குறிப்பாகக் கவனித்துக் கண்டுபிடிக்க வேண்டும் என்பது போலல்லாமல், கேட்ட மாத்திரத்தில் சட்டென்று புரிந்து கொள்ளும் வண்ணம், இவர்தானே என்று பெயர் சொல்லும் வகையில் அமைந்த அடையாளமான குரல் டி.பி.முத்து லட்சுமியினுடையது. டி.பி. முத்துலட்சுமி. பெயரே மனதுக்கு மிகவும் நெருக்கத்தை உண்டுபண்ணுகிறது தானே? ஏதோ பக்கத்து வீட்டுப் பெண் போல... நடிப்பும் அப்படித்தான். அந்தப் படத்தின் கதைக்கென்று தனி காரெக்டர் செய்வதுபோலவே தோன்றாது. .. சாதாரணமாய்ப் பேசி விட்டுப் போவதாய்த்தான் தோன்றும்... அப்படி அவர் பேசுவதும், உருண்டு குண்டான உடம்பை வைத்துக் கொண்டு டுடுக் டுடுக் கென்று வெட்டி வெட்டி நடிப்பதும் நமக்கு அவர் மேல் இயல்பாய் ஒரு பிரியத்தை ஏற்படுத்தும். சொல்லும் வசனங்களை அவரது நடிப்பு அப்படி அர்த்தப்படுத்தும். நகைச்சுவை நடிகைகள் படத்துக்குப் படம் வருவார்கள். எல்லா கதாநாயக, நாயகி நடிகர், நடிகைகளோடும் நடித்திருப்பார்கள். நகைச்சுவை நடிகருக்கு ஜோடியாக வும் வந்து களை கட்டுவார்கள். ஆனால் அந்தப் படத்தில் அவர் இருக்கிறார் என்பதோடு மட்டுமல்லாமல் அவரைத் தனித்து ஞாபகப்படுத்திக் கொள்வதுபோல் காட்சிகளுக்கான அவசியம் இல்லாமல் போயிருக்கும். ஆனால் இவரை ஞாபகப்படுத்துவதுபோல் நகைச்சுவைக் காட்சிகள் அமைந்தது இவருக்குத்தான் என்றே சொல்ல லாம். நான் சொல்வது ஐம்பது, அறுபதுகளிலான கருப்பு வெள்ளைப் படங்களில். ராஜாராணிக் கதைப் படங்களிலும், சமூகப் படங்களிலும் இவருக்கென்று என்றும், இன்றும் கேட்பது போல், பார்ப்பதுபோல்

பிரத்தியேகமாகப் படங்கள் அமைந்து விட்டன என் பதையே...! அம்மா... வெள்ளையம்மா... வந்திருச்சுடி யம்மா உன் காளைக்கு ஆபத்து... என்று மைதானத்தில் சீறிப்பாயும் அந்த முரட்டுக் காளையை அடக்க வெள்ளையத்தேவன் (ஜெமினிகணேசன்) களம் இறங்கி யதும், முத்துலட்சுமி பேசும் அந்த வசனம் பார்ப்போரைப் பளிச்சென்று சிரிக்க வைக்கும். அதற்குள் அவசரப் படாதே...! என்று பத்மினி (வெள்ளையம்மாள்) அலட்சி யமாக அதை மறுக்க, பிறகு காளையை அடக்கிய பின் வெள்ளையத்தேவனின் வீரத்தில் மயக்கம் கொண்டு காலரியை விட்டு பள்ளம் இருப்பதை அறியாமல் தன்னை மறந்து நகர்ந்து கீழே இறங்க யத்தனிக்கும் நேரம், ம்...ம்...ம்... பார்த்து...பார்த்து... அது சரி... என்று கீழே விழுந்து விடாமல் வெள்ளையம்மாளைத் தடுக்கும் அந்தக் காட்சி மிகவும் ஸ்வாரஸ்யம். உண்மையிலேயே அவர் பெரிய வீரர்தானடி... என்று பத்மினி சொல்ல. அவரா... எவரு? .. என்று கேட்க, ...இனிமே பேரச் சொல்ல முடியுமா... அவுரு...இவரு... அத்தான்... அப்டித் தான் அந்தம்மா வாயிலிருந்து வரும் என்று கேலி செய்ய... பத்மினி அந்த இடத்தில் இருக்கையில் அந்தக் காட்சிதான் எப்படி அழகுபட்டுப் போகிறது?

வீரபாண்டியக் கட்டபொம்மன் படத்தில் வைத்தியர் வேஷம் போட்டுக் கொண்டு பத்மினி, ஜெமினிக்கு சிகிச்சை செய்ய ஓடி வர, அழைத்துக் கொண்டு வரும் முத்துலெட்சுமியை தனக்கான ஜோடியாக நினைத்து ஆசைப்பட்டு, அவரை மடக்கப் பார்க்கும் ஏ.கருணாநிதி யும், இங்க கும்பிட்டாத்தான் உள்ளே அனுமதி என்று அவர் பண்ணும் கிராக்கியும் கூடிய நகைச்சுவை காட்சிகள் என்றும் ரசிக்கத் தக்கவை. அந்தப் பொல் லாத காளை அவரை ரொம்பவும் காயப்படுத்திவிட்டதடி.... என்று வெள்ளையம்மாள் வருந்த... அப்டியா...உனக்கு வேண்டியவருன்னு அதுகிட்டச் சொல்லி வச்சிருந் தீன்னா...சும்மா இருந்திருக்கும்... என்று முத்துலட்சுமி

கிண்டலடிக்கும் அந்தக் காட்சியும்...இது சொல்றத நம்பிட்டு இப்படி வருத்தப்படுறியே... என்று கருணா நிதியை இடிக்கும் காட்சியும் படத்தில் எந்த இடத்திலும் தொய்வு விழக் கூடாது என்று கவனமாய் எடுக்கப்பட்ட ரசனை மிகுந்த காட்சிகளாகும். நடிப்பு என்பது யாரிடம்தான் இல்லை. ஒருவருக்குள் இருக்கும் திறமையை வெளிக் கொண்டுவருவதுதான் முக்கியம். ஒருவர், தன் திறமையைத் தானே உணர்ந்து முனைவது தான் சிறப்பு. டி.பி.முத்துலட்சுமிக்கு அந்த ஆர்வம் இருந்தது. ஆசையும் இருந்தது. முயற்சியும் கை கொடுத்தது. படங்களும் கை கொடுத்தது.

1931 ல் தூத்துக்குடியில் பிறந்த இவர் அதன் பின்பு ஏறக்குறைய பத்தொன்பது ஆண்டுகள் கழித்துத்தான் திரையுலகத்திற்குள் நுழைகிறார். நகைச்சுவை நடிகை யான குமாரி சச்சுவுக்கு குழந்தை நட்சத்திரமாகவே திரையுலக வாய்ப்புக்கள் தேடி வந்து நடிப்புலகமே நிலைத்து விட்டதுபோல், எல்லோருக்கும் அமைவ தில்லையே...! முத்துலட்சுமியின் நடிப்புலகப் பிரவேசம் அவரது மாமா மூலம் நிகழ்கிறது. இயக்குநர் திரு. கே.சுப்ரமணியத்திடம் இருந்த திரு.எம். பெருமாள் என்பவர்தான் முத்துலட்சுமியின் மாமா. அவரிடம் சென்று நிற்க... அவர் இவருக்கு நடனமும், பாட்டும் கற்றுக் கொடுக்கிறார். எஸ்.எஸ்.வாசனின் சந்திரலேகா வில் குழுவோடு சேர்ந்து நடனமாடும் வாய்ப்பு வந்து சேருகிறது. அதன் பிறகுதான் மாடர்ன் தியேட்டர்ஸின் பொன்முடி பட வாய்ப்பு கைக்கு வந்து சேருகிறது. 1950 களில் திரையுலகில் காலடி எடுத்துக் வைக்கும் இவர், பொன் முடி படத்தில் நடித்து பிறகு படிப்படியாக முன்னேறி 2008 வரை தனது திரையுலகப் பயணத்தைத் தொடர்கிறார். சுமார் 350 க்கும் மேற்பட்ட படங்களில் நடித்து தன்னை நிலைநிறுத்திக் கொண்ட புகழ் பெற்ற நடிகையாக டி.பி.முத்துலட்சுமி பவனி வந்தார். 1951ல் அறிஞர் அண்ணாவின் ஓர் இரவு படத்தில் கதாநாயகன்

டி.கே.சண்முகம் அவர்களுக்கு மனைவியாக பவானி என்ற கதாபாத்திரத்தில் நடித்தார். திரும்பிப்பார் படத்தில் தங்கவேலுவுக்கு மனைவியாக வந்து ஊமையாக நடித்த இவர், அவரோடு சேர்ந்து அறிவாளி படத்தில் போட்ட போடு, அடித்த கொட்டம் யாரால் தான் மறக்க முடியும். அந்தப் படத்தில் வாய் பேசாத ஊமை என்றால், அறிவாளி படத்தில் கல்வியறிவில்லாத, ஒன்றுமறியாத வெள்ளந்தியான சேரிப் பெண்ணாக வந்து தங்கவேலு இவர் மேல் பிரியம் கொண்டு மணந்து, பிறகு அவர் சொல்வதையெல்லாம் தப்புத் தப்பாகப் புரிந்து கொண்டு தப்பாகவே செய்து, அதையெல்லாம் சரி சரியென்று தங்கவேலு தலை யிலடித்துக் கொண்டு அட்ஜஸ்ட் செய்து சகித்துக் கொண்டு நகரும் காட்சிகள் விழுந்து விழுந்து சிரித்து வயிறு புண்ணாக வைக்கும். அந்த வெகுளித் தனம், ஒன்றுமறியாத பாவம் தத்ரூபமாய் இருக்கக் கண்டதும் தான் படம் முழுவதுமான நகைச்சுவைக் காட்சிகளின் வெற்றிக்கு ஆதாரம். ஏன், அறிவாளி படத்திற்கே ஆதாரத் தூண் அதுதான் என்றே சொல்லலாம். ஒரு படத்தில் நகைச்சுவைக் காட்சிகள் மட்டும் அதுவரை எந்தப் படத்திலும் இல்லாத வகையில் சிறப்பாக அமைந்து விட்டால் அது படத்தின் வெற்றிக்கே மிகவும் பக்க பலமாய் அமைந்து விடும் என்கிற உண்மை அறிவாளி போன்ற திரைப்படங்களுக்கு பக்காவாகப் பொருந்தும். இந்தப் படத்தில் முத்துலட்சுமியின் பெயர் தங்கலட்சுமி...தங்கவேலுவின் பெயர் முத்துவேலு... பெயர் வைத்திருப்பதைப் பார்த்தீர்களா? ஏன்...இப்டி வச்சிக்கலாமே... என்று சுலபமாய்த் தேர்வு செய்தது போலிருக்கும். அது ஒரு பிரச்னையே இல்லை...கதையும் காட்சிகளும்தான் முக்கியம் என்று கருத்தாய் திரைப் படங்களை உருவாக்கிய காலம் அது. முத்துலட்சுமியைத் திருமணம் செய்து கொண்டு கொடைக்கானல் ஹனி மூன் சென்றிருப்பார் தங்கவேலு. அங்கு இவர்களைப்

போன்றே புது மணத் தம்பதியர் அவரைப் பார்க்க வருவார்கள். அவர்கள் முன் எப்படி நடந்து கொள்ள வேண்டும் என்று தங்கலட்சுமிக்கு சொல்லிக் கொடுப்பார் முத்துவேல்.

இதென்ன கண்ணுக்கு கீழே?...மையா...நீ எழுதிக் கிட்டியா...இல்லீங்களே...நீங்கதான எழுதினீங்க... ஓகோ...கொஞ்சம் அதிகமாப் போச்சு போலிருக்குது.. பரவால்ல...இருந்தாலும் அழகாத்தான் இருக்குது... அது கெடக்கட்டும்... நீ முகத்துலல்லாம் மாவு பூசிக்கிட்டு இங்கயேயிரு... நான் அங்க போய்இருந்துக்கிட்டு...ஒரு பெல் அடிப்பேன்... இதோ வந்துட்டேங்க... அப்டீங்கணும்... ம்...ம்...ரெண்டு பெல் அடிப்பேன்...இங்கருந்து கடகடகடன்னு வந்து அங்க நின்னுடணும்... சரி... மூணு பெல் அடிப்பேன்... உட்கார்ந்துடணும்... ம்...நாலாவது மணி அடிச்சா? ன்னு கேட்க... ஒரு முறை முறைத்து... சோத்துக்குஓடணும்...நாலாவது மணியா...? பெல்லு... பெல்லு... ம்...பல்லு... ம்ம்... உடைச்சுக்கோ..... கல்லு கொண்டாந்து தாரேன் உடைச்சுக்கோ... பல்லு இல்ல... பெல்லு...பெல்லு..... ம்...!வல்ல... சரி... அப்புறம் சொல்லிக்கோ... தயாராயிருக்கியா... என்று விட்டு ஹாலுக்குள் அவர்களை வரவேற்கச் சென்று அமர்வார்... வந்தவர்கள் புது மணத் தம்பதிகளான உங்களைப் பார்த்திட்டுப் போகலாம்னு வந்தோம் உங்க மனைவியை வரச் சொல்லுங்களேன்... என்க... அதுக்கென்ன கூப்பிட்டாப் போச்சு... என்று ஒரு பெல் அடிப்பார்... திடு திடுவென்று தங்கலட்சுமி ஓடி வந்து டபால் என்று நிற்க... முகத்தில் பூசப்பட்ட பௌடர் அழிக்காமல் அப்பியபடி இருப்பதைப் பார்த்து, சார்... அம்மா என்ன உள்ளே சுண்ணாம்பு அடிச்சிட்டிருந்தாங்களோ? என்று வேலைக்காரப் பையன் கேட்க.. டேய்...போடா... என்று இவர் விரட்ட...வந்தவர்கள் சிரித்து விடுவார்கள். .கிணி...கிணி...கிணி... என்று தொடர்ந்து பெல்லை அடிக்க... பயந்து போய் முத்துலட்சுமி உள்ளுக்குள் ஓடி

விடுவார்... சிரிக்காத தம்பி... என்று சொல்லி வள்ளுவர் அழைத்தவுடன் கிணற்றில் நீர் இறைத்துக் கொண்டிருந்த வாசுகி...தண்ணீர் வாளியை அப்படியே பாதியில் விட்டு விட்டு ஓடி வந்து நின்ற அந்தக் கதையைச் சொல்லி சமாளிக்க...பார்த்தியா... எப்டி உடனே வந்து நிற்கிறாங்கன்னு...நான் உன்னை ஆயிரம் தடவை கூப்பிட்டு ஆயிரத்தி ஒண்ணாவதா நான் எழுந்து வந்து உன்னைப் பார்க்க வேண்டிர்க்கு... என்று வந்தவர் தன் புது மனைவியிடம் சலித்துக் கொள்வார். அவர்களும் இனிமே சரியா நடந்துக்கிறேங்க... என்று பவ்யமாய் சொல்ல... இப்படி ஒவ்வொரு காட்சியும் அறிவாளி படத்தில் தங்கவேலுவின் சமாளிப்பாகவே தொடரும். படத்தின் பெயரும் அறிவாளி. கதாநாயகனின் சார்பான கதையும், நகைச்சுவைப் பாத்திரத்தின் சார் பான காட்சிகளும் ஆக இரண்டுமே அறிவுபூர்வ மானவைகளாக அமைக்கப்பட்டிருக்கும். அறியா மனைவியின் அத்தனை தவறுகளுக்கிடையிலும் அவள் மீது அவர் வைத்திருக்கும் அன்பு மாறவே மாறாது. விரும்பிக் கல்யாணம் பண்ணியவளை... எவ்வளவு குறை இருந்தாலும் சமரசம் செய்து கொண்டுதான் போயாக வேண்டும் என்கிற பாடத்தை அழுத்தமாய் உணர்த்தும் காட்சிகள் இவை.

அறிவாளி படத்தின் நகைச்சுவைக் காட்சிகளுக் கென்றே தனியே ஒரு கட்டுரை எழுதலாம். சேரிப் பெண்ணின் மீது மனதைப் பறிகொடுத்து மணந்து கொண்டுவிட்டு, அவரை வைத்துக் கொண்டு ஒவ்வொன்றுக்கும் தங்கவேலு என்ன பாடுபடுகிறார் என்பதற்குப் பொருத்தமான நச்சென்ற காட்சிகள் அவை. ஆனால் ஒன்று. எதிலும் அவர் தன்னைத்தான் சலித்துக் கொள்வாரேயொழிய மனைவியைத் திட்டவே மாட்டார். அவளின் அறியாத்தன்மையை அப்படியே உணர்ந்தவராய் எதிர்நோக்குவார். வீட்டினுள், இருட்டாருக்குதே... என்று புரியாமல் தவித்து நின்று

கொண்டு கொட்டுக் கொட்டென்று நிற்கும் மனைவியைப் பார்த்து. நுழையும் முத்துவேல்... தங்கலட்சுமி... எங்கயிருக்கிற? என்று கத்த, என்னாங்க... நீங்க எங்க இருக்குறீங்க...? என்று இவர் கேட்க... ஏன் விளக்கேத்தல...? அதையேன் கேட்குறீங்க... அந்தப் பையன் எங்கயோ போயிட்டான்... இந்த சீமெண்ணைப் புட்டிய எங்க வச்சேன்னு தெரில..விளக்கேத்த முடில... வீடெல்லாம் ஒரே இருட்டா இருக்குது... அதான் தவிச்சிட்டிருக்கேன்... என்று தங்கலட்சுமி சொல்ல.. சீமெண்ணப் புட்டியா...? ஹய்யோ..? என்று சுவிட்சைப் போட லைட் எரியும்.. அட... பரவால்லியே...? என்று இவர் வியந்தவாறே...நா இதத்தான் தேடிட்டிருந்தேன்... என்றவாறே வெத்தலை பாக்குத் தட்டை எடுப்பார்... நாந்தான் ஏற்கனவே உங்கிட்ட சொல்லியிருக்கனே... கதவுக்குப் பின்னால சுவிட்சு போர்டு இருக்குது.ன்னு...? ஏன் சீமெண்ணப் புட்டி கேட்குறே...? அய்யய்யோ...நா மாட்டேன்... அதத் தொட்டாப் புடிச்சிக்குமாம்ல...? என்க...ம்...ஒம்மேல ஆச... அது புடிச்சிக்குது...கரன்ட் வர்ற கம்பி இருக்கே... அதத் தொட்டாத்தான் புடிச் சிக்கும்... இது சுவிட்ச்சு... இதத் தொட்டா புடிச்சிக்காது... அப்டின்னா ஆனு...இப்டின்னா ஆஃப்பு... என்று விரலை மேலும் கீழுமாக ஆட்டிச் செய்து காண்பிப்பார். என்னது? ஆனா... என்றுபுரியாமல்தங்கலட்சுமிகேட்க... ம்...ஆணு..பொண்ணு...ஓர்ப்படியா...கொழுந்தியா... எல்லாம் ஒரு குடும்பமே அங்க இருக்குது... என்று சலித்துக் கொள்வார். ம்ம்...நா... என்னத்தப் பண்ண... அதாவது... அதுக்குப் பேரு என்ன தெரியுமா... என்ன? சுவிட்ச்... என்னது சொச்சியா? ம்...சொச்சி...இடி யாப்பம்... ஊத்தப்பம்... முறுக்கு மசால்வடை... என்னா பலகாரம் பேரக் கொண்டு அதுக்கு வைக்கிற...? நீ வா... விவரமா சொல்றேன்... அதுக்குப் பேரு...சுவிட்ச்சு... என்று அழுத்திச் சொல்லிக் கொடுக்க...சூழ்ச்சியா...? என்று இவர் வாயில் நுழையாமல் கேட்க...ம்... சூழ்ச்சி...

வஞ்சனை, பொறாமை... இப்டி எல்லாம் இருக்கு இந்தத் தட்டுல...வையி... என்றவாறே வைத்தல பாக்குத் தட்டை வாங்குவார்...

இப்படி இப்படத்தில் இன்னும் அநேகக் காட்சிகள் உள்ளன. இன்றைய ஸ்பெஷல் என்று மனைவியை பூரி செய்யச் சொல்லிக் கேட்டு...தெரியாது என்று சொல்ல... தெரியாதா...வா...நா சொல்லித் தர்றேன்... என்று இவர் உட்கார்ந்து...ஒரு பெரிய்ய்ய அண்டாவ எடுத்துக்கணும்... என்று ஆரம்பிக்க... அதான் எனக்குத் தெரியுமே... அதான் எனக்குத் தெரியுமே... என்று மாவு எடுக்க... பிசைய என ஒவ்வொன்றுக்கும் முன்னமே தெரியுமே என்று பாட்டுப் பாட... எரிச்சல் அடைந்து... எல்லாத்தையும் ஒண்ணாச் சேர்த்து நல்ல்ல்லாக் கலக்கி எடுத்து வை...நா வந்து அதுல குதிக்கிறேன்... என்று கோபப் படுவார். பிறகு அடக்க ஒடுக்கமாக் கேளு... எதச் சொன்னாலும்... அதேன் எனக்குத் தெரியுமே... அதேன் எனக்குத் தெரியுமே... அதென்ன... என்னெத்தத் தெரியும்...? பெரிய்ய்ய... இவ மாதிரி... என்று கடிந்து விட்டு சொல்லிக் கொடுப்பார். இந்த நகைச்சுவைக் காட்சிகள் டணால் தங்கவேலுவுக்கு மட்டும் அமைந்த சிறப்புக் காட்சிகள் அல்ல. டி.பி.முத்துலட்சுமியையும் அகலாது நினைவில் வைத்திருக்கும் காட்சிகள். அந்த வெகுளித்தனமும், வெள்ளந்தியான பேச்சும், படிப்பறி வில்லா பாமரத்தனமும் அதற்கேற்ப அமைந்த அவரது இயல்பான நடிப்பும்...நம்மால் மறக்க முடியாதவை.

இம்மாதிரி காரெக்டர்கள் இருந்தால் இவரைத் தவிர வேறு யாரையும் போடக் கூடாது என்று நிர்ணயித்தது போல் இருவர் உள்ளம் படத்தில் இவருக்கு ஒரு வேஷம் அமைந்திருக்கும். நிறையப் பிள்ளைகளைப் பெற்ற தாயாக, காது கேட்காதவராக, வீட்டின் பெரியண்ணன் எம்.ஆர்.ராதாவின் மனைவியாக இப்படத்தில் திறம்பட நடித்திருப்பார். கீழே அம்மா, தம்பியுடன் ராதா பேசிக்

கொண்டிருக்கையில் குழந்தைகள் குதூகலித்து அம்மாம்மா... அப்பா வந்தாச்சி... என்று ஓடி வந்து முத்துலட்சுமியிடம் சொல்ல...காது கேளாத அவர்... பப்பர்மிட்டா...இல்லடா...ஆயிப் போச்சி... என்று சொல்வார்... பப்பர்மிட் இல்லம்மா... அப்பா வந்தாச் சின்னு சொன்னேன்... அப்பளமா...? சாப்பிடுறப்ப போடுறன்டா அப்பளம்... ஓயாம அப்பளம் சாப்பிடக் கூடாது... ஐயோ... அப்பளம் இல்லம்மா... அப்பா வந்தாச்சின்னு சொன்னேன்... என்று குழந்தை திருத்துவான்... எம்.ஆர்.ராதா அவருக்கு ஒரு ஹியரிங் எய்டு வாங்கி வந்திருப்பார். இந்தத் தொல்லை இனிமே உனக்கு இருக்கக் கூடாதுன்னுதான் இத வாங்கியாந் திருக்கேன்... என்று ஆசை மனைவியிடம் சொல்ல... செவிட்டு மிஷினா... என்று காதில் மாட்டிக் கொண்டு, பேசுவதெல்லாம்... அடெ... அடெ...நல்லாக் கேட்குதே... என்று அவர் குதூகலிப்பது இன்றைக்கும் பார்த்துக் கொண்டிருக்கலாம் போலிருக்கும். குழந்தைகளுக்கு அவர் வாங்கி வந்திருக்கும் விளையாட்டு சாமான்களை ஆளுக்கொன்றாகக் கொடுத்து விரட்டும்போது ஆசை யாய் கணவனைப் பார்த்து முத்துலட்சுமி நின்று கொண்டிருக்கும் காட்சி அவ்வளவு அழகாய் இருக்கும். தனக்கு என்ன வாங்கி வந்திருப்பான் என்ற எதிர்பார்ப்பு தொனிக்கும். குழந்தைகளை விரட்டிவிட்டு... அவரைப் பார்த்து...கண்ணம்மா... என்று ஆசையோடு ராதா நெருங்க...வெடுக்கென்று சொடுக்கிக்கொண்டு உள்ளே செல்வார் முத்துலட்சுமி. அஸ்வதி, பரணி... ன்னு எல்லாத்தியும் பார்த்தேன் கார்த்திக் எங்க...தூங்குதா? என்று அவரைப் பார்த்துக் கேட்க... இவர்...பின்னே கவலையிருக்காதா...? இத்தனை வருஷமா எங்கயிருந் தீங்கன்னே தெரில...? என்று கோபப்பட... ஐயோ...நா ஒண்ணு கேட்குறேன்...நீ ஒண்ணுசொல்றியே... என்று அலுத்துக் கொள்ள...குழந்தைகள்லாம் இன்னும் சாப் பிடல... என்று மேலும் சொல்வார். ராமச்சந்திரா...

ராமச்சந்திரா... என்றவாறே அந்த செவிட்டு மிஷினை எடுப்பார் எம்.ஆர்..ராதா. புத்தி சிகாமணி பெத்த பிள்ளை... என்று ஆறாவதாய் வந்த செல்லப்பிள்ளையை முத்துலட்சுமி தாலாட்டும் காட்சியில் ராதாவும் கூடச் சேர்ந்து பாடும் அந்தப் பாட்டு இன்றும் மூத்த தலைமுறை தமிழ் ரசிகர்கள் மறந்திருக்க மாட்டார்கள். நடிகன் என்பவன் எந்தப் பாத்திரத்தையும் திறம்படச் செய்யும் திறன் படைத்தவனாய் இருத்தல் வேண்டும் என்பதற்கு இப்படத்தில் எம்.ஆர்.ராதா ஏற்றிருக்கும் வேஷம் ஒரு முக்கிய உதாரணம். கொடுமையான வில்லனாகவே பார்த்த நமக்கு, கதாநாயகிக்கு அப்பா வாக வந்தாலும் வில்லன்தான் என்று நடித்தவருக்கு, காமெடி கலந்த, குடும்பஸ்தனான வழக்கறிஞருமான வேடம் புதுமையாகவும், ரொம்பவும் ரசிக்கும்படியும் அமைந்திருக்கும். இவருக்கு அவர் பொருந்தினாரா அல்லது அவருக்கு இவர் பொருந்தினாரா என்று வியக்கும் வண்ணம் நட்சத்திரத் தேர்வு படத்தின் இயக்குநரை நினைத்துப் பெரிதும் பாராட்ட வைக்கும். இலக்கியத்தில் அதிகமாக எழுதிக் குவித்தவர்கள் இருப் பார்கள். ஆனால் எதுவும் பேசப்படாது. ஒன்றிரண்டு அல்லது சில என்று மட்டும் எழுதியிருப்பவர்கள் காலத் துக்கும் நினைவுகூரும் படைப்புக்களாகத் தந்திருப் பார்கள். நிறைய எழுதிக் குவித்தவர்களிடத்திலும் சிலவை மட்டும் திரும்பத் திரும்பப் பேசப்பட்டுக் கொண்டேயிருக்கும். முத்துலட்சுமி முன்னூறு படங்களுக்கு மேல் நடித்திருந்தாலும், எல்லாவற்றிலும் அவர் தன் நடிப்பை இயல்போடு வழங்கியிருந்தாலும், அவரது சில குறிப்பிட்ட படங்கள் மட்டும் திரும்பத் திரும்ப நினைவு கூரத் தக்கவை காலத்துக்கும் மறக்க முடியாதவை. அவையே அவரது கிளாஸிக்ஸ்.அன்னை யின் ஆணை, தங்கப்பதுமை, கொஞ்சும் சலங்கை, அடுத்த வீட்டுப் பெண், டவுன் பஸ், படிக்காத மேதை, திருவருட்செல்வர், போர்ட்டர் கந்தன், வாழ வைத்த

தெய்வம் என்று வெற்றி பெற்ற படங்களிலெல்லாம் இவர் கண்டிப்பாக இருப்பார். எம்.ஆர்.ராதா, தங்க வேலு, சந்திரபாபு, ஏ.கருணாநிதி, டி.எஸ்.பாலையா ஜோடியாய் நடித்தவர்.

பழகுவதற்கு இனிமையானவர் என்றும் என்னுடன் சில படங்களில் நடித்தவர் என்றும் ஜெயலலிதாவால் நினைவு கூரப்படுகிறார். 1957ல் ஆரவல்லி திரைப்படத்தில் சிங்காரவல்லி என்ற பாத்திரமேற்று திறம்பட தன் நடிப்பை வெளிப்படுத்தியவர். 1958ல் எம்.ஜி.ஆரின் நாடோடி மன்னனில் நடித்தார். விரைவில் கல்யாணம் நடக்கணும் என்று புருஷன்... புருஷன்... புருஷன்... என்று சதா பூஜை செய்து கொண்டேயிருப்பார். அப்படி ஒரு காரெக்டர் அவருக்கு. உன் பூஜைப்படி, வேண்டுதல்படி உனக்கு சீக்கிரத்திலேயே ஒரு நல்ல புருஷன் கிடைப்பான் என்று எம்.ஜி.ஆர். சொல்லப்போக, அது அப்படியே நடந்தது என்று பெருமிதம் கொள்கிறார். படம் முடியுமுன்பே இந்த நல்ல காரியம் அவர் வாக்குப்படியே நடந்து விட, தம்பதியரை அழைத்து விருந்து கொடுத்தார் எம்.ஜி.ஆர். என்கிறது செய்தி. அன்பே வா படத்தில் டி.ஆர்.ராமச்சந்திரனுடன் கலர்ஃபுல்லாக பணக்கார தம்பதியராய் உலா வருவார்.

எத்தனையோ நடிகர்களுடன் நடித்திருந்தாலும், தங்கவேலு அண்ணனுடன் நடித்ததில்தான் தனக்கு திருப்தி என்று கூறும் இவர், தங்கவேலு பந்தா இல்லாத வர் என்றும், கலைவாணருக்குப் பிறகு தனக்கான நகைச்சுவைக் காட்சிகளைத் தானே அமைத்துக் கொண்டவர் என்றும், மொத்தத் திரைப்பட வாழ்க்கை யில் அபசகுனமாய் எங்கும் எப்போதும் யார் பற்றியும், எதுபற்றியும் ஒரு வார்த்தை தப்பாய்ப் பேசாதவர் என்றும் அவர்பற்றிச் சொல்லி கண்கலங்குகிறார். டி. ஆர்.ராஜகுமாரிக்காக சில படங்களில் நடனமும் ஆடியிருக்கிறார் என்றால் இவரது தேவை எவ்வளவு

முக்கியப்பட்டிருக்கிறது என்பதும், எல்லோரின் பிரியத்துக்கு உரியவராக விளங்கியிருக்கிறார் என்பதும் புலப்படும். எல்.வி.பிரசாத் டைரக் ஷனில், கலைஞர் கருணாநிதி வசனத்தில், கண்ணதாசன் பாடல்களோடு வெளிவந்த பிராம்மண சமுதாயக் குடும்பக் கதையான தாயில்லாப்பிள்ளை என்கிற படத்தில் டி.எஸ். பாலையாவுக்குத் தங்கையாக பிராம்மண மாமியாக வந்து கெடுதல் செய்பவராக இவர் நடித்த நடிப்பு அப்படத்தை இப்பொழுதும் பார்ப்பவருக்கு இவர் மீது மிகுந்த வெறுப்பை ஏற்படுத்தும். இவரது கணவராக அய்யா தெரியாதைய்யா ராமாராவ் நடிப்பார். இருவரும் அந்தக் கதையின் முக்கியத் தூண்களாக இருந்து படத்தை நகர்த்துவதில் தங்கள் நடிப்பை வெற்றிகரமாக வெளிப்படுத்தியிருப்பார்கள். 1931ல் தூத்துக்குடியில் தந்தை பொன்னையா பாண்டியனுக்கும் தாயார் சண்முகத் தம்மாளுக்கும் மகளாய்ப் பிறந்து தமிழ்த் திரையுலகில் வெற்றிக் கொடி நாட்டிய நகைச்சுவை, குணச்சித்திர நடிகை டி.பி.முத்துலட்சுமி. அவர்கள் கலைமாமணி விருது பெற்றவர். கணவர் பி.கே.முத்துராமலிங்கம். இவரது வளர்ப்பு மகன்தான் தற்போது இயக்குநராக இருக்கும் டி.பி.கஜேந்திரன் அவர்கள் என்று அறியப்படுகிறார். விசுவின் உதவியாளராக இருந்து சில வெற்றிப் படங்களைத் தந்தவர் அவர் என்பதை நாம் அறிவோம். கலைவாணர் விருதும் பெற்றவர் என்கிற பெருமைக்குரிய நடிகை டி.பி.முத்துலெட்சுமி அவர்கள் 29.05.2008ல் சென்னையில் தனது 77-வது வயதில் காலமானார் என்பதும், கடைசிக் காலத்தில் நடக்க முடியாமல் சக்கர நாற்காலியில்தான் இருந்து கழித்தார் என்பதுமே இம்மாதிரி சிறந்த கலைஞர்களைப் பற்றி நாம் அறியும் அபூர்வச் செய்திகளில் சோகத்தை கொண்டு வந்து சேர்க்கிறது.

குறிப்புகள்